இரண்டாவது உயிர்

2
நாவல்கள்

சத்யாவின் சபதம்

ராஜேஷ்குமார்

RAJESHKUMAR
RK Publishing

இரு நாவல்கள் தொகுப்பு (RK083)

இரண்டாவது உயிர் | **சத்யாவின் சபதம்**
முதல் நாவல் | இரண்டாவது நாவல்

ராஜேஷ்குமார்

முதல் பதிப்பு - அக்டோபர் 2024

வெளியீடு: RK பப்ளிஷிங், 23, யமுனா தெரு,
க்யூரியோ கார்டன் அவென்யூ, வடவள்ளி, கோயம்புத்தூர் - 641 046.

அட்டை வடிவமைப்பு: நவீன்குமார் மு

நூல் வடிவமைப்பு: மூ. சிவசுந்தரம், இன்லெட்பஃப் சொல்யூஷன்ஸ்

A collection of two novels (RK083)

Irandavathvu Uyir | **Sathiyaavin Sabatham**
First Novel | **Second Novel**

Rajeshkumar

First Edition - October 2024

Published by: RK Publishing, 23, Yamuna Street,
Curio Garden Avenue, Vadavalli, Coimbatore - 641046.
Mob: 89251 16783
email: rkpublishing41@gmail.com
Web: www.rajeskumarnovels.in

Cover Designed by: Naveenkumar M

Book Designed by: M Sivasundaram, inletPUB Solutions, www.inletpub.com

இரண்டாவது உயிர்

இந்த கதை 1988 ஆம் ஆண்டு
மாலைமதி என்ற இதழில் வெளிவந்தது

1

மூச்சு என்பது உடல், மனம் இரண்டையும் இயக்கக்கூடிய ஃப்ளைவீல் (Flywheel) கருவி போன்றது. இந்த மூச்சு நுரையீரல் மூலமாக நம் உடம்பிலுள்ள எழுபத்திரெண்டாயிரம் நாடி நரம்புகளும் இயங்குவதற்கு உறுதுணையாக இருக்கிறது.

"இன்னிக்குச் சாயந்தரம் ஏழு மணிக்கு நிச்சயமா சுந்தரமூர்த்திக்கு ஹார்ட் அட்டாக் வந்துடும். அதுக்கு நான் கியாரண்டி!"

டாக்டர் பரமேஸ்வரன் சொன்னதைக் கேட்டு அறையில் பரவியிருந்த காற்று ஒரு விநாடி உறைந்துபின் அசைந்தது. ஃபிஷ் டப்பில் நீந்திக் கொண்டிருந்த ஸ்கை பேர்ட்ஸ் மீன்கள் நீந்த மறந்து நீரில் மிதந்தன.

ஃபிஷ் டப்புக்குப் பக்கத்தில் போடப்பட்டிருந்த சோஃபா-கம்-பெட்டில் உட்கார்ந்திருந்த புவனேஸ்வரியும் (32) அவளுடைய தம்பி கிரியும் (27) குடும்ப வக்கீல் கோபால்ராவும் (48) ஒருத்தரையொருத்தர் சின்னச்சின்ன புன்னகையோடு பார்த்துக் கொண்டார்கள்.

"டாக்டர்! நீங்க சொன்னதை நம்பலாமா...?" - புவனேஸ்வரி சோஃபாவின் நுனிக்கு நகர்ந்தபடி ஆர்வமாய்க் கேட்டாள். புவனேஸ்வரிக்கு ரோஸ் மில்க் நிறம். உடம்பு பூராவும் இளமை

உட்கார்ந்துகொண்டு சத்தியாக்கிரகம் செய்துகொண்டிருந்தது. பியூட்டி பார்லருக்கு ஆயிரக்கணக்கில் செலவழிப்பவள்.

ஸ்டெனோவாக வந்து சேர்ந்து சேலையைத் துணியை நழுவ விட்டு - முதல் மனைவி இறந்து பதினைந்து ஆண்டுகள் வரை மறுமணத்தைப் பற்றியே எண்ணாமல் இருந்த சுந்தரமூர்த்தியை வளைத்து... கழுத்தில் தாலி வாங்கிக் கொண்டு... அவரின் பங்களாவில் ராணியாக உலா வருபவள். இவளைப் பற்றி இன்னமும் அதிகமாகச் சொல்ல வேண்டும். இப்போது அவகாசமில்லை. கூடவே வாருங்கள். போகிற போக்கில் அவளைப் பற்றிச் சொல்லிக் கொண்டே வருகிறேன்.

டாக்டர் பரமேஸ்வரன் தன்னுடைய மூக்குக் கண்ணாடியைக் கழற்றி... அணிந்திருந்த கோட் நுனி உபயத்தால் பாலீஷ் ஏற்றிக்கொண்டே மெல்லச் சிரித்தார். கடைவாய் ஓரம் ஒளிந்திருந்த தங்கப்பல் ஒன்று விநாடி நேரம் தெரிந்து மறைந்தது. குரலைச் சின்னதாக்கிக் கொண்டு கிசுகிசுத்தார்.

“இன்னிக்குக் காத்தாலே பத்துமணிக்குச் சுந்தர மூர்த்திக்கு அந்த இஞ்செக்ஷனைப் போட்டிருக்கேன். வழக்கமாகத் தினசரி ஏத்தற இஞ்செக்ஷன்தானேன்னு அவர் அலட்சியமா ஊசியைப் போட்டுக்கிட்டார். ஆனா அதுல ஹார்ட்டையே நிறுத்தற மெடிசன் கலந்திருக்குன்னு அவருக்குத் தெரியாது.”

“அந்த மெடிசன் உடனடியா ஹார்ட்டைத் தாக்காதா டாக்டர்?” - கிரியின் சிறிய சைஸ் கண்களில் லோடு லோடாய்ப் பேராசை பளபளத்தது.

கிரி, புவனேஸ்வரியின் ஒரே தம்பி. மீசை வைத்த வினோத்கன்னா மாதிரியான தோற்றம். அளவுக்கு அதிகமான விஸ்கியும் பிராந்தியும் அவனுடைய விழிகளை நிரந்தரமாகவே சிவப்பாக்கியிருந்தன. அக்காவுக்கு நேர் எதிரான நிறம். வேலை வெட்டி இல்லாமல் பேட்டை

ரவுடியாய்ச் சுற்றிக் கொண்டிருந்தவன். அக்காவுக்குக் கிடைத்த இந்தப் பெரிய இடத்து வாழ்க்கையில் சம உரிமை எடுத்துக்கொண்டு பங்களாவிலேயே பாதி நாட்கள் தங்கி விடுபவன்.

டாக்டர் பரமேஸ்வரன் கிரியின் தோள்பட்டையை சிநேக பாவமாய்த் தட்டினார். "கிரி, புரியாமப் பேசாதே! அது ஹார்ட்டை உடனடியாய்த் தாக்கற மருந்தில்லை. விஷம்... சுந்தரமூர்த்திக்கு நான் கொடுத்திருக்கிற மருந்து மெல்ல மெல்லத்தான் வேலை செய்யும். இரையை நோக்கி நகர்ற பாம்பு மாதிரி நிதானமா ரத்தத்துல நகரும். அது தன்னோட சுயரூபத்தைக் காட்டறதுக்குக் குறைந்தபட்சம் ஒன்பது மணி நேரமாகும்."

குடும்ப வக்கீல் கோபால்ராவ் தன் கன்னத்தைச் சொறிந்துகொண்டே டாக்டர் பரமேஸ்வரனின் பேச்சில் குறுக்கிட்டார்.

"டாக்டர்! நீங்க சொல்ற மாதிரியே சுந்தரமூர்த்திக்கு இன்னிக்குச் சாயந்திரம் ஏழு மணிக்கு ஹார்ட் அட்டாக் வந்தா உடனடியாச் செத்துட மாட்டாரே?"

"மாட்டார். கொஞ்சம் கொஞ்சமாத்தான் உயிரை விடுவார். இயற்கையா உடம்பிலிருந்து உயிர் எப்படிப் பிரியுமோ அப்படித்தான் பிரியும். நாளைக்கு யாராவது சந்தேகப்பட்டுப் புதைச்ச பாடியை எடுத்துப் பரிசோதனை பண்ணினாக்கூட நாம மாட்டிக்கக் கூடாது... லாயர் ஸார்!"

புவனேஸ்வரி மெல்லச் சிரித்தாள். "சந்தேகப்பட ஆள் இருந்தாத்தானே சந்தேகப்படுவாங்க? இருக்கிற ஒரே ஆள் வினோத். அவரோட முதல் சம்சாரத்து வாரிசு. அவனையும் கச்சிதமா முடிச்சிட வேண்டியதுதான்!"

"வினோத்தை எப்படித் தீர்த்துக்கட்டப் போறோம் புவனேஸ்வரி அம்மா?" - கோபால்ராவ் மெல்லிய குரலில் கேட்டார்.

“அதை அப்புறமாச் சொல்றேன் வக்கீல் ஸார்! முதல்ல நான் சொன்ன மாதிரி உயிலைத் தயார் பண்ணீட்டீங்களா?”

“நேத்தைக்கே பண்ணிட்டேன்!”

“வாசகமெல்லாம் சரியாப் போட்டிருக்கீங்களா? பின்னாடி தப்பு வந்துடக்கூடாது. கஷ்டப்பட்டதுக்குப் பலனே இல்லாம போய்டும்.”

“என்னுடைய இருபது வருஷ வக்கீல் மூளையை இந்த உயில் எழுதுறதுக்காக ஏகமாக் கசக்கியிருக்கேன். பின்னாடி எந்தத் தொந்தரவும் வராதும்மா!”

“உண்மையான உயில் – என் கணவர் சொன்ன பிரகாரம் சொத்துல முக்கால் பங்கு வினோத்துக்கும் கால் பங்கு எனக்கும் சேரணும்ங்கிற அந்த உயில் இப்போ வினோத் கிட்டத்தான் இருக்கு. இல்லையா வக்கீல் ஸார்?”

“ஆமாம்மா... அப்படித்தான் சுந்தரமூர்த்தி என்கிட்ட சொன்னார். அதைச் சுலபமாய்க் கண்டுபிடிச்சு அழிச்சுடலாம்.”

புவனேஸ்வரி ஏகமாய் மை தீட்டியிருந்த தன்னுடைய அழகான விழிகளைப் படபடத்தாள். “டாக்டர் ஸார்! வக்கீல் ஸார்! நாம இப்பப் போட்டிருக்கிற திட்டப்படி எல்லாமே துல்லியமா நடந்தா... நான் கிட்டத்தட்ட ஒன்றரை கோடி ரூபாய்க்குச் சொந்தக்காரி ஆயிடுவேன். நான் மொதல்ல உங்ககிட்ட பேசினபடி ஆளுக்குப் பத்து லட்சம் குடுத்துடுவேன். இந்தத் திட்டத்திலே எங்கேயும் ஓட்டை இருக்கக் கூடாது.”

டாக்டரின் கடைவாய் ஓரம் ஒளிந்திருந்த தங்கப்பல் மறுபடியும் தெரிந்து மறைந்தது. “எல்லாம் சரியா நடக்கும் மிஸஸ் புவனேஸ்வரி! நம்ம திட்டத்தோட முதல் கட்டம் சுந்தரமூர்த்திக்கு ஹார்ட் அட்டாக்கை வரவழைக்க வேண்டியது. இன்னிக்குச் சாயந்தரம் ஏழு மணிக்கு என்னோட இஞ்செக்ஷன் அவருக்கு ஹார்ட் அட்டாக்கை வரவழைக்கும். அதுக்குப் பின்னாடி இரண்டாவது கட்டமா என்ன பண்ணப் போறோம்?”

மூன்று பேரும் தத்தம் தலைகளை புவனேஸ்வரிக்கு வெகு அருகில் கொண்டுபோக... புவனேஸ்வரி உதடுகளை மெல்ல அசைத்தாள்.

"வினோத் பிசினஸ் விஷயமா இன்னிக்குச் சாயந்தரம் அஞ்சு மணிக்கு பாம்பே போறான். திரும்பறதுக்கு எப்படியும் ஒரு வாரமாயிடும். அவருக்கு ஹார்ட் அட்டாக் வந்ததும் அவரை இந்தப் பங்களால வைக்காம... நம்ம வால்பாறை எஸ்டேட் பங்களாவுக்குக் கொண்டு போயிட வேண்டியது. வக்கீல் எழுதி வெச்சிருக்கிற உயிலில் கையெழுத்தை வாங்கிக்க வேண்டியது!"

"அவர் போடுவாரா?" - கிரி குறுக்கிட்டுக் கேட்டான்.

"கேட்கற விதத்துல கேட்டா கையெழுத்தைப் போடுவார். உண்மையான உயில் நகல்ல ஒரு கையெழுத்து வேணும்னு சொல்லி நாம எழுதி வெச்சிருக்கிற உயிலை நீட்டிட வேண்டியதுதான். மனுஷனுக்கு என் மேல அபார நம்பிக்கை. சொன்ன இடத்துல கையெழுத்தைப் போட்டுடுவார். அதில் ஒரு பிராப்ளமும் இல்லை!" - கோபால்ராவ் அமர்த்தலாய்ச் சொன்னார்.

புவனேஸ்வரி தொடர்ந்தாள். "பம்பாய் போயிருக்கிற வினோத்துக்கு அப்பா சீரியஸாய் இருக்கார்ன்னு சொல்லித் தகவல் தர வேண்டியது. வால்பாறை எஸ்டேட் பங்களாவுக்கு வரச் சொல்லிக் காதும் காதும் வெச்ச மாதிரி அவனோட கதையை முடிச்சு எஸ்டேட்டுக்கு முன்னாடி இருக்கிற காட்டுல ஆழமாய்த் தோண்டிச் சமாதி பண்ணிட வேண்டியது!"

கிரி அவசரமாய் எச்சரித்தான். "அக்கா மிச்சத்தை அப்புறமாப் பேசிக்கலாம். போர்டிகோல ஆட்டோ வந்து நிக்குது பாரு. யாரோ வர்றாங்க போலிருக்கு."

புவனேஸ்வரி எழுந்து மாடிப்படிகளில் இறங்கினாள்.

ஆட்டோவை வெயிட்டிங்கில் போட்டுவிட்டுச் சுந்தரமூர்த்தியின் பி.ஏ நாராயணசாமி வெகுபவ்யமாய் உள்ளே நுழைந்து கொண்டிருந்தார்.

புவனேஸ்வரி கேட்டாள். "என்னங்க நாராயணசாமி?"

"ஐயாவோட ஆபீஸ் பீரோ சாவி... அவரோட ரூம்ல வெச்சிருக்காராம். அதை எடுத்துட்டு வரச் சொன்னார்."

புவனேஸ்வரி சுந்தரமூர்த்தியின் அறைக்குள் நுழைந்து மேஜை டிராயரில் இருந்த சாவிக்கொத்தை எடுத்துத் தந்தாள்.

"ஐயா சாப்பிட்டாரா நாராயணசாமி?"

"இன்னும் இல்லீங்கம்மா!"

"ஏன் இன்னும் சாப்பிடலை. மணி மூணாக போகுது."

"அதென்னமோ தெரியலைம்மா... மூலையிலே வெச்ச டிபன் காரியர் அப்படியே இருக்கு. தாகம் தாகம்ன்னு நிறையத் தண்ணி குடிக்கிறார்."

"சரி... நீங்க போங்க. அவரைச் சீக்கிரமாய் வீட்டுக்கு வரச் சொல்லுங்க. வினோத் எத்தனை மணிக்கு பாம்பே போறான்?"

"அஞ்சு மணிக்கும்மா..." - சொல்லிக்கொண்டே நாராயணசாமி வாசலில் காத்துக் கிடந்த ஆட்டோவை நோக்கிப் போனார்.

புவனேஸ்வரி மறுபடியும் மாடிப்படிகளில் ஏறினாள்.

டாக்டர் பரமேஸ்வரன் திரும்பிப் பார்த்தபடி கேட்டார். "என்ன சொல்லிட்டுப் போறார் சுந்தரமூர்த்தியோட பி.ஏ?"

"அவர் மத்தியானம் ஒண்ணுமே சாப்பிடலையாம். தாகம் தாகம்ன்னு தண்ணி நிறையக் குடிச்சுட்டுருக்காராம்."

டாக்டர் பரமேஸ்வரனின் முகம் சோடியம் வேப்பர் விளக்காய் பிரகாசித்தது.

"இஞ்செக்ஷனோட ஆரம்பக் கட்ட வேலை அமர்க்களமாய்த் தொடங்கியாச்சு மிஸஸ் புவனேஸ்வரி! சுந்தரமூர்த்தியோட உடம்புல இருக்கிற ஈரப்பசை வேகமாகக் குறைஞ்சுட்டு வர்றதனாலத்தான் இந்தத் தாகம். எவ்வளவு தண்ணி குடிச்சாலும் அதை ஈடு கட்டுறது கஷ்டம்."

டாக்டர் சொல்லச் சொல்ல...

புவனேஸ்வரி -

கிரி –

கோபால்ராவ்.

மூவரின் உதடுகளிலும் புன்னகை பந்திபோட்டு உட்கார்ந்தது.

மாலை 4.30 மணி.

ஒரு சின்ன ப்ரீஃப்கேஸ், சூட்கேஸ் சகிதம் வினோத் சுந்தரமூர்த்தியின் அறைக்குள் நுழைந்தான். ஏர்கண்டிஷன் உடம்பை ஜில்லென்று நனைத்தது. ஜக்கைக் கவிழ்த்துக் கண்ணாடி டம்ளரில் நீரை நிரப்பிக்கொண்டிருந்த சுந்தரமூர்த்தி தலையை உயர்த்தினார்.

"அப்பா! நான் போயிட்டு வர்றேன்."

டம்ளரிலிருந்து தண்ணீரை ஒரே மூச்சில் குடித்து முடித்த சுந்தரமூர்த்தி... களைப்பான கண்களோடு வினோத்தைப் பார்த்தார். கொஞ்சம் ஹீனமான குரலில் கேட்டார்.

"ஃப்ளைட் எத்தனை மணிக்கு வினோத்?"

"ஆறு மணிக்கு."

"நான் சொன்னதையெல்லாம் ஞாபகம் வெச்சுக்கோ. அந்த ஷிப்போர்ட் காண்ட்ராக்ட்டை எப்படியும் பேசி முடிச்சுடு, பாம்பே போய்ச் சேர்ந்ததும் டிரங்க்கால் போடு. தாஜ் கொரமண்டல்லதானே தங்கப் போறே?"

"ஆமாம்ப்பா."

"பெஸ்ட் ஆஃப் லக். போயிட்டு வா!" - சொல்லிவிட்டு மறுபடியும் ஜக்கைக் கவிழ்த்துக் கண்ணாடி டம்ளரில் நீரை நிரப்ப ஆரம்பித்தார்.

'ஏன் இப்படித் தண்ணீரைக் குடிக்கிறார்?' - யோசித்துக் கொண்டே வெளியே வந்தான் வினோத்.

கம்பெனியின் பிரம்மாண்டமான போர்டிகோவில் மூன்று கார்கள் காத்திருக்க... மூன்றின் டிரைவர்களும் காரின் கதவுகளைத் திறந்து வைத்துக்கொண்டு வினோத்தை மரியாதை மிதக்கும் கண்களோடு பார்த்தார்கள். வினோத் ஒரு நிமிஷம் அப்படியே நின்றான்.

பிறகு மெல்லிய குரலில் "மணி!" என்றான்.

ஃபியட் அருகே நின்றிருந்த கார் டிரைவர் ஓடி வந்தான். "ஸார்!"

வினோத் அவனை ஏறிட்டபடியே சொன்னான். "அந்தத் தெருக்கோடிக்குப் போய் ஒரு டாக்ஸியைக் கூட்டிக்கிட்டு வா."

"ஸார்!" - மணி திகைக்க...

"ம்... சீக்கிரம். ஏர்போர்ட்டுக்குப் போக நேரமாச்சு" - வினோத் விரட்டினான். மணி ஓடிப்போய் டாக்ஸியைக் கூட்டிக்கொண்டு வந்தான்.

டாக்ஸியின் பின்புறக் கதவைத் திறந்து சூட்கேஸையும் ப்ரீஃப்கேஸையும் வீசிவிட்டு ஏறி உட்கார்ந்தான். "நேரா போப்பா டிரைவர்!"

டாக்ஸி நூல் பிடித்த மாதிரி நேராய் ஓடியது. காந்திபுரம் கிராஸ்கட் சாலைக்கு வந்ததும்... மறுபடியும் வாயைத் திறந்தான் வினோத்.

"லெஃப்ட்ல திரும்பி அங்கே இருக்கிற ஊனமுற்றோர் டெலிபோன் பூத்கிட்ட டாக்ஸியை நிறுத்திக்கோ."

நிறுத்தினான் டிரைவர்.

எதிர்ச் சாரியிலிருந்து அந்தப்பெண் வேகமாய் வந்தாள்.

குடும்பப்பாங்கான தினுசில் முதுகைப் போர்த்திய சேலைத் தலைப்போடு பொன்னிறத்தில் இருந்தாள்.

"வா சங்கீதா! ரொம்ப நேரமாக் காத்திட்டிருக்கியா? - வினோத் காரின் கதவைத் திறந்து விட்டான்.

சங்கீதா சிரித்துக்கொண்டே காருக்குள் நுழைந்தாள்.

"இப்பத்தான் வந்தேன். சொன்னபடியே டாக்ஸியிலேயே வந்துட்டீங்களே?" - வினோத் கதவைச் சாத்தினான்.

"உனக்குத்தான் என் கார்ல ஏற என்னமோ மாதிரியிருக்குன்னு சொல்லுவியே! டிரைவர்க்கெல்லாம் விஷயம் தெரிஞ்சுடும்ன்னு பயப்படுவே... அதான் டாக்ஸியில வந்தேன்." என்று சொன்னவன், "டிரைவர்..!" என அழைத்தான்.

டாக்ஸி டிரைவர் திரும்பிப் பார்த்தான்.

"ஏர்போர்ட்டுக்கு விடுப்பா! நிதானமாவே போ. அவசரமில்லை!" - டாக்ஸி நகர்ந்தது.

"எப்ப வருவீங்க வினோத்?"

"போற காரியம் சக்ஸஸ் ஆனா அடுத்தவாரமே வந்துடுவேன்."

குரலைத் தாழ்த்தினாள் சங்கீதா, "உங்க அப்பாகிட்ட நம்ம கல்யாண விஷயத்தைப் பத்திப் பேசினீங்களா?"

"பம்பாயிலிருந்து வந்ததும் பேசணும். நீ உன்னோட வீட்ல சொல்லிட்டியா சங்கீதா?" - வினோத்தும் குரலைக் கிசுகிசுப்பாக்கிக் கொண்டான்.

"ம்... சொல்லிட்டேன். ப்ராப்ளம் ஒண்ணுமில்லை."

"எங்கப்பாவும் ஒண்ணும் சொல்ல மாட்டார். சித்திதான் கொஞ்சம் முரண்டுப் பிடிப்பா. புது டிசைன்ல ஏதாச்சும் நகையைப் பண்ணிக் கொடுத்தா சமாதானமாயிடுவா."

சங்கீதா சந்தோஷமாய்ச் சிரிக்க –

டாக்ஸி விமான நிலையத்தைக் குறி வைத்துக்கொண்டு பீளமேடு ரோட்டில் சீறிக் கொண்டிருந்தது.

நேரம் 6.50.

போர்டிகோவில் நின்றிருந்த கார்கள் ஒன்றினுள் ஐக்கியமானார் சுந்தரமூர்த்தி. நிரம்பக் களைத்திருந்தார். வியர்த்து வியர்த்து வழிந்தார்.

"பங்களாவுக்குக் கொஞ்சம் சீக்கிரமாப் போ மணி!" - அயர்ச்சியோடு பின்சீட்டில் சாய்ந்து கொண்டார்.

இதயப்பகுதியில் ஏதோ ஒரு பாறாங்கல்லைக் கட்டி விட்டாற் போன்ற கனம் அவரை வியாபிக்க ஆரம்பித்தது. தொண்டையும் நாக்கும் ஈரப்பசையின்றி உலர்ந்திருந்தன.

'வீட்டுக்குப் போனதும் முதல் காரியமாய் டாக்டர் பரமேஸ்வரனைக் கூப்பிட்டு என்னப் பிரச்சனை என்று பார்க்கச் சொல்ல வேண்டும்.' - மனசுக்குள் தீர்மானித்துக் கொண்டார்.

மணி 6.55.

கார் அவினாசி ரோட்டின் போக்குவரத்து நெரிசலைச் சமாளித்து ஹெட் குவார்ட்டர்ஸ் சாலை வழியே நுழைந்து ரயில்வே ஸ்டேஷன் சாலையைத் தொட்டு... திருச்சி ரோட்டில் பிரவேசித்தது.

மணி 6.57.

சாலையோரமாய் விஸ்தாரமாய்ப் பரவியிருந்த பங்களாக்களில் நடுநாயகமாய் இருந்த அந்த சுந்தர் வில்லாவை நெருங்கிக் காம்பௌண்ட் கேட் அருகே நின்றபோது...

மணி 6.59.

காவலுக்கு நின்றிருந்த கூர்க்கா காம்பௌண்ட் கேட்டைப் பிளந்துவிட...

கார் உள்ளே நுழைந்து போர்டிகோவில் நிற்க...

சுந்தரமூர்த்தி கதவைத் திறந்துகொண்டு கீழே இறங்கினார்.

அடுத்த விநாடி -

"ஹக்..." - உரக்க நெஞ்சைப் பிடித்துக்கொண்டு ட-வடிவத்தில் காரின் சக்கரத்துக்கு அருகே சுருண்டார் அவர்.

கட்டியிருந்த எலக்ட்ரானிக் ஜப்பான் மேக் வாட்சில் -

மணி சரியாய் 7.00

2

'இந்த உலகத்தில் படைக்கப்பட்ட எல்லா மனிதர்களும் இரண்டு விதமான தன்மையோடு தான் படைக்கப்பட்டிருக்கின்றனர். ஒன்று, தெய்வத் தன்மை. இரண்டாவது மிருகத் தன்மை' - என்கிறது பகவத் கீதை.

'இதயத்தை யார் இப்படிக் கொத்திக் கொத்தி எறிகிறார்கள்?' - சுந்தரமூர்த்திக்கு இருந்த அந்த நூலிழை உணர்விலும் வலி தெரிந்தது. கண்கள் உள்ளுக்குள் சொருகுவதையும், வாய் ஒரு பக்கமாய்க் கோணுவதையும் கட்டுப்படுத்த முயன்று தோற்றார்.

விழிகளைப் பிரயாசைப்பட்டுத் திறக்கையில் போர்டிகோவைத் தாங்கியிருந்த நான்கு மொசைக் தூண்களும் அவரை நோக்கிச் சரிவதைப் போல் ஒரு பிரமை வியாபித்தது. கைக்குச் சிக்காத பட்டுத் துணியாய் நினைவு நழுவியது.

மாடியின் மேல்புற ஜன்னல் அருகே நின்றபடி போர்டிகோவில் புரண்டு கொண்டிருந்த சுந்தரமூர்த்தியை ஒரு குரூரமான புன்னகையோடு பார்த்துக் கொண்டிருந்த பரமேஸ்வரி, தன் அருகே நின்றிருந்த கிரியின் தோளை மெல்லத் தட்டினாள். சொன்னாள்.

"வா கிரி! கீழே போகலாம். நம்ம திட்டத்தோட முதல் வெற்றியைக் கொண்டாடலாம்!" - சொல்லிக்கொண்டே

மாடிப்படிகளை விட்டு வேகமாய்க் கீழே இறங்க ஆரம்பித்தாள். கிரியும் அவள் கூடவே தடதடத்தான்.

ஹாலைப் புயல் வேகத்தில் தாண்டிப் போர்டிகோவுக்குள் நுழைந்து மின்சார அதிர்ச்சிக்குள்ளான காகம் போல் லேசாய்த் துடித்துக்கொண்டிருந்த சுந்தரமூர்த்தியை ஒரு செயற்கையான பதட்டத்தோடு நெருங்கினாள் புவனேஸ்வரி.

“அய்யோ! என்னங்க ஆச்சு உங்களுக்கு?” - மண்டியிட்டுக் கீழே உட்கார்ந்து சுந்தரமூர்த்தியின் தலையைத் தாங்கினாள் புவனேஸ்வரி. முகத்தைத் தடவினாள்.

“டேய் கிரி பார்த்துட்டு நிக்கிறியே? இவரைப் பிடிடா! உள்ளே கொண்டு போயிடலாம். என்ன ஆச்சோ தெரியலையே இவருக்கு? கம்பெனிக்குப் போகாதீங்க ஓவர் ஸ்ட்ரெயின் பண்ணிக்காம ரெஸ்ட் எடுங்கன்னு சொன்னாக் கேட்டாத்தானே?”

கிரி நமட்டுச் சிரிப்பொன்றை உதிர்த்துக்கொண்டே சுந்தரமூர்த்தியை நெருங்கி அவருடைய புஜங்களைப் பற்றித் தூக்கினான்.

“அக்கா! நீ அத்தானோட காலைப் பிடி. என்னால மட்டும் இவரைத் தூக்க முடியாது.”

புவனேஸ்வரி சுந்தரமூர்த்தியின் கால்களைப் பற்றித் தூக்க... கிரி சுந்தரமூர்த்தியை நகர்த்தி சோஃபா-கம்-பெட்டுக்குக் கொண்டு வந்தான். அதில் மெல்லக் கிடத்தினான். சீலிங் ஃபேனுக்கு உயிர் கொடுத்து விட்டு...

அறையின் கோடியிலிருந்த டெலிபோனை நோக்கி போனான். ரிஸீவரைக் கையில் எடுத்துக்கொண்டு டாக்டர் பரமேஸ்வரனின் டெலிபோன் எண்களை டயலில் சுழற்றினான்.

உடனே கிடைத்தார்.

“டாக்டர் நான் கிரி..” - உற்சாகமாய்ப் பேச்சை ஆரம்பித்தான்.

“என்னாச்சு? - மறுமுனையில் டாக்டர் பதட்டமாய்க் கேட்டார்.

“நீங்க சொன்னபடியே ஆச்சு. வர்றீங்களா?”

“இதோ வர்றேன். உங்கள் போன் வரும்ன்னுதான் வெயிட் பண்ணிட்டிருந்தேன். பத்து நிமிஷத்தில அங்கே இருப்பேன்.”

“வர்ற வழியில லாயர் கோபால்ராவையும் பிக்கப் பண்ணிட்டு வந்திடுங்க டாக்டர்!”

கிரி சொல்லிவிட்டு டக்கென்று ரிஸீவரைக் கீழே வைத்தான். பேண்ட் பாக்கெட்டிலிருந்து கர்ச்சீப்பை எடுத்து முகத்தில் பிரசவமாகியிருந்த வியர்வையைத் துடைத்துக்கொண்டே. சோபாவில் சலனமில்லாமல் கிடந்த சுந்தரமூர்த்தியை நெருங்கினான்.

“டாக்டருக்குப் போன் பண்ணிட்டியா கிரி?” - புவனேஸ்வரி கேட்டாள்.

“ம்... பண்ணிட்டேன்!” என்று சத்தமாய்ச் சொன்னவன் புவனேஸ்வரியை நெருங்கி அவளுடைய காதின் மடலருகே கிசுகிசுத்தான்.

“லாயரையும் வரச் சொல்லியிருக்கேன். மேற்கொண்டு திட்டத்தை நகர்த்த வேண்டாமா?”

“ம்... ம்...” - தலையசைத்த புவனேஸ்வரி சுந்தர மூர்த்தியைத் திரும்பிப் பார்த்தாள். மூச்சு மட்டும் சீராய் வந்து கொண்டிருக்க மரக்கட்டையாய்க் கிடந்தார் அவர்.

“என்னங்க! என்னங்க!!” - சுந்தரமூர்த்தியின் தோள்பட்டைகளைப் பலமாய் உலுக்கினாள் புவனேஸ்வரி.

“ஏன்க்கா அவரைச் சிரமப்படுத்தறே? டாக்டர் வந்துடட்டும். நீ போட்டு உலுக்கற உலுக்கல்ல நொண்டிக்கிட்டு ஓடிட்டிருக்கிற அவரோட ஹார்ட் பொசுக்குன்னு நின்னுடப் போவுது. வேணும்ன்னா மூஞ்சியிலே கொஞ்சம் தண்ணியைத் தெளி.”

கிரி பேசிக் கொண்டிருக்கையிலேயே அறையின் மூலையிலிருந்த டெலிபோன் மழைக்காலத் தவளையாய்க் கத்தியது. “கொர்ரக்... கொர்ரக்....”

“போய் யாருன்னு பார்றா கிரி!”

கிரி எழுந்து வேகமாய்ப் போய் ரிஸீவரை எடுத்துக் காதுக்குக் கொடுத்தான்.

“ஹலோ!”

மறுமுனையில் டெலிபோன் எக்ஸ்சேஞ்ச் பெண்ணின் மென்குரல் கேட்டது.

“கால் ஃப்ரம் பாம்பே.... ஸார்!”

“பாம்பே காலா? யார் பேசறாங்க?”

“மிஸ்டர் வினோத்!”

கிரி உள்ளுக்குள் ஏகமாய் அதிர்ந்தான். ‘வினோத் அதற்குள் பாம்பே போய்விட்டானா?’

“ம்... குடுங்க!” என்றான், போலியான ஆர்வத்தோடு.

கொடுத்தாள்.

பம்பாயிலிருந்து வினோத் கத்தினான். “ஹலோ! பேசறது யாரு? அப்பாவா?”

“இல்லை... நான் கிரி!”

“அப்பா அங்கே இல்லே?”

“கொஞ்சம் இரு வினோத்! பார்த்துச் சொல்றேன்...” - என்றவன் ரிஸீவரின் வாயைக் கப்பென்று பொத்திக்கொண்டு புவனேஸ்வரியை நோக்கிக் குரல் கொடுத்தான்.

“அக்கா! பம்பாயிலிருந்து வினோத் பேசறான்.”

“வினோத்தா?” - குரல் நடுங்க எழுந்தாள் புவனேஸ்வரி. கிரியை நோக்கி நடந்துகொண்டே கேட்டாள். “என்ன விஷயமாம்?”

“அப்பா கூடப் பேசணுமாம்!”

"சரி.... ரிஸீவரை என்கிட்டக் குடு."

கொடுத்தான் கிரி.

புவனேஸ்வரி வயிறு எக்கிக் கதறினாள். "வினோத் நான் சித்தி பேசறேன்."

"அப்பா இல்லே?" - வினோத் மறுபடியும் கேட்டான்.

"அவர் இன்னும் கம்பெனியிலிருந்தே வரலையே?" கிரியை நோக்கிக் கண்ணைச் சிமிட்டிக் கொண்டே டெலிபோனில் பொய்யை அள்ளினாள் புவனேஸ்வரி.

"சரி சித்தி! அப்பா கம்பெனியிலிருந்து வந்ததும் நான் பம்பாய் வந்து சேர்ந்துட்டேங்கிற விபரத்தைச் சொல்லிடுங்க. இங்கே வந்து சேர்ந்ததும் முதல் காரியமா வீட்டுக்குப் போன் பண்ணச் சொன்னார். அதான் பண்ணினேன்."

புவனேஸ்வரி சிரித்தாள். "நீ இன்னமும் சின்னக் குழந்தையா என்ன வினோத்? உங்கப்பாவுக்கு எப்பவுமே கோழை மனசுதான். ஓ.கே... நீ போன் பண்ணின விபரத்தை அவர் கம்பெனியிலிருந்து வீட்டுக்கு வந்ததும் சொல்லிடறேன். நீ என்னிக்கு பம்பாயிலிருந்து ஊருக்குத் திரும்பறே?"

"சொல்ல முடியாது சித்தி! எப்படியும் ஒரு வாரம் ஆயிடும்."

"சரி! போனை வைக்கட்டுமா? வேற விஷயம் ஒண்ணுமில்லையே?

"இல்லை சித்தி!"

ரிஸீவரை வைத்தாள் புவனேஸ்வரி.

பங்களாவின் போர்டிகோவில் டயர்களைத் தேய்த்துக் கொண்டு டாக்ஸியொன்று வந்து நின்றது.

கிரி மெல்லிய குரலில் சொன்னான். "டாக்டரும் லாயரும் வர்றாங்க."

டாக்ஸி டிரைவரை அனுப்பிவிட்டு... டாக்டர் பரமேஸ்வரனும் வக்கீல் கோபால்ராவும் கல்யாண வரவேற்புக்கு

வருபவர்களைப் போல் வந்து கொண்டிருந்தார்கள். உடம்பு பூராவும் சந்தோஷம்.

புவனேஸ்வரி முன்னே போனாள். “வாங்க டாக்டர்! வாங்க லாயர்...!”

டாக்டர் பரமேஸ்வரன் முகத்தில் அமர்த்தலாய்ப் பெருமிதமொன்று உட்கார்ந்திருந்தது.

“மிஸஸ் புவனேஸ்வரி! நான் சொன்ன மாதிரியே ஆள் கவுந்தாரா இல்லையா? என்னோட குறி என்னிக்குமே தப்பினதில்லே.”

“டாக்டர்! ஆள் மரக்கட்டை மாதிரிக் கிடக்கார். ஆபத்தில்லையே?” - கிரி டாக்டர் பரமேஸ்வரனிடம் கேட்டான்.

“நாளைக்குச் சாயந்தரம் வரைக்கும் கவலையில்லை. இந்த மருந்தோட வீரியம் குறையறதுக்கும் சுந்தரமூர்த்தியோட உயிர் பிரியறதுக்கும் சரியா இருக்கும். மனுஷனால பேச முடியாது. ஞாபகம் துளியுண்டு இருக்கும். ஆளுங்களை அடையாளம் கண்டுக்குவார். அந்த ஞாபகமும் போகப் போகக் குறைஞ்சுடும்!”

பேசிக்கொண்டே சுந்தரமூர்த்தியை நெருங்கினார் பரமேஸ்வரன். நாற்கொலியொன்றை இழுத்துப்போட்டுக் கொண்டு அவரருகே உட்கார்ந்தார்.

மல்லாக்கக் கிடத்தப்பட்டிருந்த சுந்தரமூர்த்தியின் உடம்பில் கொஞ்சமும் அசைவில்லை. மார்புக்கூடு மட்டும் மிக லேசாய் எம்பிக் கொண்டிருந்தது.

விழிகளில் வெள்ளைப் பாகம் கொஞ்சம் தெரிய, வாயை ‘O’ வடிவத்தில் திறந்திருந்தார் சுந்தரமூர்த்தி.

புவனேஸ்வரியைத் திரும்பிப் பார்த்தார் பரமேஸ்வரன்.

“பங்களால வேலைக்காரங்க யாருமில்லையே... மிஸஸ் புவனேஸ்வரி?”

“யாரும் இல்லை டாக்டர்! எல்லாரையும் ஆறு மணிக்கே அனுப்பிச்சுட்டேன். இனிமே நாளைக்குக் காலையிலேதான் அவங்க வருவாங்க.”

“தட்ஸ் குட்... இனிமே நாம நினைச்சதைப் பண்ணலாம் சுந்தரமூர்த்திக்கு இன்னும் மூணு மணி நேரம் கழிச்சு நினைவு திரும்பும். அதுக்குள்ளாற அவரை வால்பாறை எஸ்டேட் பங்களாவுக்குக் கொண்டு போயிடணும்...”

“இப்பவே - இந்த நிமிஷமே கொண்டு போயிடலாம் டாக்டர்! ரெண்டு கார் ரெடியாவே இருக்கு.”

“இப்போ புறப்பட்டா பத்து மணிக்கெல்லாம் வால்பாறை பங்களாவுக்குப் போயிடலாம். என்ன சொல்றீங்க டாக்டர்?”

“போகலாம்... மிஸ்டர் கோபால்ராவ்! எல்லாம் தயார் பண்ணிட்டீங்களா? பின்னாடி ஒரு குளறுபடியும் வராதே?”

கோபால்ராவ் சிரித்தார்.

“ஒரு வில்லங்கமும் வராது டாக்டர்! நீங்க சுந்தரமூர்த்திக்குப் போட்ட இஞ்செக்ஷன் எப்படி அற்புதமா வேலை செஞ்சுதோ... அதேமாதிரிதான் நான் தயாரிச்ச உயிலும் வேலை செய்யப் போகுது. ஒண்ணும் ஒண்ணும் கூட்டுனா ரெண்டுன்னு சொல்ற மாதிரி உயில் அவ்வளவு தெளிவா இருக்கு.”

“வக்கீல் சார்! உயில்ல கையெழுத்து வாங்க வேண்டியது உங்க பொறுப்பு. கையெழுத்தை அவர் போட்டதும் அவரோட மூச்சை நிறுத்த வேண்டியது என்னோட பொறுப்பு!” - கிரி புன்னகைத்தான்.

“உயிலில் கையெழுத்து வாங்கினதுமே சுந்தரமூர்த்தி சீரியஸா இருக்கார்ன்னு வினோத்துக்கு ஒரு டெலிகிராம் அடிச்சுட வேண்டியது. டெலிகிராம் அவனுக்குப் போய்ச் சேர்ந்து அவனுக்குப் ஃப்ளைட் கிடைச்சு... இந்த வால்பாறை பங்களாவுக்கு வர்றதுக்கு எப்படியும் நாளைக்குச் சாயந்தரம் ஆகிடும்.”

“அப்பன் சாகறதுக்கு முன்னாடி அவனைச் சாகடிச்சுடனும்.”

க்ரே வண்ண அம்பாசிடர் காரின் பின்சீட்டில் சுந்தரமூர்த்தியைக் கிடத்திவிட்டு அவருக்கு

தலைப்பக்கமாய் டாக்டர் பரமேஸ்வரனும் உட்கார்ந்து கொள்ள... முன்சீட்டில் வக்கீலும் கிரியும் அமர்ந்தார்கள்.

கிரி காரை உசுப்பினான்.

டாக்டர் பரமேஸ்வரன் அவனுடைய தோளைத் தொட்டபடி சொன்னார். "கிரி! காரை வேகமாக ஓட்டாதே. அதே மாதிரி காரைப் பள்ளத்திலே இறக்காம ஓட்டு. பலமான குலுக்கல் அவரோட ஹார்ட்டை ஸ்தம்பிக்க வெச்சுடும்."

"சரி டாக்டர்!" - காரைக் கிளப்பினான் கிரி. போர்டிகோவை வலம் வந்து காம்பௌண்ட் கேட்டை நோக்கிப் பாய்ந்தது கார்.

"பங்களாவைப் பூட்டினீங்களா மிஸஸ் புவனேஸ்வரி?"

"ம்..."

"காவலுக்கு கூர்க்கா மட்டும்தானே இருப்பான்?"

"ஆமா!"

கார் ரோட்டுக்கு வந்து வேகம் பிடித்தது. ஹெட் குவார்ட்டர்ஸ் ரோட்டைத் தாண்டி ஸ்டேட் பாங்க் ரோட்டின் போக்குவரத்து நெரிசலில் நீந்தி... டவுன் ஹால் உக்கடத்தைக் கடந்து பொள்ளாச்சி போகும் ரோட்டின் தலைப்பகுதியைக் கவ்வியது அம்பாசிடர்.

அதே விநாடி -

எதற்கோ தலையைத் திருப்பிய புவனேஸ்வரி அதிர்ந்தாள்.

படுத்திருந்த சுந்தரமூர்த்தி, திறந்த விழிகளில் அவளையே பார்த்துக் கொண்டிருந்தார்.

3

மனிதன் பிறக்கும்போதே மூன்று கர்ம வினைகளுக்குக் கட்டுப்பட்டே பிறக்கிறான்.

1. சஞ்சித கர்மா 2. பிராரப்த கர்மா 3. ஆகாமிய கர்மா

புவனேஸ்வரியின் இதயம் ஒருமுறை உதறிக்கொண்டது.

சுந்தரமூர்த்தியின் பார்வை வித்தியாசமாய், அழுத்தமாய்த் தன் மேல் விழுந்திருப்பதை ஒருவித கலக்கத்தோடு உணர்ந்து, அந்தக் கலக்கத்தை முகத்திற்குக் கொண்டுவராமல், இயல்பான குரலில் அவரருகே தலையைக் குனிந்து கேட்டாள்.

"என்னங்க.... உங்களுக்கு.... என்ன பண்ணுது?"

சுந்தரமூர்த்தி ஏதோ பேசுவதற்காக உதடுகளை அசைத்தார். வார்த்தைகள் தெளிவில்லாமல் தொண்டைக் குழியில் நிரம்பியிருந்த காற்றை எடுத்துக்கொண்டு 'கர்புர்' என்று வந்தன. அவர் முகம் தக்காளி நிறத்திற்கு மாறியது.

முன்சீட்டில் உட்கார்ந்திருந்த கிரியும், டாக்டர் பரமேஸ்வரனும் திரும்பிப் பார்த்தார்கள். கிரி டாக்டரின் காதருகே கிசுகிசுத்தான்.

"என்ன டாக்டர்! நீங்க சொன்ன நேரத்துக்கு முன்னாடியே அவருக்கு ஞாபகம் திரும்பிடிச்சு?"

"பயப்படாதே கிரி! ஞாபகம் திரும்பினாலும் அவரால பேசமுடியாது. கிணத்துக்கடவு போனதும்

வண்டியை ரோட்டோரமா நிறுத்திக்க. நான் கீழே இறங்கி சுந்தரமூர்த்திக்குத் தூக்கம் வர்றதுக்கான ஊசி போட்டுடறேன். அவர் தூங்காம வந்தார்ன்னா நாம வண்டியிலே எதுவுமே பேச முடியாது!" - டாக்டர் கிசுகிசுத்தார்.

புவனேஸ்வரி பின்சீட்டில் சுந்தரமூர்த்தியிடம் ஏகக் கரிசனத்தோடு சொல்லிக் கொண்டிருந்தாள். "நீங்க பயப்படாம இருங்க...! உங்களுக்கு ஒண்ணும் இல்லே... அதிகப்படியான சோர்வுனாலதான் மயக்கம் வந்திருக்கும்னு நம்ம டாக்டர் சொல்றார். கோயமுத்தூர் கிளைமேட்ல இருக்கிறதைக் காட்டிலும் வால்பாறை கிளைமேட்ல இருக்கிறதுதான் உங்களுக்கு நல்லதுன்னு டாக்டர் அபிப்பிராயப்படறார். அதனாலதான் உங்களை அங்கே கொண்டு போறோம்."

சுந்தரமூர்த்தி படுத்த நிலையிலேயே கண்களைச் சுழற்றிப் பார்வையால் காரை அலம்பினார்.

புவனேஸ்வரி புரிந்துகொண்டாள். "கார்ல யார் யார் இருக்காங்கன்னு பார்க்கிறீங்களா? நான், என்னோட தம்பி கிரி, நம்ம குடும்ப டாக்டர், அப்புறம் நம்ம வக்கீல். தைரியமா இருங்க. உங்களுக்கு ஒண்ணும் ஆகாது!"

சுந்தரமூர்த்தி கையை நெஞ்சின் மேல் வைத்து அப்படியும் இப்படியுமாய் புரண்டார். கண்களில் நீர் எட்டிப்பார்த்தது. ஏதோ சொல்ல முயன்று இடக்கையை மேலே தூக்கினார்.

"நெஞ்சு வலிக்குதா உங்களுக்கு? டாக்டர்...! அவர் நெஞ்சு வலிக்குதுங்கிறார். பார்க்கிறீங்களா?"

புவனேஸ்வரி டாக்டரைப் புன்னகையோடு பார்த்தாள்.

கார் கிணத்துக்கடவை நெருங்கிக் கொண்டிருந்தது.

டாக்டர் கிரியின் பக்கமாய்த் திரும்பினார். "கிரி! காரை அப்படி அந்தப் புளியமரத்துக்குக் கீழே நிறுத்திக்க உன்கிட்ட டார்ச்லைட் இருக்குல்ல?"

"ம்... இருக்கு டாக்டர்!" - சொல்லிக்கொண்டே காரை ஒதுக்கினான் கிரி.

புளியமரத்துக்குக் கீழே நிறுத்திக் கீழே இறங்கினான் பேண்ட் பாக்கெட்டில் இருந்த பென்டார்ச்சை எடுத்துக் கொண்டான். டாக்டர் கிட்டை எடுத்துக்கொண்டு பின்சீட்டை நெருங்க... வக்கீல் கோபால்ராவ் கீழே இறங்கினார். கிரி காரைச் சுற்றிக்கொண்டு டாக்டர் அருகே வந்தான்.

“கிரி..! டார்ச்சை இந்தப் பக்கமா அடி!”

பேனா டார்ச்சிலிருந்து வழிந்த வெளிச்ச வட்டம் சுந்தரமூர்த்தியின் மேனியை ஒற்றி எடுத்தது.

“இப்படி தோள்பட்டைப் பக்கமா டார்ச்சைக் காட்டு.”

கிரி டார்ச்சின் உபயத்தால் சுந்தரமூர்த்தியின் தோள்பட்டையைத் தேடிப் பிடித்துக் காட்ட... தூக்க மருந்து ஊசியை லாவகமாய்ச் செலுத்தினார் டாக்டர் பரமேஸ்வரன். கூடவே இதமாய்ச் சில வார்த்தைகள். “மிஸ்டர் சுந்தரமூர்த்தி! தூங்கறதுக்காக ஊசி போட்டிருக்கேன். நெஞ்சுப் பக்கமா வலி இருந்துட்டுத்தான் இருக்கும். வால்பாறை போனதும் சரியாயிடும். நிம்மதியாத் தூங்குங்க!”

சுந்தரமூர்த்தி கண்களை மூடிக்கொண்டார் ஆயாசமாய்.

“ம்... காரை எடு கிரி! பத்துமணிக்குள்ளே வால்பாறை போயிடணும். நேரமாயிடுச்சுன்னா வால்பாறை ஏகமாக குளிர ஆரம்பிச்சுடும்.”

மூன்று பேரும் காரில் தத்தம் இடங்களை ஆக்கிரமிக்க, கார் நகர்ந்தது.

சுந்தரமூர்த்தி சட்டென்று ஒருமுறை வியர்த்து... பின் மெதுவாய் ஒரு மயக்க நிலைக்கு ஆட்பட்டுத் தூங்க ஆரம்பித்தார். கார் வேகம் பிடித்தது.

“இனிமே கண் முழிக்க மாட்டாரே டாக்டர்?” - புவனேஸ்வரி கேட்டாள்.

“முழிக்க மாட்டார். நாளைக்குக் காலையில வரைக்கும் பயமில்லை.”

வக்கீல் கோபால்ராவ் குறுக்கிட்டு ஜாக்கிரதையான குரலில் சொன்னார். "காலையில முழிச்சதும் முதல் காரியமா உயில்ல கையெழுத்தை வாங்கிடணும்!"

"ம்... ம்..." – புவனேஸ்வரி தலையை ஆட்டிக்கொண்டே சுந்தரமூர்த்தியைப் பார்த்தாள். நித்திராதேவி அவரை வீழ்த்தியிருந்தாள்.

சில கிலோ மீட்டர்கள் கார் கடந்திருக்கும். காரை ஓட்டிக்கொண்டிருந்த கிரி ஒருவித கலக்கத்தோடு புவனேஸ்வரியைத் திரும்பிப் பார்த்தான்.

"அக்கா! காருக்குப் பின்னாடி ஒரு பைக் வருது பார்த்தியா?"

புவனேஸ்வரி திரும்பிப் பார்த்தாள். "ஆமா, தெரியுது."

"அந்தப் பைக்கை உக்கடத்தில வெச்சுப் பார்த்தேன். அப்புறம் கிணத்துக்கடவு கிட்ட பார்த்தேன். கிணத்துக்கடவுல ஊசி போடறதுக்காகக் கொஞ்ச நேரம் காரை நிறுத்தியிருந்தோம். அப்பவே அவன் நம்மை ஓவர் டேக் எடுத்துட்டுப் போனதை நான் பார்த்தேன். இப்போ திடீர்னு எங்கிருந்தோ நம்ம காருக்குப் பின்னாடி வர ஆரம்பிச்சிருக்கான். எனக்கென்னமோ சந்தேகமா இருக்கு!"

டாக்டர் பரமேஸ்வரன் திரும்பிப் பார்த்தார்.

கிரி சொன்னது உண்மைதான்.

காரின் வேகத்துக்குத் தகுந்த மாதிரி அந்தப் பைக்கும் வந்து கொண்டிருந்தது.

"கிரி... காரோட வேகத்தைக் கொஞ்சம் குறை!" – டாக்டர் சொன்னார்.

அறுபதில் இருந்த ஸ்பீடோமீட்டர் முள் சட்டென்று நாற்பதுக்கு வர... இன்ஜின் ஓலத்தைக் குறைத்துக்கொண்டு 'ஹம்' என்று சப்தித்தது.

"நம்ம காரை ஃபாலோ பண்றவனாயிருந்தா... அவனும் ஸ்பீடைக் குறைச்சுக்குவான். ஃபாலோ பண்ற நோக்கம்

அவனுக்கு இல்லேன்னா நம்ம காரை ஓவர்டேக் பண்ணிட்டு போயிடுவான். இப்பப் பார்த்துடலாம்.”

காருக்குப் பின்னால் பைக்கின் சத்தம் படபட வென்றது.

“பின்னால யாரும் திரும்பிப் பார்க்காதீங்க...”

நாற்பதில் ஊர்ந்த காரில் அனைவரும் நேர்ப்பார்வை பார்த்துக் கொண்டிருக்க...

அந்தப் பைக் ‘விஷ்ஷ்க்க்’ என்று காற்றைச் சீவிக்கொண்டு போனது.

“எவனோ கிராமத்தாளு போலிருக்கு. தலையில முண்டாசு கட்டியிருக்கான். நிச்சயமா அவன் நம்ம காரை ஃபாலோ பண்ணலை...” - டாக்டர் சொல்ல... அனைவருக்கும் அது சரியாகவே பட்டது.

பழைய உற்சாகத்திற்கு எல்லோரும் திரும்பினார்கள்.

கார் வால்பாறையைத் தொட்டபோது மணி சரியாய் இரவு 10.20.

வால்பாறையில் குளிர் உக்கிரமாய் இருந்தது. முதல்நாள் பெய்த மழையின் ஈரம் தரையில் இன்னமும் பாக்கியிருந்தது. காதறுத்தான் வண்டுகள் கூட்டம் கூட்டமாய் மரங்களின் கிளைகளில் அப்பிக்கொண்டு ‘கிர்ர்ர்... கிர்ர்ர்ர்...’ என்று ஒரேமாதிரி ராவிக் கொண்டிருந்தன.

“எஸ்டேட் பங்களால யாராச்சும் இருக்காங்களா புவனேஸ்வரி அம்மா? - கோபால்ராவ் கேட்க...

தலையசைத்தாள் புவனேஸ்வரி. “யாருமே இல்லை... லாயர் ஸார்! தோட்டத்தைப் பராமரிக்கிறதுக்காக மட்டும் சின்னுன்னு வேலைக்காரன் ஒருத்தன் இருக்கான்.”

“அவனால நமக்கு எந்த பிரச்சனையும் வராதே?”

“அவனுக்குத் தெரியற மாதிரியா நாம நடந்துக்கப் போறோம்?”

கார் முள்வேலியொட்டிய செம்மண் பாதையில் குலுங்கிக் கொண்டே ஓடியது.

சுந்தர் எஸ்டேட் தூரத்தில் தெரிய... "அந்தப் பங்களாதானே...?" - டாக்டர் பரமேஸ்வரன் முன்கண்ணாடி வழியே குனிந்து பார்த்தபடி கேட்டார்.

"அதுதான் கிரி...! காரைப் பார்த்து ஓட்டு. அந்த வளைவுல ஒரு பெரிய பள்ளம் வரும்..." – புவனேஸ்வரி காரின் அசைவில் ஏகமாய்க் குலுங்கிக்கொண்டே சொன்னாள்.

கிரி காரை ஜாக்கிரதையாய்க் கையாண்டு மெதுவாய்க் காரை எஸ்டேட்டின் மூங்கில் கேட் அருகே கொண்டுபோய் நிறுத்தினான். ஹார்ன் மேல் கையை வைத்து 'பான்க்... பான்க்...' என்று சப்தித்தான்.

சில விநாடி அமைதிக்குப் பிறகு –

பங்களாவின் உள்ளே இருந்து ஓர் அரிக்கேன் விளக்கு உயிர்பிடித்துக் காற்றில் நீந்தியபடி வந்தது.

"சின்னு வர்றான்!" - புவனேஸ்வரி சொல்ல... அனைவரும் அரிக்கேன் விளக்கையே பார்த்தபடி உட்கார்ந்திருந்தார்கள்.

அரிக்கேன் விளக்கு காம்பௌண்ட் கேட்டை நெருங்கி நின்றது.

"யாரது?" - சின்னு உற்றுப் பார்த்தபடி கேட்டான்.

"சின்னு! முதல்ல கதவைத் திறந்து விடு!" - புவனேஸ்வரியின் குரல் கேட்டதும் அரிக்கேன் விளக்கு பரபரத்தது.

"இதோ வந்துட்டேம்மா..."

இடுப்பிலிருந்த சாவிக்கொத்தை உருவிச் சாவியொன்றைத் தேடியெடுத்து மூங்கில் கேட்டின் பூட்டைப் பிளந்து விட்டான். கார் உள்ளே நுழைந்தது.

"சின்னு... கேட்டைப் பூட்டிகிட்டு உள்ளே வா!"

"சரிங்கம்மா..."

சின்னு கேட்டைப் பூட்டிக்கொண்டு ஓட்டமும் நடையுமாய் போர்டிகோவை நெருங்குவதற்குள் சுந்தரமூர்த்தி காரிலிருந்து இறக்கப்பட்டு போர்டிகோவின் படியில் கிடத்தப்பட்டிருந்தார்.

"அய்யாவுக்கு என்னங்கம்மா?" - நிஜமான தவிப்போடு புவனேஸ்வரியிடம் கேட்டான் சின்னு. (சின்னு எப்படி இருப்பான் என்பதை நான் இன்னமும் சொல்லாததற்குக் காரணம் இருட்டுதான். ஓரளவுக்குத் தெரிந்த அரிக்கேனின் மங்கிய வெளிச்சத்தில் முப்பது வயதுக்குள் சம்மர் கிராப்போடு கறுப்பாய் இருந்தான்.)

சின்னுவின் தரிசனம் புவனேஸ்வரிக்கு எரிச்சலை மூட்டினாலும் இதமாகவே பேசினாள். "அய்யாவுக்கு ஒண்ணுமில்லே சின்னு! எப்பவும் வர்ற நெஞ்சுவலிதான். நீ சீக்கிரமாப் பின்பக்கமா போய் ஜெனரேட்டரை ஆன் பண்ணிட்டு வா. பங்களா சாவியைக் கிரிகிட்ட கொடு. திறக்கட்டும்..."

"சரிங்கம்மா!" - கையிலிருந்த சாவிக்கொத்தை கிரியிடம் கொடுத்துவிட்டுப் பங்களாவின் பின்பக்கத்திற்கு ஓடினான் சின்னு.

"ஏன்... இந்தப் பங்களாவுக்கு எலக்ட்ரிசிடி கனெக்ஷன் கிடையாதா?" - கோபால்ராவ் சுற்றும் பரவியிருந்த இருட்டைப் பார்த்துக்கொண்டே கேட்டார்.

"மொதல்லே இருந்தது. கரண்ட் சப்ளை அடிக்கடி நின்னு போறதுனால அவர் பெர்மனண்ட்டா ஜெனரேட்டரை ஒண்ணை வாங்கி வெச்சுக்கிட்டார்!" - புவனேஸ்வரி சொன்னாள்.

கிரி பங்களாவின் வாசற்கதவைத் திறந்துவிட்டான். அதேநேரம் பங்களாவின் பின்புறமிருந்த ஜெனரேட்டர் 'ஹொய்ங்க்' என்று சத்தம் செய்தது.

"வாசல்ல இருக்கிற விளக்கு ஸ்விட்சைப் போடு கிரி!"

போட்டான்.

டியூப் லைட்டொன்று கண்ணை விழித்து வெளிச்சத்தைக் கொட்டியது.

புவனேஸ்வரி மெல்ல நடந்துபோய் தொய்ந்து போய் கிடந்த சுந்தரமூர்த்தியின் அருகில் நின்றாள்.

டாக்டரும் லாயரும் சுந்தரமூர்த்தியை ஆளுக்கொரு பக்கமாய்ப் பற்றிக்கொள்ள.... சின்னு கால்களைப் பற்றித் தூக்கினான்.

உள்ளே போனார்கள்.

“மாடிக்கு வேண்டாம். கடைசி ரூமுக்குக் கொண்டு போயிடலாம்...” - சுந்தரமூர்த்தியைச் சுமந்த களைப்பில் மூச்சு வாங்கச் சொன்னார் டாக்டர்.

கிரி ஒவ்வோர் அறையின் ஸ்விட்ச் போர்டையும் தடவித் தடவி பங்களாவின் சர விளக்குகளின் கண்களைத் திறந்ததுமே ஒருவித மக்கிய வாசம் அடித்தது. தூசி பறந்தது.

சுந்தரமூர்த்தியைப் படுக்கையில் கிடத்தினார்கள். அவரை மல்லாத்தி விட்டுப் போர்வையொன்றைப் போர்த்தினார்கள்.

“சின்னு!”

“சொல்லுங்கம்மா!”

“எங்க நாலுபேருக்கும் ஏதாச்சும் சாப்பிட வேணும். கடைத்தெருவுக்குப் போய் ஏதாச்சும் வாங்கிட்டு வா.”

“இந்நேரத்துக்குக் கடைவீதி பூராவுமே ஆளில்லாம... ஒன்னு இருக்குமேம்மா! முன்னாடியே எனக்குத் தகவல் சொல்லிருந்தா... சமையலையே பண்ணி வெச்சிருப்பேன்!” – சின்னு பேசிக்கொண்டிருந்த அதே விநாடி...

பக்கத்து அறையில் ஸ்விட்சைத் தட்டப்போன கிரி, ஒருவித அவசரத்தனத்தோடு கத்தினான். “அக்கா இங்கே கொஞ்சம் வா...! டாக்டர்...! லாயர்...! நீங்களும்தான்!”

“என்னடா கிரி? - புவனேஸ்வரி ஓட்டமும் நடையுமாய்ப் பக்கத்து அறைக்குத் தாவினாள். கூடவே லாயரும் டாக்டரும் பதட்டமாய்த் தொடர்ந்தார்கள்.

அறையின் உள்ளே –

நடுவே – கிரி நின்றிருந்தான்.

அவனுடைய பார்வை மையத்தில் உறைந்துப்போய் டீபாயின் மேலிருந்த ஆஷ்ட்ரேயின் மேல் நிலைத்திருந்தது.

கிரியின் தோளை உசுப்பினாள்.

"என்னடா கிரி...? எதை இப்படி வெறிச்சுப் பார்க்கிறே...?"

"அக்கா...!" வலதுகையின் ஆள்காட்டி விரலால் ஆஷ்ட்ரேயைச் சுட்டிக்காட்டினான் கிரி. "அந்த ஆஷ்ட்ரேயைப் பாரு!" – குரல் நடுங்கியது.

பார்த்தாள் புவனேஸ்வரி. அதிர்ந்தாள்.

ஆஷ்ட்ரேயின் உள்ளே சிகரெட் துண்டொன்று நெருப்புத் தலையோடு மெலிதாய்ப் புகைந்து கொண்டிருந்தது.

"பூட்டியிருந்த பங்களாவுக்குள் - அதுவும் கொஞ்ச நேரத்திற்கு முன் எவனோ வந்துட்டுப் போயிருக்கிறான்."

நான்கு பேருக்கும் வியர்க்க ஆரம்பித்தது.

4

சஞ்சித கர்மா

முற்பிறவிகளில் மனிதன் செய்த பாவபுண்ணிய மூட்டைகளின் இருப்பாக இருக்கிறது.

சகலமும் அதிர்ந்தவளாய்த் திரும்பினாள் புவனேஸ்வரி.

ஓதுக்குப்புறமாய் நின்றிருந்த சின்னுவின் மேல் பார்வை ஆணியடித்து நின்றது.

“சின்னு! என் முன்னாடி வா. வந்து இப்படி நில்லு!”

“அம்மா!” - சின்னு அவசர அவசரமாய் வந்து நின்றான்.

“யார் வந்திருந்தாங்க நம்ம பங்களாவுக்கு?”

“யாரும் வரலைம்மா!”

“நீ பொய் சொல்றே! நாங்க வர்றதுக்குக் கொஞ்ச நேரத்துக்கு முந்தி யாரோ நம்ம பங்களாவுக்கு வந்துட்டுப் போயிருக்காங்க இந்த சிகரெட் சொல்லுது எல்லாமே! உண்மையைச் சொல்லிடு.”

சின்னு முகம் கறுத்துப் போய் - எதிர்பாராத இந்தக் கேள்விகளால் வெகுவாக ஆடிப் போனான்.

“அம்மா! நான் இந்த வேலைக்குச் சேர்ந்து பத்து வருஷமாவப் போவுது. ஐயா, சின்னய்யா, நீங்க.... உங்க மூணுபேரத் தவிர வேற யாருமே இந்தப் பங்களாவுக்கு வர்றதில்லை. நீங்க வர்ற சமயங்கள்ல மட்டும்தான் பங்களாவைத் திறப்பேன்.

நீங்க யாருமே வரலேன்னா பதினைஞ்சு நாளைக்கு ஒரு தபா ஒட்டடையைத் தட்டிக் குப்பையைப் பெருக்கறதுக்காக நான் பங்களாவைத் திறப்பேன்."

சின்னு சொல்லச் சொல்ல... கிரி கோபமாய்ச் சின்னுவை நெருங்கினான்.

"யாருமே வர்றதில்லைன்னு சொல்றே... ஆனா உள்ளே ஆஷ்ட்ரேயில் உசிரோட சிகரெட் இருக்கே... அது எப்படி?"

"எனக்குத் தெரியாதுங்க."

"நாங்க வராதப்ப பங்களாவை யாருக்காச்சும் வாடகைக்கு விடறியா என்ன? அப்படி ஏதாவது வாடகைக்கு விட்டிருந்தியானா சொல்லிடு. நான் ஒண்ணும் சொல்ல மாட்டேன்!" - புவனேஸ்வரி நயந்த குரலில் கேட்டாள்.

"அம்மா!" - ஏறக்குறைய அலறினான் சின்னு.

"பங்களாவுக்குக் காவல் இருக்கிறவங்க பலரும் சகஜமாச் செய்யற வேலைதானே இது? நான் ஒண்ணும் தப்பா நினைச்சுக்க மாட்டேன். சொல்லு சின்னு!" - புவனேஸ்வரி மறுபடியும் அவனைத் தூண்ட... சின்னு முகத்தை விறைப்பாக வைத்துக்கொண்டு சொன்னான்.

"நான்... அப்படிப்பட்டவன் இல்லே அம்மா! நீங்க தர்ற சம்பளமே இந்த ஒண்டிக்கட்டைக்குப் போதும். உங்க பங்களாவை வாடகைக்கு விட்டுப் பணம் சம்பாதிக்கிற அளவுக்குக் காசாசை பிடிச்சவனில்லே நான்..."

டாக்டர் பரமேஸ்வரன் புவனேஸ்வரியின் பக்கமாய்த் திரும்பினார். "மிஸஸ் புவனேஸ்வரி! இட் சீம்ஸ் ஹி டஸ்ண்ட் நோ எனிதிங். அவனுக்குத் தெரியாமலேயே யாராவது பின்பக்கச் சுவரேறி பங்களாவிலே நுழைஞ்சிருக்கலாம். பூட்டிக் கிடக்கிற பங்களாதானே! ஏதாவது கிடைக்கும்ங்கிற நப்பாசையிலே திருட வந்திருக்கலாம். வந்தவன் சிகரெட் பிடிச்சிருக்கலாம். லீவ் த மேட்டர். இந்தச் சின்ன விஷயத்தை அலட்டி, பெரிசுப்படுத்திக்காம... தூங்கப் போறது பெட்டர்."

எல்லோருமே மௌனமாய் நின்றிருக்க...

கிரி ஆஷ்ட்ரேயில் இருந்த சிகரெட் துண்டை ஆள்காட்டி விரலுக்கும் கட்டை விரலுக்கும் நடுவே எடுத்து விளக்கொளியில் உயர்த்திப் பார்த்தான். டாக்டரையும் லாயரையும் பார்த்தபடி மெல்லிய குரலில் சொன்னான்.

"ப்ளெயின் வில்ஸ்!"

வால்பாறை அன்றைய தினத்துப் புதுச்சூரியனை பனிப்போர்வைக்கு நடுவே வரவேற்றது. மலையின் பள்ளத்தாக்குகள் வெளிர் பச்சை நிறத்தில் கிலோமீட்டர் கணக்கில் நெளிந்து, மலையின் முகடுகளில் மேகப் பஞ்சுகள் இன்னமும் தூக்கம் கலையாமல் உட்கார்ந்திருந்தன.

செம்போத்துக்களும் வெள்ளை நாரைகளும் வடமேற்குத் திசையின் மூலையை நோக்கி ஒரேமாதிரி சிறகுகளை அசைத்துப் போய்க்கொண்டிருக்க. பொள்ளாச்சி பஸ் ஸ்டாண்டிலிருந்து விடியற்காலையில் புறப்பட்ட சேரன் போக்குவரத்துக் கழக பஸ்கள் மலைச்சரிவுகளின் வளைவுகளில் 'ஊம்... ஊம்...'. என்று தம் பிடித்து ஊர்ந்து கொண்டிருந்தன.

மாடி ஜன்னல் அருகே நின்று திரைச்சீலையை விலக்கிக் கீழே பார்த்துக்கொண்டிருந்த புவனேஸ்வரி... தன் அறைக்குள் யாரோ நுழையும் சத்தம் கேட்டுத் திரும்பினாள்.

டாக்டர் பரமேஸ்வரன் குளித்துவிட்டு வேறு உடையில் நின்றிருந்தார்.

"குட் மார்னிங் டாக்டர்!"

"குட் மார்னிங் மிஸஸ் புவனேஸ்வரி!"

"குளிச்சிட்டீங்க போலிருக்கே டாக்டர்?"

"நான் எப்பவுமே எர்லி மார்னிங் குளிச்சுடறது வழக்கம்!"

"நல்ல பழக்கம்தான். ஆனா என்னால மட்டும் முடியறதில்லை. லாயர் எழுந்துட்டாரா?"

“ம்... எழுந்துட்டார். இப்ப பாத்ரூம்லே இருக்கார்.”

“கிரி....?”

“இன்னும் தூங்குறான்.”

“அவரோட ரூமுக்குப் போயிருந்தீங்களா டாக்டர்?”

‘போயிட்டுத்தான் வர்றேன்.”

“எப்படி இருக்கார்?”

“நாம நினைச்ச மாதிரிதான் இருக்காரு.. இன்னும் இருபத்தி நாலு மணி நேரத்திலே அவர்கிட்ட இருந்து நாம உயில்ல கையெழுத்தை வாங்கிடணும். பல்ஸும் ஹார்ட் பீட்ஸும் போகப்போக குறைஞ்சுடும் போலிருக்கு. கையையும் காலையும் அசைக்கிற அளவுக்குத்தான் உடம்பிலே தெம்பு இருக்கும்!”

புவனேஸ்வரி தான் அணிந்திருந்த நைட்கவுனின் முடிச்சை இறுக்கிக்கொண்டே தீவிரமாய் யோசித்தாள். “அப்போ லாயர்கிட்ட சொல்லிச் சீக்கிரமே கையெழுத்தை வாங்கணும்...”

“நான் ரெடி. உயில் சம்பந்தப்பட்ட எல்லாப் பேப்பர்ஸும் ரெடி!” – சொல்லிக்கொண்டே வக்கீல் கோபால்ராவ் பளிச்சென்று வெள்ளை வேஷ்டியிலும், வெள்ளைச் சட்டையில் உள்ளே நுழைந்தார். உதட்டில் புன்னகை உறைந்திருந்தது.

“வாங்க லாயர்! டாக்டர் சொன்னதைக் கேட்டீங்களா?” – புவனேஸ்வரி ஆவலாய் வரவேற்றாள்.

“கேட்டுக்கிட்டுத்தான் வர்றேன். சுந்தரமூர்த்தியோட ரூமுக்குப் போகலாமா? நான் பேசற விதத்துலப் பேசிக் கையெழுத்தை வாங்கிடட்டுமா?”

“நாம கூட்டமாப் போக வேண்டாம். லாயர்! நீங்களும் மிஸஸ் புவனேஸ்வரியும் மட்டும் உள்ளே போய் அவர்கிட்ட பேசுங்க. நானும் கிரியும் வெளியே நிக்கிறோம். சின்னுவை இன்னும் ஒரு வாரத்துக்குப் பங்களாவுக்கு உள்ளே விடாதீங்க. அவுட் ஹவுஸிலேயே அவனை இருக்கச் சொல்லுங்க...” –

டாக்டர் பரமேஸ்வரன் பேசிக் கொண்டிருந்த அதே சமயம்... கிரி கலைந்த தலையோடும் தூக்கிக் கட்டிய லுங்கியோடும் உள்ளே நுழைந்தான்.

"டாக்டர்! ராத்திரி பூரா எனக்குச் சரியானபடி தூக்கமில்லே...." - எரிச்சலாய் முனகிக்கொண்டே புவனேஸ்வரியின் படுக்கையில் போய் உட்கார்ந்தான் கிரி.

"ஏன்... தூக்கம் வரலை. அருமையான ஃபோம் கட்டில். வால்பாறை குளிருக்கு அடக்கமான உல்லன் போர்வை. கோயமுத்தூர்ல இருந்து வால்பாறை வரைக்கும் கார்லே டிராவல் பண்ணின அலுப்பு.... படுத்ததுமே தூக்கம் பிச்சுகிட்டு வராதோ?" - கோபால்ராவ் சொல்லிவிட்டுச் சிரித்தார்.

"லாயர் சார்!" - அவருடைய தோளைத் தொட்டான் கிரி.

"கொடுத்து வச்சவங்க நீங்க மூணுபேரும். நல்லாத் தூங்கிட்டீங்க. ஆனா என்னால தூங்க முடியலை. ஏன் தெரியுமா? நான் படுத்த கொஞ்ச நேரத்துக்கெல்லாம் என்னோட ரூமுக்குப் பக்கத்துல இருக்கிற ரூம்ல யாரோ நடக்கற சத்தம்... மேஜையை இழுக்கற சத்தம். நாற்காலியைத் தள்ளுற சத்தம்..."

மூவரும் முகம் மாறினார்கள்.

"எழுந்து போய்ப் பார்த்தாயா கிரி?"

"ம்... போய்ப் பார்த்தேன். ரூம்ல யாரும் இல்லை. மேஜையையும் நாற்காலியையும் நகர்த்தின மாதிரியே தெரியலை. எல்லாமே அது... அது... அந்தந்த இடத்திலேயே இருந்தது. கொஞ்ச நேரம் அங்கேயே இருந்துட்டு அப்புறமா என்னோட ரூம்ல வந்து படுத்துக்கிட்டேன்."

புவனேஸ்வரி கேட்டாள். "மறுபடியும் அந்தச் சத்தம் கேட்டுச்சா கிரி?"

"இல்லை. அதுக்கப்புறம் கேட்கலை."

"அப்போ முன்னாடி கேட்ட சத்தம் பிரமையா இருந்திருக்கும்..! - டாக்டர் பரமேஸ்வரன் சொல்ல... கிரி தீர்மானமாய் மறுத்தான்.

“நோ டாக்டர்! நான் கேட்ட சத்தம் 100 பர்சண்ட் நிஜம். கண்டிப்பா பிரமை இல்லை.”

“சரி... அதை அப்புறமா டிசைட் பண்ணிக்கலாம். முதல்லே இந்த உயில் விவகாரத்தை முடிச்சுக்குவோம். லாயர்... வாங்க...! நீங்களும் நானும் அவரோட ரூமுக்குப் போவோம். உயில்ல கையெழுத்தை வாங்கற வழியைப் பார்க்கலாம்...” - சொல்லிக்கொண்டே சுந்தரமூர்த்தி இருந்த அறைக்குள் புவனேஸ்வரி முன்னே நடக்க... லாயர் உயில் சம்பந்தப்பட்ட காகித சமாச்சாரத்தோடு அவளைப் பின்தொடர்ந்தார்.

சந்தரமூர்த்தியின் அறைக்குள் நுழைந்தார்கள்.

புவனேஸ்வரியும், கோபால்ராவும் உள்ளே வர... ஜன்னலோரமாய்ப் போடப்பட்டிருந்த கட்டிலில் கண்களை மலங்க மலங்க விழித்தபடி படுத்திருந்தார் சுந்தரமூர்த்தி. மார்பு தூக்கித் தூக்கிப் போட வாயால் சுவாசித்துக் கொண்டிருந்தார். உதடுகள் அந்த ஓர் இரவுக்குள் பாளம் பாளமாய் வெடித்திருந்தன.

“கண் முழிச்சிட்டீங்களா?” - வரவழைத்துக் கொண்ட துக்க உணர்ச்சியோடு கணவரை நெருங்கினாள் புவனேஸ்வரி.

அவருடைய கைகளை ஆதரவாய்த் தடவித் தலையைக் கோதி விட்டாள்.

சுந்தரமூர்த்தி ஏதோ பேச முயற்சித்து நாக்கை அசைத்தார்.

காற்றுதான் வந்தது.

“என்னமோ சொல்லணும்னு நினைக்கிறாரு அம்மா! கையை அசைக்க வருது... ஒரு பேனாவையும் தாளையும் குடுங்க. எழுதிக் காட்டட்டும்!” - கோபால்ராவ் புவனேஸ்வரியின் காதருகே கிசுகிசுத்தார்.

புவனேஸ்வரி அருகே இருந்த அலமாரியைத் திறந்து அதைக் குடைந்து ஒரு பென்சிலையும் துண்டு பேப்பரையும் சுந்தரமூர்த்தியிடம் நீட்டினாள்.

மெலிதாய் கைகள் நடுங்க வாங்கிக்கொண்டார்.

சுந்தரமூர்த்தி நிதானமாய் எழுத ஆரம்பித்தார்.

புவனேஸ்வரி குனிந்து அவர் எழுதுவதையே பார்த்துக் கொண்டிருந்தாள். இரண்டு நிமிஷம் செலவழித்து அவர் எழுதி முடித்த வரியைப் படித்த புவனேஸ்வரியும் லாயரும் திகைத்தார்கள்.

'லாயரை வெளியே போகச் சொல்லு!'

புவனேஸ்வரி கோபால்ராவை மௌனமாய்ப் பார்த்தாள். கோபால்ராவ் ஒரு விநாடி தயக்கத்திற்குப் பிறகு அறையை விட்டு மெல்ல வெளியே நகர்ந்தார். அறையை விட்டு வெளியேறும் வரை அவரையே பார்த்துக்கொண்டிருந்த சுந்தரமூர்த்தி, மறுபடியும் காகிதத்தில் எழுத ஆரம்பித்தார். அவர் எழுத எழுதப் படித்துக்கொண்டே வந்தாள் புவனேஸ்வரி.

"வினோத்துக்குத் தந்தி கொடுத்திட்டியா?" - எழுதிவிட்டுப் புவனேஸ்வரியைப் பார்த்தார் சுந்தரமூர்த்தி.

புவனேஸ்வரி மெல்லிய குரலில் முனகினாள்.

"இன்னும் இல்லீங்க. உங்களுக்கு இப்போ ஒண்ணும் இல்லே... குணமாயிடுவீங்கன்னு டாக்டர் சொல்றார். அநாவசியமாத் தந்தி குடுத்து அவனை எதுக்குக் கலவரப்படுத்தணும்?"

சுந்தரமூர்த்தி தொடர்ந்து எழுதினார். "இந்தத் தடவை நான் பிழைக்க மாட்டேன். முதலிலே வினோத்துக்குத் தந்தியைக் கொடு!"

"சரி கொடுத்திடறேன். நீங்க உடம்பை அசைக்காம ரெஸ்ட் எடுங்க. தைரியமா இருங்க. நம்ம டாக்டர் எப்படியும் உங்களைக் குணப்படுத்திடுவார். நம்ம லாயர் கோபால்ராவ் உயில் சம்பந்தமா ஏதோ பேசணும்னு சொல்றார்."

'வரச் சொல்லு!' என்கிற மாதிரி கையை அசைத்தார் சுந்தரமூர்த்தி.

புவனேஸ்வரி திரும்பி நின்று, “லாயர் சார்!” என்று குரல் கொடுக்க... காத்திருந்த லாயர் கோபால்ராவ் பவ்யமாய் உள்ளே நுழைந்தார்.

“லாயர் சார்! உயில் விஷயமா ஏதோ பேசணும்னு சொன்னீங்களே.... பேசுங்க. கொஞ்சம் சத்தமாய்ப் புரியும்படியா அவர்கிட்ட சொல்லுங்க!” - புவனேஸ்வரி சொன்னாள்.

கோபால்ராவ் ஒரு அசட்டுச் சிரிப்போடு அவரருகே குனிந்தார். “மிஸ்டர் சுந்தரமூர்த்தி லாஸ்ட் ஆகஸ்ட்ல நீங்க சொல்ல... நான் ஒரு உயிலை எழுதி முடிச்சேன். அதனோட நகல்லே நீங்க கையெழுத்துப் போடலை. ஒரிஜினல் காப்பி திடீர்னு காணாமப் போயிட்டா... பின்னாடி சொத்தை அனுபவிக்கிறவங்களுக்கு அது ஒரு ப்ராப்ளம் ஆயிடும். அதனால இந்த உயிலோட நகல்லே ஒரு கையெழுத்துப் போட்டா தேவலை!”

உயிலை நீட்டினார் கோபால்ராவ்.

வாங்கிக்கொண்ட சுந்தரமூர்த்தியிடம் மூடியைக் கழற்றிய பேனாவைக் கொடுத்தபடி, “இந்த இடத்திலே கையெழுத்தைப் போடுங்க மிஸ்டர் சுந்தரமூர்த்தி!” என்றார்.

கோபால்ராவ் சுட்டிக்காட்டிய இடத்தில் சுந்தரமூர்த்தி எழுதினார்.

‘யூ ஆர் எ ஃப்ராட் லாயர்.’

5

பிராரப்த கர்மா

மனிதன் பிறக்கும்போது அவன் முப்பிறவிகளில் செய்த பாவபலன்கள் விகிதாச்சாரப்படி இப்பிறவியில் அவனுக்கு இந்தந்த நேரத்தில் இன்னன்ன நடக்க வேண்டும் என்று தீர்மானிக்கப்பட்டு விடுகிறது. அதன்படி அவன் அதைப் பெறுவதற்காகப் பூமியில் பிறவி எடுக்கிறான்.

புவனேஸ்வரி அதிர்ச்சியோடு மெல்லப் பின்வாங்கினாள்.

"லாயர் சார்! வந்துருங்க. இவருக்கு நம்ம விஷயம் பூராவுமே தெரிஞ்சிருக்கு. உயிலை எடுத்துக்குங்க. கையெழுத்தை வாங்கற விதத்தில் வாங்கிக்கலாம்."

கோபால்ராவ் வியர்வையில் நனைந்து எச்சிலை விழுங்கச் சிரமப்பட்டுக்கொண்டே புவனேஸ்வரியோடு அறையை விட்டு நகர்ந்தார்.

சுந்தரமூர்த்தி, முகத்தில் ஏகப்பட்ட அசைவோடு அவர்களை வெறித்தார். ஆவேசத்தை நாக்குக்குக் கொண்டு வந்து கத்த முயன்றார்.

தொண்டை ஒத்துழைக்க மறுத்துக் கர்புர் என்று சப்தித்தது. படுக்கையிலிருந்து எழமுயன்றும் முடியாமல் கையை அப்படியும் இப்படியுமாக அசைத்தார்.

“என்ன கையெழுத்தைப் போட்டாரா?” - அறைக்கு வெளியே கதவருகே நின்றிருந்த டாக்டர் பரமேஸ்வரனும் கிரியும் ஆவலாய்க் கேட்டார்கள்.

கோபால்ராவ் உயிலைப் பிரித்து... சுந்தரமூர்த்தி எழுதியிருந்த வாசகத்தைக் காட்ட... இருவரும் முகம் மாறினார்கள்.

“இது போலி உயில்ன்னு அவருக்குத் தெரிஞ்சுடுச்சா?”

“அப்படித்தான் தெரியது.”

புவனேஸ்வரி குறுக்கிட்டாள். “டாக்டர்! நம்ம திட்டம் இந்த இடத்துல திணறுது. கார்ல நாம பேசிட்டு வந்ததை அரைகுறை நினைவிலேயே கேட்டிருக்கார். இல்லேன்னா... அவர் அப்படி எழுதமாட்டார். லாயர் கோபால்ராவின் மேல அவருக்கு ரொம்ப மதிப்பு இருந்தது.”

“இப்ப என்ன செய்யலாம் மிஸஸ் புவனேஸ்வரி? சுந்தரமூர்த்தி இன்னிக்கு ராத்திரி வரைக்கும்தான் உயிரோட இருப்பார். அதுக்குள்ளே அவர்கிட்ட நாம கையெழுத்தை வாங்கணும். இல்லேன்னா... நாம பட்ட பாட்டுக்குப் பலனே இல்லாமப் போயிடும்...” - டாக்டர் பரமேஸ்வரன் கொஞ்சம் கவலையோடு சொல்ல... கோபால்ராவ் புன்னகைத்தார்.

“கவலைப்படாதீங்க டாக்டர்! சுந்தரமூர்த்தி இந்த உயில்ல கையெழுத்துப் போடாட்டியும் பரவாயில்லை. நாம போட்ட திட்டப்படி எல்லாமே நடக்கும்.”

புவனேஸ்வரியும் கிரியும் சடக்கென்று தலைகளை உயர்த்தினார்கள்.

“என்ன சொல்றீங்க லாயர் சார்?

புன்னகையின் பரப்பளவை விரித்தார் கோபால்ராவ். குரலைத் தாழ்த்திக் கொண்டு பேச ஆரம்பித்தார். “சொல்றேன். எல்லாம் சொல்றேன்... புவனேஸ்வரியம்மா! நம்ம பிளானை எக்ஸிகியூட் பண்ண ஆரம்பிச்சப்பவே நினைச்சேன். உயில்ல ஒருவேளை சுந்தரமூர்த்தி கையெழுத்துப் போட மறுத்துட்டா

என்ன பண்றதுன்னு யோசிச்சேன். அப்படி ஏதாவது அவர் மறுத்துட்டா... அவரோட கையெழுத்தை நானே போட்டுடறதா முடிவு பண்ணி வெச்சிருந்தேன். அதுக்கு இப்ப நேரம் வந்திருக்கு...” - பேனாவை உருவிக்கொண்டார் கோபால்ராவ்.

புவனேஸ்வரி ஆச்சரியப்பட்டாள். “கையெழுத்தை அவர் மாதிரியே போட முடியுமா லாயர் சார்?”

கோபால்ராவ் சிரித்தார். “அழகாப் போடலாம். இந்த இருபது வருஷமா சுந்தரமூர்த்தியோட பழகினதுல அவரோட கையெழுத்தை அவர் மாதிரியே ஒழுங்காப் போடக் கத்துக்கிட்டேன். உயில்ல கையெழுத்தை நான் போடறேன். சுந்தரமூர்த்தி செத்ததுக்கப்புறம் அந்த உயிலைச் செல்ற மாதிரி செய்ய வேண்டியது என்னோட பொறுப்பு!”

மூன்று பேரும் முகம் மலர்ந்தார்கள்.

“சரி... உயில் விஷயம் ஓவர். அடுத்தபடியா பம்பாயில் இருக்கிற வினோத்தை இங்கே வால்பாறைக்கு வரச்சொல்லி அவனைக் கச்சிதமா முடிக்கணும்!” - கிரி கையைச் சொடுக்க... புவனேஸ்வரி தன் விழிகளை இடுக்கி உதட்டில் ஒரு குரூரப் புன்னகை தவழ... கரகரக்கிற குரலில் சொன்னாள்.

“அதுக்கு நான் வழி பண்றேன்!”

பம்பாய்.

தாஜ்கொரமண்டல்.

ரிசப்ஷன் ஹால். கண்ணாடிச் சுவர்களால் சூழப்பட்ட ரிசப்ஷன் கௌண்ட்டர். நடுவே அழகான ரிசப்ஷனிஸ்ட் அவளைச் சுற்றிலும் இருந்த விளக்குகளில் ஊதா நிறம் சிதறியது.

ரிஸீவரைப் பூப்போல் எடுத்து, “எஸ்!” என்றாள் ரிசப்ஷனிஸ்ட்.

“கால் ஃப்ரம் வால்பாறை. பி.பி கால்” என்றது.

“நேம்?”

“வினோத் ஃப்ரம் கோயம்புத்தூர்.”

“ப்ளீஸ் ஹோல்ட் த லைன். ஐ வில் கால் ஹிம்!” – ரிஸீவரைக் கீழே மல்லாத்தி விட்டு. எதிரே தெரிந்த பரந்த போர்டில் வினோத்தைத் தேடினாள் ரிசப்ஷனிஸ்ட்.

ஏழாவது ஃப்ளோர். முந்நூற்று எழுபத்தொன்பதாவது டீலக்ஸ் அறையில் சிக்கினான் வினோத்.

ரிசப்ஷனிஸ்ட் பட்டனைத் தட்டி இண்டர்காமில் வினோத்தைக் கூப்பிட்டு... ஃபோன் அழைப்பின் விபரத்தைச் சொல்ல... குளித்து முடித்து... சூட்டில் நுழைந்து வெளியே புறப்படத் தயாராகிக் கொண்டிருந்த வினோத் லேசாய் ஆச்சர்யமானான்.

‘வால்பாறையிலிருந்து டிரங்காலா?’

‘அப்பா இந்த சீசனில் வால்பாறைக்குப் போக மாட்டாரே!’

ரிஸீவரை எடுத்தான். “ஹலோ வினோத் ஹியர்!”

மறுமுனையில் புவனேஸ்வரி பேசினாள். “நான் சித்தி பேசறேன்... வினோத்!”

“என்ன விஷயம் சித்தி?”

“வினோத்! நீ உடனே புறப்பட்டு நம்ம வால்பாறை எஸ்டேட் பங்களாவுக்கு வரணும். அப்பாவுக்கு உடம்பு சரியில்லை. சீரியஸ்ன்னு டாக்டர் சொல்றார்.”

“சித்தி..!!!” – அலறினான் வினோத். “என்ன சொல்றீங்க..? நேத்தைக்கு நான் புறப்பட்டு வர்றப்ப நல்லாத்தானே இருந்தார். என்னாச்சு அவருக்கு?”

“மூணாவது தடவையா அட்டாக் வந்திருக்கு. பேசமுடியாம... எழுந்திருக்க முடியாம... ரொம்பவும் கஷ்டப்படறார்... கோயமுத்தூர்ல பங்களாவில இருந்தா... அவரைப் பார்க்கிறதுக்காக யார் யாரோ வந்துட்டே இருப்பாங்க. அவருக்கு கம்ப்ளீட் ரெஸ்ட் கிடைக்காதுன்னு நினைச்சு... நம்ம வால்பாறை பங்களாவுக்குக் கொண்டு வந்துட்டோம்!”

"அப்பாவுக்கு இப்போ எப்படி இருக்கு சித்தி?"

"பரவாயில்லை. உன்னைத்தான் பார்க்கணும்னு பேப்பர்ல எழுதிக்காட்டினார். நீ உடனடியா அடுத்த ஃப்ளைட்டைப் புடிச்சு வந்தாத் தேவலை!"

"வர்றேன் சித்தி! எப்படியும் ராத்திரிக்குள்ளே வந்து சேர்ந்துடறேன்."

"விஷயத்தை யார்கிட்டயும் சொல்லாதே வினோத்! கும்பல்கும்பலாய் அவரைப் பார்க்க வந்துடுவாங்க. நீ கோயமுத்தூர் ஏர்போர்ட்ல இறங்கினதும் ஒரு டாக்ஸியைப் புடிச்சிட்டு நேரா வால்பாறைக்கு வந்துடு."

"சரி சித்தி!"

"உனக்குப் ஃப்ளைட் டிக்கெட் கிடைக்குமா வினோத்?"

"எப்படியும் வாங்கிடறேன் சித்தி! நீங்க அப்பாவைக் கவனிச்சுக்குங்க சித்தி!"

"அப்பாவுக்கு ஒண்ணும் ஆகாது. நீ தைரியமாப் புறப்பட்டு வா!" – மறுமுனையில் ரிஸீவரைக் கீழே வைத்தாள் புவனேஸ்வரி.

வினோத் சில நிமிஷங்கள் அப்படியே அயர்ந்து போய் உட்கார்ந்திருந்தான். 'இது மூன்றாவது அட்டாக்!. அப்பா தாங்குவாரா?'

மனசுக்குள் பயப் புலி உலாவியது.

இந்தியன் ஏர்லைன்ஸுக்கு டயலைச் சுழற்றினான்.

புறப்படப் போகும் அடுத்த ஃப்ளைட்டில் இடம் கிடைக்குமா என்று விசாரித்தான்.

"கிடைக்கும்!" என்று பதில் வர... பேக்கிங்கை ஆரம்பித்து அறையைக் காலி செய்யும் முயற்சியில் நுழைந்தான்.

இரவு மணி எட்டு.

பங்களாவின் அவுட்ஹவுஸ் வாசலில் ஸ்டூலில் உட்கார்ந்திருந்த சின்னு, புவனேஸ்வரி தன்னை நோக்கி வருவதைப் பார்த்ததும் எழுந்தான்.

"சின்னு!" - புவனேஸ்வரியின் கையில் ஏதோ காகிதம் தெரிந்தது.

"என்னங்கம்மா?"

"ஐயாவுக்கு உடம்பு ரொம்பவும் முடியலை. டாக்டர் இந்த மருந்தெல்லாம் வேணும்னு சொல்லியிருக்கார். வால்பாறை மருந்துக்கடையில எல்லாம் கேட்டுப் பார்த்துட்டோம். இல்லேன்னு சொல்லிட்டாங்க. பொள்ளாச்சியிலும் இந்த மருந்து கிடைக்கிறது கஷ்டம்ன்னு சொல்றாங்க. நீ என்ன செய்யறேன்னா.... பஸ்ஸைப் பிடிச்சுக் கோயமுத்தூர் போய் எப்படியாவது இந்த மருந்தெல்லாம் வாங்கிட்டு வந்துடு!" - பணத்தையும் மருந்துச் சீட்டையும் நீட்டினாள் புவனேஸ்வரி.

"இப்பவே போகணுமாம்மா?"

"ஆமா!"

"நான் பஸ்ஸைப் பிடிச்சுக் கோயமுத்தூர் போய்ச் சேர்றதுக்கு மணி எப்படியும் பதினொண்ணு ஆயிடும். அதுவரைக்கும் மருந்துக் கடையெல்லாம் திறந்திருக்குமாம்மா?"

"ராத்திரி பூராவும் திறந்திருக்கிற பார்மஸி நாலஞ்சு கோயமுத்தூர்ல இருக்கு. மருந்தை வாங்கிகிட்டு ஏதாச்சும் லாரி புடிச்சு வந்துடு!"

"லாரி கிடைக்கிறது கஷ்டம்மா!"

"அப்படின்னா நாளைக்குக் காத்தால முதல் பஸ்ஸைப் பிடிச்சு இங்கே வந்துடு. அதுவரைக்கும் டாக்டர் கைவசம் இருக்கிற மருந்து ஐயாவுக்குப் போதும்!"

"அம்மா! நான் ஒண்ணு சொன்னாக் கோவிச்சுக்க மாட்டீங்களே?"

"என்ன சின்னு... சொல்லு!"

சின்னு எச்சிலைக் கூட்டி விழுங்கி விட்டுத் தயக்கமான குரலில் சொன்னான். "கார் இருக்கு. அம்மாவோட தம்பியும் இருக்காங்க. ஐயாவுக்கு மருந்து ரொம்பவும் அவசரம்ன்னா

கார்லேயே போயிட்டு வந்துடலாமே...! நான் சொன்னது அதிகப் பிரசங்கித்தனமாயிருந்தா. மன்னிச்சிடுங்கம்மா!"

சின்னுவின் நியாயமான கேள்வி புவனேஸ்வரியின் நடுமண்டைக்கு ஏகமாய் ஆத்திரத்தைப் பாய்ச்சினாலும் கோபத்தை அடக்கிக்கொண்டு புன்னகைத்தாள்.

"சின்னு. கார் இருக்கிறது தெரியாமலா உன்னை பஸ்ஸூல போகச் சொல்றேன். காரோட பிரேக் ரொம்பவும் வீக்கா இருக்கு. இந்த ராத்திரியில இந்த மலைப்பாதையில அந்தக் காரை ஓட்டிட்டுப் போறது சாவைத் தேடிப் போற மாதிரி..."

புவனேஸ்வரியின் பொய்யில் சட்டென்று சமாதானமானான் சின்னு. பணத்தையும் மருந்துச் சீட்டையும் வாங்கிக்கொண்டு அவுட்ஹவுஸ் சுவரில் தொங்கிக் கொண்டிருந்த மஃப்ளரை எடுத்துக் கழுத்தில் போட்டுக்கொண்டு காம்பௌண்ட் கேட்டை நோக்கி நடந்தான்.

"சீக்கிரமா வரப் பாரு சின்னு"

"சரிங்கம்மா...!" - சின்னுவின் தலை மறையும் வரை அவனையே பார்த்துக்கொண்டிருந்த புவனேஸ்வரி பங்களாவை நோக்கித் திரும்பினாள்.

வராந்தாவின் இடப் பக்க மூலையில் மெழுகுவர்த்தியின் பலஹீனமான ஒளியில் மூன்று கூடை நாற்காலிகளை ஆக்கிரமித்துக்கொண்டு உட்கார்ந்திருந்தார்கள் டாக்டரும், லாயரும், கிரியும்.

மூன்று பேருடைய கைகளிலும் புனல் வடிவ கண்ணாடி டம்ளர்கள் தெரிய. அதில் ஸ்காட்ச் விஸ்கி கறுப்பாய் அசைந்தது.

"என்னக்கா சின்னு போயாச்சா?"

"ம்..."

ஸ்காட்ச்சால் உற்சாகப்படுத்தப்பட்ட டாக்டர் கெக்கெக்கென்று சிரித்தார்.

“நான் எழுதிக்கொடுத்திருக்கிற பிரிஸ்கிரிப்ஷன் மருந்து இந்த இந்தியாவிலேயே எங்கேயுமே கிடைக்காது. அலைஞ்சுட்டு வரட்டும். சின்னு வர்றதுக்கு முன்னாடி நாம சுந்தரமூர்த்தியையும் வினோத்தையும் தொலைச்சிடணும்.”

“வினோத் உத்தேசமா எத்தனை மணிக்கு வருவான்?” - கோபால்ராவ் ஸ்காட்ச்சை சிறிது உறிஞ்சிவிட்டுக் கேட்டார்.

புவனேஸ்வரி நாற்காலியொன்றை இழுத்து அவர்கள் அருகே போட்டுக்கொண்டு உட்கார்ந்தாள்.

“வினோத் மத்தியானம் ரெண்டு மணிக்கு ஃபோனோ கிராம் கொடுத்திருக்கான். அதுல மெட்ராஸ் ஃபிளைட் கிடைச்சா ராத்திரி பத்து மணிக்கு வால்பாறை வந்துடறதா சொல்லியிருக்கான். எப்படியும் நைட்க்குள்ள அவன் வந்துடுவான்.”

“அப்படின்னா அவர் வர்றதுக்குள்ளே சுந்தரமூர்த்தியைக் கவனிச்சுடலாமா?” - லாயர் கிளாஸை முடித்துவிட்டுக் கீழே வைத்தார்.

“முடிச்சுட வேண்டியதுதான்!” - கிரி கரகரத்தான்.

“எப்படி முடிக்கலாம்?” கேட்டாள் புவனேஸ்வரி.

“இந்த நிமிஷம் சுந்தரமூர்த்தி முக்கால் பிணம். என்னோட இஞ்செக்ஷன் நிறையவே வேலை செஞ்சிருக்கு. மீதி வேலையைத் தலையணைதான் செய்யணும்...” என்றார் டாக்டர்.

“தலையணையா?” என்றார் லாயர்.

“எனக்குப் புரியுது... சுந்தரமூர்த்தியோட மூஞ்சியில தலையணையை வெச்சு அழுத்தி மெதுவா உசிரை எடுக்கணும். அதுதானே டாக்டர்?”

“கிரி... யூ ஆர் கரெக்ட்!”

டாக்டர் எழுந்தார்.

6

ஆகாமிய கர்மா

பிராரப்த கர்மத்தின் விளைவாக பூமியில் பிறவி எடுப்பவன் அதன் தொடர்பாக இன்பத்தையோ, துன்பத்தையோ அனுபவத்தில் சந்திக்கும்போது அதன் நெருக்கடி காரணமாக மீண்டும் பாவமோ, புண்ணியமோ, நற்செயல்களோ, தீயசெயல்களோ, தெரிந்தோ தெரியாமலோ, அறிந்தோ அறியாமலோ ஆற்றுகின்ற செயல்பாடுகள் மறுபடியும் உயிரிலே பதிவாகி மீண்டும் கர்மாவாகப் பாவ புண்ணியமாகச் சம்பாதித்து, மறுபடியும் சஞ்சித கர்மாவென்னும் பாவ புண்ணிய மூட்டையில் இருப்பைக் கூட்டுகிறான். இதுவே ஆகாமிய கர்மா.

அறைக்குள் நுழைந்தார்கள் நான்கு பேரும்.

சத்தம் கேட்டு கஷ்டப்பட்டு கண் இமைகளை மலர்த்திய சுந்தரமூர்த்தி, கட்டிலைச் சுற்றிப் பரவி நின்ற நான்கு பேரையும் திகிலோடு பார்த்தார். அவருடைய உதடுகள் வேகமாய் அசைந்தன. எதையோ சொல்ல முயன்றபடி உடம்பைப் புரட்டினார்.

அவருடைய நெஞ்சின் மேல் கையை வைத்துத் தள்ளினான் கிரி. டாக்டர் புஜத்தைப் பற்றிக்கொள்ள... லாயர் கால் பக்கமாய் வந்து நின்றார்.

பங்களாவுக்கு வெளியே பரவியிருந்த இருட்டில் 'ஹோ'வென்ற அமைதி கலந்திருக்க... மலைச்சரிவில் தெரிந்த இரண்டொரு மின்விளக்குகள் வெளிச்சப் பொட்டுகளாய்க் கண்சிமிட்டிக் கொண்டிருந்தன.

"கிரி! தலையணையை எடுத்துக்க, காயம் படாம நிதானமா அழுத்து. மூக்குப் பாகத்துக்கு மேல தலையணையை நல்லா ஊனிக்க.." - டாக்டர் சொல்ல சொல்ல

கிரி படுக்கையின் ஓரமாய்க் கிடந்த தலையணையை எடுத்துக்கொண்டான். சுந்தரமூர்த்தியின் விழிகளில் அப்பட்டமான மரண பயம் கனமாக வந்து உட்கார்ந்திருந்தது.

"ஸாரி மிஸ்டர் சுந்தரமூர்த்தி! உங்களை அவசர அவசரமா இந்த உலகத்தை விட்டு அனுப்ப வேண்டியிருக்கு!" - கிரி விகாரமாய் இளித்துக்கொண்டே தலையணையைச் சுந்தரமூர்த்தியின் நடுமுகத்தில் வைத்தான்.

"யோசிக்காதே! அழுத்து கிரி!"

"டாக்டர்... அவர் திமிர்றார். தோள்பட்டையைப் பிடிங்க!"

டாக்டர் கப்பென்று சுந்தரமூர்த்தியின் கைகளையும் தோள்பட்டையைப் ஒருசேரப் பற்றிக்கொள்ள... கிரி இயங்கினான். கீழுதட்டைப் பற்களால் அழுத்திக் கடித்துக்கொண்டு கண்களில் கொலைத் தாகம் தெரிய.... தலையணையை அழுத்தினான்.

சுந்தரமூர்த்தி துடிக்க ஆரம்பித்தார்.

கால்கள் படபடவென்று உதறிக்கொள்ள... மார்பும் வயிறும் தூக்கிப்போட... மெலிதாய்த் துடித்தார்.

"அழுத்து கிரி! மூஞ்சிக்குக் காத்துப் போகாம... வெச்ச கையை எடுக்காம அழுத்து!" - டாக்டர் அவசரக் குரலில் சொல்ல...

கிரி தலையணையை சுந்தரமூர்த்தியின் முகத்துக்கு மேல் வைத்து... இடக்கையால் அழுத்திக்கொண்டு... வலக்கையை

மேலே உயர்த்தித் தலையணைக்குக் கீழே மூக்கு இருக்கும் பாகத்தைக் குறிவைத்துக் கொண்டு வலதுகையின் முஷ்டியால் ஆவேசமாய் ஒரு குத்து!

சுந்தரமூர்த்தி அடங்க ஆயத்தமானார்.

கால்கள் துடிப்பதை நிறுத்திக் கொள்ள... மார்பு மௌனம் சாதித்தது. கைகள் தொய்ந்தன.

கிரி தன் நெற்றியில் வியர்த்ததை வழித்தான். தலையணையை சுந்தரமூர்த்தியின் முகத்திலிருந்து அகற்றினான். சுந்தரமூர்த்தியின் விழிகள் அண்ணாந்து நிலை குத்தியிருந்தன. மூக்கிலிருந்து மெலிதாய் ஓர் இரத்த இழை வந்து கொண்டிருந்தது.

"கிரி! நீ ரொம்பவும் பலமாக் குத்திட்டே!" - லாயர் சொன்னார்.

"அப்படிக் குத்தலைன்னா அவர் செத்திருக்க மாட்டார்."

புவனேஸ்வரி கட்டிலைச் சுற்றிக்கொண்டு டாக்டரை நெருங்கினாள். "டாக்டர் அடுத்தபடியா நாம என்ன செய்யணும்?" - சுந்தரமூர்த்தியின் நிலைத்த விழிகளைப் பாத்துக்கொண்டே கேட்டாள்.

டாக்டர் பரமேஸ்வரன்... தன் கலைந்து போன கிராப்பை வலக்கை விரல்களால் கோதிக் கொண்டே.... புன்னகைத்தபடி சொன்னார்.

"உங்க கணவர் ஹார்ட்அட்டாக்கில் இறந்துட்டதாகத் தெரிஞ்சவங்களுக்கெல்லாம் போன் பண்ணி விஷயத்தைச் சொல்லுங்க. இந்து, இண்டியன் எக்ஸ்பிரஸ் பத்திரிகைகளுக்கு டெத் காலம் குடுங்க. இப்போ கட்டியிருக்கிற இந்த காஸ்ட்லி சேலையைக் களைஞ்சுட்டு... சாதாரண வாயில் சேலையில் துக்க வேஷம் போடுங்க. அழுங்க.... அழுக வரலேன்னா என் கைவசம் கிளிசரின் இருக்கு... தர்றேன்."

"அது இல்லாமலே அழுவேன் டாக்டர்! அவர் மூக்கில் வழியற இரத்தத்தைத் துடையுங்க. தொறந்திட்டிருக்கிற கண்ணை மூடிடுங்க. பாக்கப் பயமாயிருக்கு."

டாக்டர் நீரில் நனைத்த பஞ்சோடு சுந்தரமூர்த்தியை நெருங்கினார். அதேவிநாடி வாசலில் யாரோ காலிங்பெல்லை அழுத்தினார்கள்.

நான்கு பேருமே சடக்கென்று தலைகளை உயர்த்தினார்கள்.

புவனேஸ்வரி கிசுகிசுத்தாள். "வினோத்தாய் இருக்கும்!"

கிரி எழுந்து வாசலை நோக்கி நடந்தான்.

"கிரி! யாருன்னு கேட்டுட்டுக் கதவைத் திற!" டாக்டர் சுந்தரமூர்த்தியின் விழிகளைக் கையால் மூடிக்கொண்டே சொன்னார்.

கிரி வாசலை நெருங்கிக் கதவின்மேல் கையை வைத்தான்.

"யாரது?"

"நான்தான்!" - வினோத்தின் குரல் பதட்டமாய் எழுந்தது.

கிரி தாழ்ப்பாளை நீக்கிக் கதவைப் பிளந்துவிட்டான். வினோத் கையில் சூட்கேஸ்களோடு வால்பாறைக் குளிரை இலட்சியம் செய்யாமல்... வியர்த்த முகமாய் உள்ளே நுழைந்தான்.

"கிரி! அப்பாவுக்கு இப்போ எப்படி இருக்கு?"

கிரி பேசாமல் உள்ளங்கைகளைத் தேய்த்துக்கொண்டு கீழே பார்த்தான். திரும்பி மெல்ல நடக்க... அவனுடைய தோளைப் பற்றினான் வினோத்.

"என்ன பேசாமப் போறே? அப்பாவுக்கு இப்ப எப்படி இருக்கு?

"வினோத்!" - பெருங்குரலில் அலறிக்கொண்டே புவனேஸ்வரி ஓடிவந்து வினோத்தின் மேல் விழுந்தாள். "உங்கப்பா என்னை அனாதையாக்கிட்டுப் போயிட்டார்டா!"

அழுதாள். நிஜமாகவே மார்பில் அடித்துக்கொண்டு அழுதாள். மூக்குநுனி பிளம்ஸாய்ச் சிவந்திருந்தது.

"சித்தி!" - விழிகள் சில மில்லிமீட்டர்களுக்கு விரிய... வினோத் அப்படியே நின்றான். அழுகை வரப் பார்த்தது. "எப்படி சித்தி...? எப்படி...?" - கேட்டுக்கொண்டே உள்ளே ஓடினான். சூட்கேஸ் சுவரை மோதிக்கொண்டு கீழே விழுந்தது.

"அப்பா! அப்பா!" - சுந்தரமூர்த்தியின் நெஞ்சின் மேல் தலையைக் கவிழ்த்தபடி புலம்பிக்கொண்டிருந்த வினோத்தை ஐந்து நிமிடம் கழித்து டாக்டர் பரமேஸ்வரன் தொட்டார்.

"வினோத்... மனசைத் தேத்திக்கோ. உங்கப்பாவோட டிமைஸ் எதிர்பார்த்ததுதானே! மூணாவது ஹார்ட் அட்டாக் வந்துடுத்து. நாமென்ன செய்ய முடியும்? நானும் ஆன வரைக்கும் ஆர்ட்டிஃபிஷியல் ரெஸ்பிரேஷன் வரைக்கும் முயற்சி செஞ்சுப் பார்த்தேன். பட் ஐ ஃபெயில்ட் டு ரிக்கவர் த லைஃப். இப்படி எழுந்திருச்சு வா!"

"டாக்டர்!" - குலுங்கினான் வினோத்.

"நீயே இப்படி அழுதா எப்படி? உன்னோட சித்திக்கு யார் ஆறுதல் சொல்லுவாங்க! கண்ணைத் தொடச்சிக்கிட்டு ஆகவேண்டியதைப் பாரு. யார் யாருக்குத் தகவல் சொல்லணும்? போன்லேயே எல்லோருக்கும் விஷயத்தைச் சொல்லி எல்லோரையும் இங்கேயே வரச் சொல்லிடு. பாடியை வால்பாறையிலயே அடக்கம் பண்ணிடுவோம்!"

"ஸாரி டாக்டர்! அப்பாவைக் கோயமுத்தூருக்குக் கொண்டு போயிடலாம். பாடியை ஆத்துப்பாலத்துல இருக்கிற மயானத்துலதான் அடக்கம் பண்ணனும் அம்மாவை அங்கேதான் அடக்கம் பண்ணியிருக்கு."

டாக்டரின் முகம் மாறியது.

"வினோத்! உங்கப்பாவைக் கோயமுத்தூர் கொண்டு போக முடியாது. கார் ரிப்பேர்! இந்த ராத்திரியில வேற காரையும் ஏற்பாடு பண்ண முடியாது. பேசாம பாடியை இங்கேயே அடக்கம் பண்ணிடலாம்."

"என்ன டாக்டர் பேசறீங்க... இந்த கார் இல்லேன்னா என்ன..?" வினோத் ஏதோ சொல்ல முயற்சித்துத் தலையைத் திருப்ப... அவனுடைய பார்வையில் கட்டிலுக்குக் கீழ் விழுந்து கிடந்த தலையணை சிக்கியது.

தலையணை உறையில் தாறுமாறான ரத்தக் கோடுகள்.

எடுத்தான்.

"என்ன டாக்டர்! தலையணையில் ரத்தம்?" - வினோத் பதட்டமானான்.

"அது... அது..." - டாக்டர் திணற... கிரி உதவிக்கு வந்தான்.

"உயிர் போற நேரத்துல அப்பா ரொம்பவும் இருமினார். மூக்குல இருக்கிற ரத்தக் குழாய் வெடிச்சு இந்த இரத்தம்."

வினோத் கண்களில் முதன்முதலாய் ஒரு சந்தேக ரேகை நெளிந்து விட்டு ஓடியது. 'டாக்டர் சொல்ல வேண்டிய பதிலை... கிரி அவசர அவசரமாய்க் குறுக்கிட்டுச் சொல்ல வேண்டிய அவசியம் என்ன?'

"சித்தி!"

"சொல்லு வினோத்!" - புவனேஸ்வரி வினோத்தை நெருங்கினாள்.

"அப்பா சாகும்போது ஏதாவது சொன்னாரா?"

"ஆமா. ஒரு விஷயம் சொல்லிட்டுத்தான் செத்தார்."

"என்ன சொன்னார்?"

"பம்பாயிலிருந்து வினோத் வர்றதுக்குள்ளே நான் செத்துடுவேன். வினோத் வந்ததும் அவனையும் என்னோட இடத்துக்கே அனுப்பிடுங்கன்னு சொன்னார்." - புவனேஸ்வரி முகத்தைச் சீரியஸாய் வைத்துக்கொண்டு சொல்ல... கிரியும், லாயரும், டாக்டரும் உதடுகள் பிரியாமல் புன்னகைத்தார்கள்.

"சித்தி என்ன சொல்றே?" - வினோத்தின் குரல் நடுங்கிற்று.

"நிஜத்தைத்தான் சொல்றேன். உங்கப்பாவுக்கு உன் மேல ரொம்பவும் பாசம். 'வினோத் இல்லாம என்னால

இருக்க முடியாது'ன்னார். 'சரி, முதல்ல நீங்க போங்க. அவன் எப்படியும் இந்த ராத்திரிக்குள்ளே பம்பாயிலிருந்து வந்துடுவான். வந்ததுமே அனுப்பிச்சு வைக்கிறேன்'னு சொன்னேன். போறியா வினோத்?"

"சி...த்...தி...!"

மெதுவாய்ப் பின்னுக்கு நகர்ந்தான் வினோத்.

"கிரி இந்தா!" - டாக்டர் சுவரின் ஆணியில் தொங்கிக் கொண்டிருந்த நைலான் கயிற்றை எடுத்து வீசினார்.

கிரி அதைத் தாவிப் பிடித்துக் கொண்டான். வினோத்துக்கு அதைக் காட்டியபடியே இளித்தான்.

"வா... வினோத்! வந்துடு. நீ உங்கப்பாவோட ஆசையை நிறைவேத்தி வைக்க வேண்டாமா? பாவம்! மேலோகத்தில அவர் அநாதையா அல்லாடிட்டிருப்பார்... நீயும் போய்ச் சேர்!" - நைலான் கயிற்றைச் சுருக்காக்கிக் கொண்டு வினோத்தை நோக்கி நகர்ந்தான்.

"நோ...! நோ...!" - அமானுஷ்யமாய் அலறிக்கொண்டு அறையின் மூலையை நோக்கி ஓடினான் வினோத். மரணபயம் மயிர்க்கால்களில் குத்திட்டு நிற்க... திகிலில் சுத்தமாய் உறைந்திருந்தான்.

"டாக்டர்...! லாயர்...! அவனை நீங்க மடக்குங்க. கத்த விடாதீங்க. வெளியிலே போயிட்டிருக்கிற எவன் காதிலேயாவது விழப் போகுது!" - கிரி சொல்ல, டாக்டரும் லாயரும் வினோத்தை வளைத்தார்கள். அவனை நோக்கி வளையம் போட்டார்கள்.

வினோத் அறையின் மூலையோடு மூலையாய் ஒண்டினான். மூவரும் வினோத்தை நோக்கி நகர்ந்த அதே விநாடி -

உயிரைக் காப்பாற்றிக்கொள்ளும் வெறியில் வினோத் சட்டென்று சுழன்றான்.

வலதுகால் கிரியின் தாடையைப் பெயர்க்க...

இடதுகால் டாக்டரின் இடுப்புப் பிரதேசத்தை மோதியது. லாயர் எசகுபிசகாய் அடிபட்டுக்கொண்டு சூடுபட்ட செல்லோபேன் பேப்பராய்ச் சுருண்டார்.

அடியை ஜீரணித்துக்கொண்டு முதலில் எழுந்தவன் கிரிதான்.

வினோத் திரும்பவும் கிரியின் வயிற்றுப் பாகத்தைக் குறிவைத்துக் கொண்டு பாய்வதற்குள்... கிரி விநாடி நேரத்தில் விலகி... அணிந்திருந்த கனமான பூட்ஸ் காலால் வினோத்தின் இடுப்புக்குக் கீழே நச்சென்று உதைத்தான்.

“அம்மா..!”

வினோத் வயிற்றைப் பிடித்துக்கொண்டு முன்பக்கமாய் உருண்டான்.

“டாக்டர்... பிடிங்க அவனை...!”

டாக்டரும் லாயரும் பயப் பெருமூச்சுக்களைப் பெரிதாக விட்டுக்கொண்டு வினோத்தின் மேல் விழுந்து அழுத்தினார்கள்.

வினோத் திமிற முயன்று தோற்க....

கிரி சாவகாசமாய் நடந்து வந்து வினோத்தின் முன்னுச்சி முடியைப் பிடித்துத் தூக்கி... தலையை நைலான் கயிற்றுக்குள் நுழைத்துக் கழுத்துப் பிரதேசத்தில் வாகாய் இறுக்கிக் கொண்டான்.

ஆவேசமாய் இறுக்க ஆரம்பித்தான்.

7

தினமும் தியானப் பயிற்சி செய்தால் சாதாரண நிலையில் மனித மன அலைச்சூழல் (Mind Wave) 1 விநாடிக்கு 14 முதல் 40 வரை சுழலும். அதுவே தியான நிலையில் 14ல் இருந்து 7 ஆக குறைந்து விடும்.

நைலான் கயிற்றின் இறுக்கத்தில் வினோத்தின் கழுத்து நரம்பு ஒன்று பட்டென்று தெறிக்க... மூக்கில் இரத்தம் பிரவேசிக்க ஆரம்பித்தது.

“கிரி...! விடாதே... மூச்சுப்பிடிச்சு ஓரேயடியா இழுத்துடு!” - டாக்டர் பரமேஸ்வரன் வியர்வை மினுமினுக்கும் முகத்தோடு சொன்னார்.

லாயர் கோபால்ராவ் வினோத்தை அசுரப் பிடியாய்ப் பிடித்திருந்தார். புவனேஸ்வரி எட்டி நின்று கைகளைக் கட்டியபடி புன்சிரிப்போடு வினோத்தின் உடல் துடிப்பதைப் பார்த்துக் கொண்டிருந்தாள்.

வினோத் தளர ஆரம்பித்தான். நாக்கு மெலிதாய் வெளியே வர முயற்சிக்க... விழிகள் பிதுங்கி வெளிவரப் பார்த்தன. உயிர் உடம்பு பூராவும் தப்பிக்க ஓடியது. மூக்கிலும் வாயிலும் இரத்தம் சூடாய் வழிந்தது. கழுத்து ஒரு பக்கமாய் சரிய, இதயமும் நுரையீரலும் ஸ்தம்பித்தன.

“முடிஞ்சுது!” - கயிற்றை உருவிக்கொண்டான் கிரி.

புவனேஸ்வரி எச்சரிக்கைத்தனமாய்க் கத்தினாள். “டாக்டர்! இரத்தம் ஏகமாகப் போகுது. முதல்ல அதை நிறுத்துங்க. தரை பூரா கறையாயிடும்...”

“இரத்தம் இப்ப நின்னுடும்!” - கிட்டைத் திறந்து பஞ்சு ரோலை எடுத்து வினோத்தின் வாயிலும் மூக்கிலும் அடைத்தார் டாக்டர் பரமேஸ்வரன்.

பஞ்சு இரத்தத்தை உறிஞ்ச ஆரம்பித்தது.

கிரி கையில் இருந்த கயிற்றை வினோத்தின் மேல் வீசி எறிந்தான்.

“அப்பாவையும் மகனையும் சுத்தமாத் துடைச்சாச்சு!” - கிரி முகத்தில் வழிந்த வியர்வையைப் புறங்கையால் துடைத்துக் கொண்டான்.

“கிரி!”

“என்னக்கா?”

“நீயும் லாயரும் எஸ்டேட்டுக்குப் பின்னாடி இருக்கிற காட்டுல ஆழமாக் குழிதோண்டி வையுங்க. நானும் டாக்டரும் பாடியை எடுத்துக்கிட்டுக் காரிலே வந்துடுறோம்.”

டாக்டர் குறுக்கிட்டார். “மிஸஸ் புவனேஸ்வரி! நம்ம திட்டத்துல ஒரு சின்ன மாற்றம். வினோத்தைப் புதைக்கிறதுக்குப் பதிலா எரிச்சுட்டா என்ன?”

“வேண்டாம் டாக்டர்! இந்த எஸ்டேட்டைப் பத்தி உங்களுக்குத் தெரியாது. திடீர்னு நெருப்பும் புகையும் தெரிஞ்சா... அது என்னன்னு தெரிஞ்சுக்க உள்ளே இருக்கிற உள்ளூர்வாசிங்க ஓடிவந்து பார்ப்பாங்க. அப்புறம் பின்னாடி ஏதாச்சும் வம்பு வந்து சேரும். ஆழமாத் தோண்டிப் பிணத்தைப் புதைச்சுட்டா... ப்ராப்ளம் சால்வ்ட்.”

“நீங்க ரொம்பவும் முன்னெச்சரிக்கையா இருக்கீங்க.... குட் மிஸஸ் புவனேஸ்வரி!”

டாக்டரின் பாராட்டை லட்சியம் செய்யாமல் கிரியைப் பார்த்துக் கண்ணைக் காட்டினாள் புவனேஸ்வரி.

கிரி லாயரை இழுத்துக்கொண்டு நடந்தான்.

டாக்டர் பரமேஸ்வரன் கேட்டார். "பாடியை நாம எப்படிக் கொண்டுட்டுப் போகப் போறோம் புவனேஸ்வரி?"

புவனேஸ்வரி அறையின் மூலையை நோக்கிக் கையைக் காட்டினாள். கோணிப்பை ஒன்று தெரிந்தது.

"டாக்டர்.... வினோத்தை அதில் கச்சிதமாய்ப் பேக் பண்ணி கார் டிக்கியில் தள்ளி ஸ்பாட்டுக்குக் கொண்டு போகப் போறோம். அந்தச் சாக்கை எடுங்க."

டாக்டர் கொண்டு வந்தார்.

வினோத்தின் தலைமாட்டில் உட்கார்ந்தாள் புவனேஸ்வரி. வினோத் அசிங்கமாய்ச் செத்திருந்தான். வலது விழிக்கோளம் பூராவும் இரத்தம் தோய்ந்து கன்னத்தில் தொங்கியது. இடக்கண் பாதி பிதுங்கித் தெரிந்தது. நாக்கு பற்களுக்கு இடையில் எட்டிப் பார்த்தது.

ஐந்தே நிமிஷத்தில் சாக்குப் பைக்குள் திணிக்கப் பட்டான் வினோத். மெல்லிய இருட்டில் ஒரு மூட்டையாய்த் தூக்கிச் செல்லப்பட்டு வெளியே நின்றிருந்த காரின் டிக்கியில் அடைபட்டான்.

புவனேஸ்வரி பங்களாவைப் பூட்டினாள்.

"பாவம் சுந்தரமூர்த்தி! உள்ளே தனியா இருக்கார்." டாக்டர் சிரிக்க...

புவனேஸ்வரி சிரிக்காமல்... "சின்னு கோயமுத்தூர் போயிட்டு வர்றதுக்குள்ளே நாம இங்கே இருக்கணும்!" என்றாள்.

"சின்னு இந்த ராத்திரிக்குள்ள எப்படியும் திரும்ப மாட்டான். நிதானமாய்ப் பதட்டமில்லாம நாம காரியத்தை முடிச்சிடலாம்!" - சொல்லிக்கொண்டே காரின் டிரைவர் சீட்டில் ஏறி உட்கார்ந்தார் டாக்டர்.

புவனேஸ்வரி அருகில் உட்கார்ந்து கொள்ள... காரைக் கிளப்பினார்.

கார் மூங்கில் கேட்டைக் கடந்து செம்மண் பாதையை மோப்பம் பிடித்துக்கொண்டு குலுங்கிக்குலுங்கி ஓடியது. இருட்டு கூடவே ஓட்டிக்கொண்டு வந்தது.

"இந்த வினோத்தை அடக்கம் பண்ணினதும் மளமளன்னு காரியங்களைக் கவனிக்கணும். பிரஸ்ஸுக்கும் ரிலேட்டிவ்ஸ், ஃபிரண்ட்ஸ் எல்லார்க்கும் நியூஸ் கன்வே பண்ணணும். யாருக்கும் சந்தேகம் வராதபடி நடந்துக்கணும்!" - புவனேஸ்வரி காரின் முன்புறம் கண்ணாடி வழியே ரோட்டைப் பார்த்துக் கொண்டே பேசினாள்.

"சுந்தரமூர்த்தியோட பாடியை சீக்கிரமா டிஸ்போஸ் பண்ணணும் புவனேஸ்வரி! இல்லைன்னா நான் போட்டிருக்கிற விஷ ஊசி நேரமாக ஆக... உடம்புக்கு ஒரு மாதிரியான நீலநிறத்தைக் கொடுத்திடும். அது சில பேருக்குச் சந்தேகத்தைக் கிளப்பிடும்."

புவனேஸ்வரி டாக்டரை எரிச்சலோடு பார்த்தாள். "இதையெல்லாம் இந்தக் கடைசி நேரத்திலே வந்து சொல்றீங்களே! நாம பிளான் பண்ணினப்பவே ஏன் சொல்லலை டாக்டர்? சே..." என்றாள்.

"ஸோ வாட்? உடம்பை முழுக்கப் போர்த்தி... முகத்துல சந்தனத்தைப் பூசிட்டா யாருக்கும் எதுவும் தெரியப் போறதில்லை!"

கார் செம்மண் ரோட்டைத் தற்காலிகமாகப் பிரிந்து தார் ரோட்டைத் தொட்டு ஜிவ்வென்று சீறியது. தேயிலைத் தோட்டங்கள் மலைச்சரிவு பூராவும் இருட்டில் கொத்து கொத்தாய்த் தெரிய... சாலையில் திடீர் திடீரென்று ஏற்ற தாழ்வுகளில் கார் நீந்தியது.

ஒரு குறிப்பிட்ட தூரம் வரைக்கும் சாலையோரமாய் வந்த முனிசிபல் குழல் விளக்குகள் முனிசிபல் எல்லை முடிந்ததும் நின்றுபோக... அதற்குப் பின் வந்த சாலை கரிச்சுரங்கமாய் இருந்தது.

ஹெட்லைட்டுகளின் வெளிச்சம் ரோட்டை அலம்பிக் கொண்டு வர... சில நிமிஷங்களுக்குள் காட்டுப்பகுதி வந்தது.

காரை ரோட்டோரமாய் ஒதுக்கி மௌனமாக்கினார் டாக்டர்.

"அவங்க வந்திருப்பாங்களா?" - டாக்டர் கேட்டார்.

"அப்பவே வந்திருப்பாங்க... ரோடு வழியா நாம வந்ததைக் குறுக்கால பூந்து வந்தா... இந்தப் பகுதி ரொம்பவும் பக்கம்..."

"பார்த்தீங்களா புவனேஸ்வரி! அந்தப் பக்கமாக யாரோ டார்ச்சை அசைச்சு அசைச்சுக் காட்டறாங்க. கிரியாகத்தான் இருக்கும். இறங்கி பாடியைக் கொண்டு போயிடலாமா?"

"ம்..."

இருவரும் கீழே இறங்கினார்கள். காரைச் சுற்றிக்கொண்டு டிக்கியின் அருகே வந்தார்கள். டிக்கியைத் திறந்து சாக்கு மூட்டையைக் கீழே இறக்கியபோது.... வினோத்தின் இரத்தம் லேசாய் கவுச்சி வாடையைக் காற்றுக்குக் கொடுத்தது. சாக்குப் பையின் சில இடங்களில் இரத்தம் பிசுக் பிசுக் என்று ஒட்டியது.

"உடம்பு அதுக்குள்ளேயே வெயிட் ஏறிடுச்சு!" - மூட்டையை ஆளுக்கொரு பக்கமாய்ப் பற்றிக்கொண்டு இருட்டில் நடந்தார்கள். நூறு அடி தூரத்தில் கிரியின் டார்ச் அணைந்து அணைந்து எரிந்தது.

பத்தடி நடப்பதற்குள் புவனேஸ்வரிக்கு மூச்சு வாங்கியது. கட்டியிருந்த புடவை காலைத் தடுக்கி விட்டது. கைகள் பூராவும் இரத்தமோ வியர்வையோ என்று அனுமானிக்க முடியாமல் கசகசத்தது.

"டாக்டர்... என்னால தூக்க முடியலை. மூச்சு வாங்குது" - புவனேஸ்வரி மூட்டையின் பிடியை விட்டாள். அது நச்சென்று தரையில் மோதிக்கொண்டு நின்றது.

கிரி டார்ச்சோடு ஓடி வந்தான். "என்ன டாக்டர்? ஏன் நின்னுட்டீங்க?"

"கிரி... உங்க அக்காவாலே பாடியைத் தூக்க முடியலை. நீ ஒரு கை பிடி!" - டாக்டர் வியர்வையில் குளித்தபடி சொன்னார்.

கிரி அருகே வந்தான். "அக்கா! நீ தள்ளிக்க. இந்த டார்ச்சைப் பிடி. என்ன மூட்டை பூராவும் கொச கொசன்னு இரத்தம்? பங்களாவுக்குப் போனதும் முதல் காரியமா... கார் டிக்கியை அலம்பணும்."

"குழியைத் தோண்டிட்டியா கிரி?" - புவனேஸ்வரி கேட்டாள்.

"பாதி தோண்டிட்டேன். மீதியை லாயர் தோண்டிக் கொண்டிருக்கிறார். சும்மா சொல்லக்கூடாது. லாயர் நல்லாவே தோண்டறார்."

சாக்கு மூட்டையோடு குழியை நெருங்கினார்கள்.

குழிக்குள் இருந்த லாயர், தலையை அண்ணாந்து மூன்று பேரையும் பார்த்துப் புன்னகை பூத்தார். "ஆழம் போதுமா?"

"ம்..." என்றாள் புவனேஸ்வரி.

'தம்' பிடித்து மேலே வந்தார். மண் தீற்றல்கள் நெற்றியிலும் கைகளிலும் அப்பியிருந்தன. மண்ணைத் தோண்டிய களைப்பில் மூச்சு வெகுவாய் இறைத்துக் கொண்டிருந்தது.

புவனேஸ்வரி சுற்றுமுற்றிலும் ஒரு முறை பார்த்துக் கொண்டாள். சுவர்க் கோழிகளின் 'கிர்ர்ர்ர்ர்..." என்ற ஒலியும், அட்டை இருட்டுமே உலகத்திற்கு சாசுவதம் என்பது போல் அவற்றின் இயக்கம் மட்டும் தெரிய... வானம் கஞ்சத்தனமாய் நட்சத்திரங்களைக் காட்டிக் கொண்டிருந்தது.

"கிரி! மூட்டையைக் குழிக்குள்ளே உருட்டி மண்ணைப் போட்டு மூடு!" - புவனேஸ்வரி சொல்ல... கிரி மூட்டையைக் காலால் உருட்டிக் கீழே தள்ளினான். அது "தொப்" என்று சத்தத்துடன் குழியில் விழுந்தது. பின், மண்ணைக் காலால் எத்தி எத்தித் தள்ளினான்.

"கிரி இந்தக் கடப்பாறையையும் மண்வெட்டியையும் மறுபடியும் பங்களாவுக்குக் கொண்டுபோக வேண்டாம். குழியிலேயே போட்டு மூடிடு."

“சரிக்கா!”

மண்ணைச் சமமாகப் பரப்பிக் குழியை மூடினான் கிரி

“அப்பனுக்குக் கொள்ளிபோட வேண்டியவன்... அப்பனுக்கு முன்னாடியே மண்ணுக்குள்ளே போயிட்டான்.”

நான்கு பேரும் காரை நோக்கி நடந்தார்கள்.

கிரி டிரைவர் சீட்டை ஆக்கிரமிக்க.... முன்சீட்டில் புவனேஸ்வரி உட்கார்ந்து கொள்ள... லாயரும் டாக்டரும் பின்சீட்டில் பரவினார்கள். காருக்குள் கனத்த மௌனம் பரவியிருக்க... காரை உருட்டி நகர்த்தினான் கிரி.

தார்ச் சாலையின் இரண்டு கிலோ மீட்டர் தூரத்தை விழுங்கித் தேயிலைத் தோட்டங்களைக் கடந்து ஏற்றச் சரிவுகளில் தவழ்ந்து செம்மண் ரோட்டைத் தொட்டுப் பங்களாவின் மூங்கில் கேட் அருகே கார் நின்று மௌனித்தது.

கேட்டைத் திறப்பதற்குள் காரை விட்டு இறங்கிய கிரி... அப்படியே அதிர்ந்து போய் நின்றான்.

பங்களாவின் முன்புற வராந்தாவில் மெல்லிய இருட்டில் தூணுக்கு அருகே சாய்ந்தபடி யாரோ உட்கார்ந்திருந்தார்கள்.

“அ...அ...அ...க்...கா...!” - பயத்தில் மெல்லப் பின்வாங்கினான் கிரி.

“என்னடா கிரி?” - கதவுக்கு வெளியே தலையை நீட்டிக் கேட்டாள் புவனேஸ்வரி.

கிரி பார்வையை அந்த உருவத்தின் மேலேயே பதித்துக் கொண்டு புவனேஸ்வரிக்கு அருகில் குனிந்து... திகில் கப்பிய குரலில் சொன்னான்.

“போர்டிகோ வராந்தால யாரோ தூண்ல சாய்ஞ்சு உட்கார்ந்துட்டு இருக்காங்க அக்கா!”

புவனேஸ்வரி படபடப்போடு காரை விட்டு இறங்கினாள்.

லாயரும் டாக்டரும் அதே வேகத்தோடு பின்கதவு வழியே இறங்கினார்கள். பதட்டமாய்க் கேட்டார்கள்.

“எங்க... எங்க? யார் உட்கார்ந்துட்டு இருக்கிறது?”

“அதோ அந்தத் தூணுக்கு...” - சொல்லிக்கொண்டே திரும்பிய கிரி செம்மையாய் அதிர்ந்தான்.

அவன் பார்த்த உருவம் அங்கே இல்லை.

இடம் வெறுமையாய் இருந்தது.

“எங்கேடா கிரி? யார் உட்கார்ந்திட்டிருக்கா?” - புவனேஸ்வரி, கிரியின் தோளை உலுக்கிக்கொண்டு ஆத்திரமாய்க் கேட்டாள்.

“அதோ அந்தத் தூணுக்குப் பக்கத்தில்தான் யாரோ உட்கார்ந்திருந்தாங்க. நான் பார்த்தேன்.”

“பிரமையா இருந்திருக்கும்!” - டாக்டர் குறுக்கிட்டார்.

“இல்லை நிஜம். நான் பார்த்தேன் டாக்டர்!”

“சரி... வாங்க. உள்ளே போய்ப் பார்த்துடலாம்!”

புவனேஸ்வரி முதல் ஆளாய் உள்ளே போனாள்.

பின்னாலேயே மூன்று பேரும் தடதடக்கிற இதயங்களோடு நடந்தார்கள்.

“கிரி! டார்ச்சை அடி.”

அடித்தான். போர்டிகோ பூராவும் வெளிச்சத்தைப் பாய்ச்சினான். ஒவ்வொரு தூணாய் அலம்பினான். குத்துச்செடிகளுக்கு மறைவில்... அவுட் ஹவுசின் தட்டி மறைவுகளில் - காம்பவுண்ட் சுவரோரங்களில்...

“யாரையும் காணோமே!”

“நான் பார்த்தேன். தூணில் சாய்ஞ்சுட்டுத் தலையை அண்ணாந்து பார்த்த மாதிரி அந்த உருவம் இருந்ததுக்கா.”

“கிரி... உன் மனசிலே பயம் வந்துருச்சு. யாரோ நம்மளைக் கண்காணிக்கறாங்களோங்கிற பிரம்மை உனக்கு வந்துடுச்சு. அதனாலதான் இருட்டைப் பார்த்தா உனக்கு உருவமாய்த் தெரியுது. மனசுக்குத் தைரியத்தைக் கொடு.”

டாக்டர் பேசப் பேச... காம்பவுண்ட கேட்டின் மூங்கில் கதவு நறநறவென்று சத்தத்துடன் திறந்துகொள்ள...

யாரோ மசமசவென்று உள்ளே நுழைந்தார்கள்.

“யாரது?”

பேயாய் அடித்துக் கொள்கிற இதயத்தோடு டார்ச்சைத் திருப்பினான் கிரி.

சின்னு!

8

14 முதல் 40 வரை ஒரு வினாடிக்கு மனம் இயங்கும்போது பீட்டா வேவ் (Beta Wave) என்று பெயர். நெற்றிக் கண்ணில் தியானம் செய்வதால் 13ல் இருந்து இறங்கி எட்டு வரைக்கும் வந்துவிடுகிறது. இதற்கு ஆல்ஃபா வேவ் (Alpha Wave) என்று பெயர். இன்னும் உச்சிக் கண்ணைத் திறந்து அங்கே தவம் இயக்க இயக்க... மனசை ஒரு நிலைப்படுத்த ஐந்தாக, நாலாக குறைந்து வந்து நிற்கும். இதற்கு தீட்டா வேவ் (Theta Wave) என்று பெயர். அதற்கு மேல் 4ல் இருந்து படிப்படியாக மூன்று, இரண்டு என்று வருகிறபோது, டெல்டா வேவ் (Delta Wave) என்று கூறுவார்கள்.

முதலில் சுதாரித்துக் கொண்டவள் புவனேஸ்வரிதான். "சின்னு! என்ன இன்னும் இங்கேயே இருக்கே? மருந்து வாங்கக் கோயமுத்தூர் போகலையா?" - வரவழைத்துக் கொண்ட கோபத்தோடும் அடிமனதில் புரள்கிற பயத்தோடும் கேட்டாள்.

சின்னு தயக்கமாய் அவளை ஏறிட்டான். "பஸ் ஏதும் வரல்லீங்கம்மா. சாயந்தரம் ஆறு மணிக்கு இங்கிருந்து பொள்ளாச்சிக்குப் புறப்பட்டுப்போன பஸ்ஸோட சரியாம். பொள்ளாச்சியில ஏதோ பஸ் ஸ்டிரைக்காம். ஸ்டிரைக் முடியற வரைக்கும் பஸ்ஸூ வராதாம்?"

"லாரி ஏதும் கிடைக்கலையா?" - கிரி சின்னுவை அடிக்கண்ணால் பார்த்தபடி கேட்டான்.

சின்னுவின் முகபாவம் இயல்பாய் இருந்தது. "கிடைக்கலைங்கய்யா. இந்நேரம் வரைக்கும் லாரி ஏதாச்சும் கோயமுத்தூர் போகுதான்னு பார்த்துப் பார்த்துச் சலிச்சுப் போச்சு!"

புவனேஸ்வரி - லாயர், டாக்டர், கிரி மூன்றுபேரின் முகங்களையும் ஒரு முறை பார்த்துவிட்டு சின்னுவின் பக்கமாய்த் திரும்பினாள்.

"சரி சின்னு! நீ போய்ப் படு."

"அம்மா"

"ம்...."

"அய்யாவுக்கு இப்ப எப்படிம்மா இருக்கு?"

டாக்டர் பரமேஸ்வரன் குறுக்கிட்டார். "சின்னு ஐயாவோட உடம்பு ரொம்பவும் மோசமாத்தான் இருக்கு. எந்த நேரத்திலும் எதுவும் நடக்கலாம்."

சின்னு நிஜமான கவலையோடு அவுட் ஹவுசை நோக்கி நடந்தான்.

புவனேஸ்வரி பங்களாவை நோக்கித் திரும்ப... மூன்று பேரும் தொடர்ந்தார்கள். லாயர் குரலைத் தாழ்த்திக்கொண்டு புவனேஸ்வரியிடம் கேட்டார்.

"சின்னு வினோத்தைப் பார்த்திருப்பானோ?"

"பார்த்திருக்கச் சந்தர்ப்பமில்லை. அப்படி அவன் வினோத்தைப் பார்த்திருந்தா... 'சின்ன ஐயா வந்தாரே... எங்கேம்மா?'ன்னு கேட்டிருப்பான்!"

"நிஜமாவே பஸ் ஸ்டிரைக்கா? இல்லே சின்னு பொய் சொல்றானா?" - கிரி சந்தேகத்தில் தலையைத் தடவினான்.

"கிரி! சின்னு பொய் சொல்லலை. நடிக்கலை. எப்பவும் மாதிரிதான் இருக்கான். அவனுக்கு விஷயம் தெரிஞ்சிருந்தா

முகம் எப்படியும் காட்டிக் கொடுத்திருக்கும். சின்னுவைப் பத்திச் சில்லறைத்தனமா கவலைப்படறதை விட்டுவிட்டு மேற்கொண்டு ஆகற காரியங்களைக் கவனிப்போம்.”

நான்கு பேரும் பங்களாவுக்குள் நுழைந்தார்கள்.

சுந்தரமூர்த்தியின் உடல் இருந்த அறைக்குள் நுழைந்தார்கள்.

டாக்டர் பரமேஸ்வரன் சுந்தரமூர்த்தி உடலை நெருங்கினார். முகத்தை உற்றுப் பார்த்தார்.

“கன்னப் பரப்புகளில் நீலம் பாய ஆரம்பிச்சிருக்கு புவனேஸ்வரி! நான் சொன்னபடி சந்தனத்தை அரைச்சு முகம் பூராவும் பூசிடறது பெட்டர்!”

“செஞ்சுடலாம் டாக்டர்!”

“உங்க ரிலேட்டிவ்ஸ், அவரோட ஃப்ரெண்ட்ஸ் எல்லோருக்குமே விஷயம் தெரியப்படுத்தி வரவழைச்சுடுங்க. எல்லோரும் வந்துட்டா பாடியை சீக்கிரமா டிஸ்போஸ் பண்ணிடலாம்!” – டாக்டர் சொல்லிக்கொண்டே கிரியின் பக்கமாய்த் திரும்ப... கிரி தலையைக் குனிந்தபடி தரையை உன்னிப்பாய்ப் பார்த்துக் கொண்டிருந்தான்.

“கிரி... என்ன அப்படிப் பார்க்கிறே?”

“டாக்டர் தரையைப் பாருங்க...”

தரையைப் பார்த்த டாக்டர் அதிர்ந்தார்.

ஈரமண்ணோடு கூடிய காலடிச் சுவடுகள் சுந்தர மூர்த்தியின் உடல் கிடந்த கட்டிலைச் சுற்றிலும் தெரிந்தன. அப்போதுதான் யாரோ பதித்து விட்டுப்போன மாதிரிக் காலடிச்சுவடுகள் தெரிந்தன.

டாக்டர் குனிந்து பார்த்தார். வளர்ந்த ஓர் ஆணின் காலடிச் சுவடுகள்.

“அக்கா! நம்மை யாரோ கவனிக்கிறாங்க!” – கிரியின் முகம் இரத்தத்தை இழந்து வெளுப்பாய்த் தெரிந்தது.

"எனக்குச் சின்னு மேல சந்தேகமாய் இருக்கு!" - லாயர்.

"எனக்கும்தான்!" - டாக்டர்.

புவனேஸ்வரி பதட்டமில்லாமல் கையமர்த்தினாள். "கிரி! நீ ஒரு காரியம் செய். சத்தமில்லாம கதவைத் திறந்துட்டு சின்னுவோட அவுட் ஹவுசுக்குப் போ. அவன் என்ன செய்யறான்னு கவனி. அவன் நிம்மதியாப் படுத்துத் தூங்கிக்கிட்டிருந்தான்னா... அவன் மேல நாம சந்தேகப்பட எந்த நியாயமும் இல்லை. நம்மைப் பத்தின விஷயம் அவனுக்குத் தெரிஞ்சிருந்தா... நிம்மதியா அவனாலே தூங்க முடியாது. போ... போய்ப் பாரு!"

"சரிக்கா!" - கிரி வெளியே வந்தான்.

இருட்டு.

போர்டிகோவின் படிகளில் மெல்ல கால்பாவி இறங்கினான். இருட்டு அவனை விழுங்கிக் கொள்ள... அவுட் ஹவுசைக் குறிவைத்து மெல்ல நடந்தான்.

கிரியின் இதயம் ரேஸ் குதிரையாய்ப் பாய்ச்சல் காட்டியது. சுற்றும் முற்றும் ஒரு முறை பார்த்துக்கொண்டு அவுட் ஹவுஸை நெருங்கி... திறந்திருந்த ஜன்னல் வழியே உள்ளே எட்டிப் பார்த்தான்.

சின்னு மெல்லிய குறட்டையொலியோடு ஆழ்ந்த நித்திரையில் இருந்தான்.

புவனேஸ்வரி கறுப்புப் புடவையோடு சுந்தரமூர்த்தியின் கால்களைப் பற்றிக்கொண்டு பெரிதாய் அழுது கொண்டிருக்க... கிரி வாயில் வைத்த கர்ச்சீப்போடு தலைமாட்டில் நின்றிருந்தான்.

பங்களாவைச் சுற்றிலும் கார்கள் பரவியிருக்க... தோட்டத்து முன்புற நாற்காலிகளில் சுந்தரமூர்த்திக்குச் சமமான தொழிலதிபர்கள், பணக்காரர்கள், கிளப் நண்பர்கள்... இலேசாய் நாசூக்காய்த் துக்கம் கொண்டாடிக் கொண்டிருந்தார்கள்.

நன்றாக விடிந்துவிட்ட வால்பாறையில் ஊர்ஜனங்கள் இன்னமும் தூக்கம் கலையாமல் இருந்தார்கள். பட்சிகள்

மரத்துக்கு மரம் கீச்சிட்டுக் கொண்டிருக்க... தூரத்தே தெரிந்த தானக்கடவு மலைத்தொடர் சிகரங்களில் பாலைக் கொட்டினாற் போல் மேகப் பஞ்சுகள் வழிந்து கொண்டிருந்தன.

தேயிலைக் கொழுந்துகளைக் கிள்ளுவதற்காகப் புறப்பட்டுப் போய்க் கொண்டிருந்த ஒரு பெண்கள் கூட்டம் முந்தா நாள் டெண்ட் சினிமாவில் பார்த்த எங்க வீட்டுப் பிள்ளையைப் பற்றிப் பேசியபடி ரோட்டுச் சரிவில் கூடைகளோடு நடந்து கொண்டிருந்தார்கள்.

"வினோத்துக்குத் தகவல் போயிருக்கா?" - போலித் துக்கம் கொண்டாடிக் கொண்டிருந்த டாக்டர் பரமேஸ்வரனின் தோளைத் தட்டிக் கேட்டார், சுந்தரமூர்த்தியின் நெருங்கிய நண்பர் ஒருவர்.

"நேத்தைக்குக் காலையிலேயே டெலிகிராம் கொடுத்தாச்சு. ஃபோன்லேயும் பேசியாச்சு. புறப்பட்டு வர்றேன்னு தகவல் சொன்னார். ஒருவேளை ஃப்ளைட் கிடைக்கலையோ என்னவோ?"

"பாடியை எப்போ எடுக்கப் போறீங்க?"

"வினோத் வந்தாலும் சரி... வராட்டாலும் சரி... பத்து மணிக்குப் பாடியை எடுத்துரணும்..." - லாயர் கோபால்ராவ் சொல்லச் சொல்ல...

"ஸார்... ஸார்..." - பின்பக்கம் குரல் கேட்டுத் திரும்பினார்.

நல்ல உயரத்தில் ஓர் இளைஞன் நின்றிருந்தான். சம்மர் கிராப். நறுக்கப்பட்ட மீசை, நல்ல சிவப்பில் துயரம் தோய்ந்த விழிகளோடு தெரிந்தான்.

"அயாம் செந்தில் முரளி, எஃப்-2 போலீஸ் ஸ்டேஷன்ல சப்-இன்ஸ்பெக்டராக இருக்கேன். வினோத் எனக்கு குளோஸ் ஃப்ரெண்ட்."

சட்டென முகம் மாறினார்கள் லாயரும் டாக்டரும்.

"வினோத் பம்பாயிலிருந்து வராம மிஸ்டர் சுந்தரமூர்த்தியை அடக்கம் செய்யறது அவ்வளவு சரியில்லை. வினோத் எப்படியும் வந்துடுவான்."

"வந்துட்டாப் பிரச்சனையில்லை!"

"நான் வேணும்ன்னா கோயமுத்தூர் ஏர்போர்ட்டுக்குக் கால் போட்டுப் பேசிப் பார்க்கிறேன். எந்த ஃப்ளைட்லே வர்றான்ங்கிற விபரத்தையாவது தெரிஞ்சுக்கலாமே?" - செந்தில் முரளி மெல்லிய குரலில் பேசினான்.

"ஓ.கே ட்ரை யுவர் லெவல் பெஸ்ட்!" - டாக்டர் பரமேஸ்வரன் செந்தில் முரளியின் தோளைத் தட்டினார்.

செந்தில் முரளி போகத் திரும்பினான்.

"ஒன் மினிட்" - லாயர் குறுக்கிட்டார்.

"எஸ்!" என்றான் செந்தில் முரளி.

"நீங்க கோயமுத்தூரா?"

"ஆமாம்."

"எந்த ஏரியா?"

"கௌலி பிரவுன் ரோடு!" - என்றவன் லாயரை உற்றுப் பார்த்தபடி... "ஏன்? எதுக்காகக் கேட்கறீங்க?" என்றான்.

"இல்லை. வினோத் கூட வெச்சு உங்களை நான் ஒரு தடவை கூடப் பார்த்ததில்லை. ஒருவேளை நீங்க வெளியூரான்னு தெரிஞ்சுக்க கேட்டேன்."

செந்தில் முரளி நகர்ந்தான்.

அவன் மனதுக்குள் கவலை, கடன் வாங்கிய நடுத்தரக் குடும்பஸ்தன் மாதிரி உட்கார்ந்தது.

ஃபோன் இருக்கும் அறையைத் தேடி பங்களாவுக்குள் போனான். முன் அறையிலும் உள்அறையிலும் உறவினர் கூட்டங்கள் சம்பிரதாயத்துக்கு உட்கார்ந்திருக்க. நடுஹாலில் சுந்தரமூர்த்தி ஒரு பெரிய ரோஜா மாலையோடு கிடத்தப்பட்டிருந்தார். முகம் பூராவும் சந்தனப் பூச்சு.

'இந்தியன் ஏர்லைன்ஸ் மணி இந்நேரத்துக்கு டியூட்டியில் யார் இருப்பார்கள்' என்று மனசுக்குள் பாய...

அவரிடம் கேட்டால் போதும். ட்ரிப் ஷீட்டைப் பார்த்து எந்த ஃப்ளைட்டில் வினோத் வருகிறான் என்று சொல்லிவிடுவார்.'

ஃபோனை அணுகிச் சில நிமிஷங்களிலேயே எஸ். டீ.டியில் இந்தியன் ஏர்லைன்ஸைச் சிக்க வைத்து டிராஃபிக் அசிஸ்டெண்டைப் பிடித்தான் செந்தில் முரளி.

விபரத்தைச் சொல்லிவிட்டுக் காத்திருந்தான்.

மூன்று நிமிஷங்களுக்குள்ளாகவே கரகரத்தார் இந்தியன் ஏர்லைன்ஸைச் சேர்ந்த மணி. "செந்தில்! வினோத் நேத்து ராத்திரியே வந்து சேர்ந்தாச்சு. இன்னுமா வால்பாறை வந்து சேரலை?"

"இன்னும் இல்லையே?"

"ஆச்சரியமாயிருக்கே! நேத்து ராத்திரி எட்டு மணிக்கெல்லாம் ஃப்ளைட் வந்தருச்சு. ட்ரிப் ஷீட்டில் எஸ். வினோத், கோயமுத்தூர்ன்னு அட்ரஸ் கரெக்ட்டா இருக்கு..."

செந்தில் முரளி யோசனையில் மோவாயைத் தேய்த்தான். "தேங்க் யூ மணி... ஃபார் யுவர் கைண்ட் இன்ஃபர்மேஷன். வினோத் ஒருவேளை கோயமுத்தூர் பங்களாவுக்குப் போயிருக்கலாம். எந்த நிமிஷமும் வினோத் இங்கே வரலாம்."

ரிஸீவரை வைத்துவிட்டுத் தளர்வாய் வெளியே வந்தான். தோட்டத்து நாற்காலியில் ஒன்றை ஆக்கிரமித்துக் கொண்டு... வந்து நிற்கிற ஒவ்வொரு காரையும் ஆவலாய்ப் பார்க்க ஆரம்பித்தான்.

சூரியன் உச்சிக்கு ஏறி...

மேற்கு நோக்கிச் சரிய....

வினோத் இல்லாமலேயே சுந்தரமூர்த்தி தகனத்துக்காகப் புறப்பட்டார்.

இரவு மணி பதினொன்று.

பங்களாவின் ஒரேயொரு அறையில் மட்டும் வெளிச்சம் நிரம்பியிருக்க... மற்ற அறைகளில் இருட்டு அப்பியிருந்தது.

வெளிச்ச அறையில் புவனேஸ்வரியும் டாக்டரும் லாயரும் கிரியும் வரிசையாய் உட்கார்ந்திருக்க... எதிரே செந்தில் முரளி பதற்றமாய்க் காணப்பட்டான்.

''வினோத் ஏர்போர்ட் வரைக்கும் வந்திருக்கான். கஸ்டம்ஸ் அவனை அலசியிருக்கு. ஏர்போர்ட்டை விட்டு வெளியே வந்த பின்னாடிதான் அவனுக்கு என்னவோ ஆயிருக்கு" - செந்தில் முரளி சொல்ல... புவனேஸ்வரி தலையை ஆட்டி மறுத்தாள்.

"வினோத்துக்கு ஒண்ணும் ஆகியிருக்காது. அவன் வேணும்னேதான் வராம இருந்திருக்கிறான். மிஸ்டர் செந்தில்... கடந்த இரண்டு மாசமா வினோத்துக்கும் அவனுடைய அப்பாவுக்கும் ஏகப்பட்ட மனஸ்தாபம். அதெல்லாம் உங்களுக்குத் தெரிஞ்சிருக்க நியாயமில்லை!"

"ஆமா... ஆமா! எனக்குக் கூடத் தெரியும். ரொம்ப நாளா ஒருத்தர் கூட ஒருத்தர் பேசாம இருந்தாங்க. ஒரு தடவை சுந்தரமூர்த்தியே என்கிட்ட சொல்லியிருக்கார்..." - டாக்டர் பரமேஸ்வரன் புவனேஸ்வரியோடு சேர்ந்து பொய்யை அள்ள ஆரம்பித்தார்.

செந்தில் முரளியின் முகத்தில் குழப்பம் படர்ந்தது.

"இஸிட்? வினோத் இதைப் பத்தி இதுவரைக்கும் என்கிட்ட சொன்னதில்லையே?"

"அவன் சொல்ல மாட்டான். சரியான அழுத்தக்காரன். அவருக்கு இந்தக் கடைசி நாட்கள்ல அவன் மேல சரியான வெறுப்பு. உயிலைக் கூட மாத்தி எழுதிட்டார். நான் எவ்வளவு சொல்லியும் அவர் கேட்கலை!"

"என்னதான் கோபம் இருந்தாலும் - மனஸ்தாபம் இருந்தாலும் அதையெல்லாம் தள்ளி வெச்சுட்டுப் பெத்த அப்பனோட சாவுக்கு வந்து செய்ய வேண்டியதைச் செய்யறதுதானே முறை? இப்படியும் ஒரு புள்ளை இருப்பானா?" - லாயர் பேசி முடித்த அதே விநாடி...

வாசலில் காலிங்பெல் கதறியது.

“கிரி... போய்ப் பார். யாராவது துக்கம் விசாரிக்க வந்திருப்பாங்க. இனிமே வால்பாறையில் இருக்கக் கூடாது. நாளைக்குக் காலையிலே முதல் காரியமா கோயமுத்தூருக்குப் போயிடலாம்!” - புவனேஸ்வரி சொல்ல...

கிரி எழுந்து வாசலை நோக்கிப் போனான். கதவை ஒட்டி நின்று கேட்டான். “யாரது?”

“நான்தான்யா சின்னு... கதவைத் திறங்க!” - வெளியே இருந்து குரல் அவசர அவசரமாய் வந்தது.

கதவைத் திறந்தான் கிரி. “என்ன சின்னு? என்ன விஷயம்?”

சின்னு கத்தினான். “சின்ன ஐயா வந்துட்டாருங்க....!”

அதிர்ச்சியில் இதயம் ஸ்தம்பித்தது கிரிக்கு. “எ... எ... எங்கே...?”

போர்டிகோவைக் காட்டினான் சின்னு.

உடம்பு பூராவும் மண் அப்பியிருக்க.... புதைகுழியிலிருந்து எழுந்து வந்தவன் மாதிரி –

வினோத் ஒரு விகார இளிப்போடு நின்றிருந்தான்.

9

குண்டலினி யோகம் என்பது பிராணாயாமத்தை முறையோடு 12 ஆண்டுகள் செய்து வந்தால் பயிற்சியின் முதிர்ச்சியில் இந்தப் பிராணவாயு மூலதாரம் என்று சொல்லக்கூடிய செக்ஸுவல் கிளாண்ட் (விந்து நாத இருப்பிடம்) சென்று அங்கு பாம்பு போல் உறங்கிக் கொண்டிருக்கும் குண்டலினி என்ற அக்கினியை விழிப்படையச் செய்து அந்த அக்னி சக்தியை உசுப்பிவிடுகிறது.

உடம்பு பூராவும் திகில் தீயாய்ப் பற்றிக்கொள்ள... இரண்டடி பின்னுக்கு நகர்ந்தான் கிரி. பார்வையை இருமுறை கொட்டிக் கொட்டிக் கண்களுக்கு உன்னிப்பைக் கொடுத்து விட்டு... மறுபடியும் போர்டிகோவில் நின்றிருந்த வினோத்தைப் பார்த்தான். சந்தேகமில்லை.... வினோத் தான்!

நின்றிருந்த வினோத் மெல்ல நடந்து படியேறினான். மண் அப்பிய உடலும், இரத்தம் கசியும் உதடுகளும் ஒருவிதமாய் நிலைத்த பார்வையும், கொஞ்சம் வித்தியாசமாய்த் தெரிந்தன.

“அக்கா... ஆ!” - பங்களாவின் உள்ளே திரும்பிப் பார்த்துச் சத்தமாய்க் குரல் கொடுத்தான் கிரி.

கிரியின் குரலில் கிலி அப்பட்டமாய் எதிரொலித்தது.

“என்ன கிரி? யார் வந்திருக்கா?” - கேட்டுக்கொண்டே வந்த புவனேஸ்வரி கதவருகே மெல்லிய வெளிச்சத்தில்

நிழலுருவமாய் நின்றிருந்த வினோத்தைப் பார்த்ததும்.... நரம்புகளை உருவிவிட்டாற் போல் சிலிர்த்துப் போனாள். உதடுகள் பயத்தில் அசைந்தன.

“வி... வி... வி... வினோத்... நீயா...?”

“சித்தி...!!!” என்றான் வினோத். குரல் உடைந்து போய்க் கரகரப்பாய் கொஞ்சம் அழுகிற் மாதிரி எழுந்தது. “அப்பாவைப் போக விட்டுட்டீங்களே சித்தி! அவரோட முகத்தைக் கடைசியா பார்க்கக்கூட எனக்குக் குடுத்து வைக்கலையே சித்தி!” - புவனேஸ்வரியின் கைகளைப் பற்றிக் கொண்டு அழுதான் வினோத். உடல் குலுங்கியது.

புவனேஸ்வரிக்கு உடம்பில் மின்சாரம் பாய்ந்த மாதிரியான உணர்வு. அவளுடைய கைகளைப் பற்றியிருந்த வினோத்தின் கைகள் ஏகப்பட்ட ஜில்லிப்பாய் இருந்தன.

ஐஸ்கட்டியில் நாள் முழுக்க ஊறப் போட்ட கைகள் மாதிரி ஒருவித அமானுஷ்ய ஜில்லிப்பு.

டாக்டரும் லாயரும் சுவரோரமாய் இருட்டடித்த முகங்களோடு வினோத்தையே பீதியோடு பார்த்துக் கொண்டிருக்க....

செந்தில் முரளி வேகமாய் வந்து வினோத்தை நெருங்கி அவனுடைய தோளைத் தட்டினான்.

“டேய்.... வினோத்! இதென்னடா வேஷம்? உடம்பு பூராவும் மண் அப்பியிருக்கே? இப்போ எங்கிருந்துவர்றே?”

வினோத் ஒரு விகாரமான புன்னகையோடு புவனேஸ்வரியைப் பார்த்தான். “சித்தி! நான் எங்கிருந்து வர்றேன்னு செந்தில் முரளி கேட்கறான். பதிலை நீங்க சொல்றீங்களா? இல்ல... நான் சொல்லட்டுமா?”

செந்தில் முரளி வினோத்தைக் கோபமாய் உலுக்கினான். “ஏண்டா... நீ லேட்டா வந்துட்டு... உங்க சித்தியை என்னடா கேள்வி கேட்டுட்டு நிக்கிற? பம்பாயில் இருந்து எப்ப வந்தே?”

“நேத்தைக்கு!” - புவனேஸ்வரியைப் பார்த்துக்கொண்டே பதில் சொன்னான் வினோத்.

“நேத்தைக்குன்னா எத்தனை மணிக்கு?”

“ராத்திரி பத்து மணிக்கு!” - வினோத் பார்வை இப்போது கிரி மீது தாவியிருந்தது.

“நேத்திக்கு ராத்திரி பத்து மணிக்கே வந்த நீ... உடனடியா பங்களாவுக்கு வரவேண்டியதுதானே? என்னாச்சு உனக்கு?”

“டேய் செந்தில்.... முதல்ல நான் குளிக்கணும். என்னோட உடம்பைப் பார்த்தியா? எவ்வளவு மண்ணு! புறப்பட்டு வர்ற வழியிலே ஒரு சின்ன சம்பவம் நடந்துடுச்சு...”

“ஏர்போர்ட்ல இருந்து எதுல வந்தே? டாக்சியில தானே?”

“ஆமா. ஆனா டாக்சிக்காரன் ஆழியாறு டேம் வரைக்கும்தான் வந்தான். மேலே வால்பாறைக்கு வரமாட்டேன்னு சொல்லிட்டான். நேத்தைக்கு ஏதோ பஸ் ஸ்டிரைக்காம். அதனாலே பஸ்ஸும் கிடைக்கலை. அப்புறம் அந்த வழியா வந்த ஒரு லாரிக்காரன்கிட்ட கெஞ்சிக் கூத்தாடி ஏறிக்கிட்டேன்.

ஊமாண்டி முடுக்கு வரை சிரிச்சுப் பேசிட்டே வந்த டிரைவரும் கிளீனரும் அதுக்குப் பின்னாடி இருட்டுல ரோட்டோரமாய் லாரியை நிறுத்திட்டு என்னை பணம் கேட்டு அடிக்க ஆரம்பிச்சாங்க. கையில இருந்த வாட்ச், மோதிரம், வெச்சிருந்த பணம், என்னோட ப்ரீஃப்கேஸ் எல்லாத்தையும் பிடுங்கிட்டு என்னை ஒரு பாறையிலிருந்து உருட்டி விட்டுட்டாங்க. நல்லவேளையாய் பாறைக்கு இடப்பக்கமாய் இருந்த ஒரு களிமண் குழியிலே போய் விழுந்தேன்.”

ஞாபகம் இல்லாம ஒரு நாள் பூராக் குழிக்குள்ளேயே கிடந்திருக்கேன். ஞாபகம் வந்ததும் எழுந்திருச்சி வந்தேன்.

செந்தில் முரளியின் முகம் கோபத்தில் பற்றி எரிந்தது.

“யார் அந்த லாரி டிரைவர்? லாரி நம்பரை நோட் பண்ணினியா?”

"இல்லை."

"அந்த லாரி டிரைவரைத் திரும்பவும் பார்த்தா... அடையாளம் கண்டுபிடிச்சுடுவியா வினோத்?"

வினோத் உதட்டைப் பிதுக்கினான். "முடியாதுன்னு நினைக்கிறேன் செந்தில்! அவனோட முகத்தை ஞாபகப்படுத்தி ஞாபகப்படுத்திப் பார்க்கிறேன். என்னால முடியலை. கறுப்பா தாட்டியா இருந்தான். கிளீனர் மட்டும் கொஞ்சம் உயரமா கிரி சைஸில் இருந்தான்..." - வினோத் சொல்லிக்கொண்டே கிரியைப் பார்க்க... கிரியின் தொண்டைக் குழி அவஸ்தையோடு துடித்தது.

"சரி! நீ போய் முதல்ல குளிச்சிட்டு வா. டாக்டர் இங்கேதான் இருக்கார். காயத்துக்கு மருந்து போட்டுக்கலாம்." - செந்தில் முரளி சொல்ல... வினோத் மெதுவாய் பாத்ரூமை நோக்கி நடந்தான்.

புவனேஸ்வரியின் நெஞ்சில் திகில் பந்து சுழல ஆரம்பித்தது. உடம்பு பூராவும் சொத சொதவென்று வியர்த்து வழிந்தது. காதுக்கு அருகில் வைத்துவிட்ட டைம் பீஸாய் இதயப் பிரதேசம் முழுவதும் டிக் டிக் என்று பயத்தில் அடித்துக் கொள்ள ஆரம்பித்தது. தூக்கம் பிடிவாதமாய் வர மறுத்துத் தூரத்தில் நின்றிருந்தது.

'இது எப்படி சாத்தியம்?'

'நைலான் கயிற்றால் இறுக்கி வலதுகண் தெறிக்க உயிரை விட்டு... மண்ணுக்குள் புதையுண்டு போன வினோத் திரும்பவும் வந்திருக்கிறானா? நிச்சயமாய் இல்லை. இவன்... இவன் வினோத் சாயலில் இருக்கும் யாரோ ஒருவன்?'

பங்களா முழுவதும் இருட்டில் புதைந்து போயிருக்க... ஹாலில் இருந்த சுவர்க்கடிகாரம் தன் பெண்டுலத்தைச் சுண்டியது.

"டாண்... டாண்... டாண்..."

மணி மூன்று.

படுக்கையிலிருந்து எழுந்து உட்கார்ந்தாள் புவனேஸ்வரி. டீபாயின் மேலிருந்த வாட்டர் ஜக்கைச் சாய்த்து டம்ளரில் தண்ணீரை நிரப்பி உதட்டருகே கொண்டு போனவள்.... அறைக்கதவு மெல்ல மெல்ல ‘கர்ர்ர்... கர்ர்ர்...’ என்று சப்திக்க திறப்பதைக் கண்டதும் விழிகளை நிலைகுத்தினாள்.

இருட்டில் கலங்கலாய் மசமசவென்று ஓர் உருவம் உள்ளே நுழைந்தது. புவனேஸ்வரியை நோக்கி மெதுவாய் நடக்க ஆரம்பித்தது.

“யாரது?” - புவனேஸ்வரியின் குரல் கீச்சென்று வெளிப்பட... அவளுடைய கையில் இருந்த டம்ளர் ஆடியது.

“அக்கா! நான்தான்....”

புவனேஸ்வரிக்கு மூச்சு சீராய் வெளிப்பட்டது. “கிரி நீயா?”

“ஆமாக்கா.”

“எதுக்காக இப்ப வந்தே?”

“அக்கா! எனக்குப் பயமா இருக்குக்கா..!”

மறுபடியும் கதவு ‘கர்ர்ர்ர்... கர்ர்ர்ர்...’ என்று சப்திக்க டாக்டரும் லாயரும் எட்டிப் பார்த்தார்கள்.

கிரி அவசரக் குரலில் கிசுகிசுத்தான். “வாங்க டாக்டர்! வாங்க லாயர்! அக்கா தூங்காமத்தான் இருக்கு.”

டாக்டரும் லாயரும் உள்ளே நுழைந்தார்கள்.

“ஐய்யோ... இந்த நேரத்துல எதுக்காக என்னோட ரூமுக்கு வந்திருக்கீங்க? வினோத்தோ அந்த செந்தில் முரளியோ பார்த்துட்டான்னா ஆபத்து. போங்க முதல்ல...”

“மிஸஸ் புவனேஸ்வரி! சத்தம் போட்டுப் பேசாதீங்க. ரெண்டு பேருமே மாடியிலே நல்லாத் தூங்கிட்டுத்தான் இருக்காங்க. அதைப் பார்த்துட்டுத்தான் வர்றோம்.”

அறையில் சில விநாடிகள் மௌனம் நிலவியது.

லாயர் கோபால்ராவ் கட்டில் அருகே மெள்ள மண்டியிட்டு உட்கார்ந்தார்.

புவனேஸ்வரி "வந்திருக்கிறது வினோத்தா... இல்லே அவனோட ஆவியா?" தொண்டை உலர்ந்து போகக் கேட்டாள்.

"வந்திருக்கிறவன் வினோத் இல்லை. அவனுடைய ஆவியும் இல்லை. இவன் போலி. வினோத் மாதிரியே இருக்கிற போலி. நாளைக்கே கண்டுபிடிச்சுடலாம்."

"எப்படி?"

"யோசிக்கலாம்."

"யோசிக்கிறதுக்குள்ளே நம்ம நாலு பேரையும் காட்டிக் குடுத்துடுவான் போலிருக்கே. அவன் பேசற பேச்சையும் நம்ம மேல வீசற சந்தேகப் பார்வையும் பார்த்தா... உடம்பெல்லாம் உதறுது. போதாக்குறைக்கு இந்த நேரத்திலே செந்தில் முரளி கூடவே இருக்கான்!" – கிரி இருட்டில் சுவரோரமாய் சாய்ந்து உட்கார்ந்தபடியே பேசினான்.

நான்கு பேரில் கிரி ரொம்பவும் கலங்கிப் போயிருந்தான். பயத்தில் முகத்திற்குப் பிரேதக் களை வந்துவிட்டது.

"கிரி... இந்த நிமிஷம் நாம பதட்டப்படக் கூடாது. அவனுக்கு நம்ம விஷயம் பூராவுமே தெரிஞ்சிருக்கலாம். நம்ம காரை ஃபாலோ பண்ணிட்டு வந்தது... பங்களாவுக்குள்ளே ஆஷ்ட்ரேயில் சிகரெட் துண்டு கிடந்தது... பக்கத்து அறையிலே மேஜை நாற்காலிகளை நகர்த்துற சத்தம் கேட்டது... எல்லாமே இப்போ வந்திருக்கிறவனோட வேலையா இருக்கலாம். வந்திருக்கிறவன் போலிங்கிறதை நாம கண்டுபிடிக்கணும்!" – புவனேஸ்வரி பேசப் பேச டாக்டரும் லாயரும் இடைமறித்தார்கள்.

"புவனேஸ்வரி! எங்களுக்கு இங்கே இருக்கப் பயமா இருக்கு. நாங்க விடிஞ்சதும் முதல் காரியமா கோயமுத்தூர் போயிடறோம்."

"அக்கா! நானும் போயிடறேன்."

"கிரி செய்யறதைச் செஞ்சிட்டு சும்மா இப்படிப் பயந்து பயந்து சாகாதே. டாக்டரும் லாயரும் வேணும்னா....

கோயமுத்தூர் போகட்டும். நீயும் நானும் ரெண்டு நாள் இருந்துட்டுப் போகலாம்."

"அக்கா!"

"ஒண்ணும் பேசாதே! போய்ப் படு... எல்லாம் நாளைக்குக் காலையில விவரமாய்ப் பேசிக்கலாம். லாயர், டாக்டர் நீங்க ரெண்டு பேரும் போங்க!"

டாக்டரும் லாயரும் கதவைத் திறந்துகொண்டு பூனைகளாய் வெளியே வந்தார்கள். கிரி இன்னமும் புவனேஸ்வரியின் முன்னாலேயே நின்று கொண்டிருந்தான்.

"சொல்றது காதுல விழலை? போய்ப் படு கிரி!"

"அக்கா! நான் உன்னோட ரூம்லேயே படுத்துக்கிறேன்."

புவனேஸ்வரி சிறிது நேரம் அவனையே முறைத்தாள். "ஏன்டா இப்படிப் பயந்து சாகறே?"

"அக்கா! என்னவோ தெரியலை.... கண்ணை மூடினா அந்த வினோத் என்னோட பக்கத்துல வந்து உட்கார்ந்துகிட்டு என்னோட கழுத்தைத் தடவி என் முன்னுச்சி முடியைப் புடிச்சி இழுக்கிற மாதிரியே இருக்கு..."

"எல்லாமே பிரமை. மனசுக்குத் தைரியத்தைக் கொடு!"

"என்னால முடியலைக்கா!"

"சரி... இங்கேயே படு."

கிரி கட்டிலில் கிடந்த ஒரு தலையணையை எடுத்துச் சுவரோரமாய்ப் போட்டுக் கொண்டு படுத்தான். புவனேஸ்வரியும் படுக்கையில் சாய்ந்தாள். மெல்லக் கண்களை மூடினாள்.

வினோத் உடம்பு பூராவும் மண் அப்பிய கோலத்தோடு சிரித்தான். சிரிப்பில் விகாரம் தெரிந்தது. புவனேஸ்வரியைக் கீழ்ப் பார்வை பார்த்தான்.

மனம் பூராவும் ஒரே எண்ணம் பிரதிபலித்தது. வந்திருக்கிறவன் நிச்சயமாய் வினோத் இல்லை... வினோத் இல்லை... வினோத் இல்லை... வினோத் இல்லை...

அறைக்கு வெளியே ஹாலில் சுவர்க்கடிகாரம் மூன்றரை ஆகிவிட்டதன் அடையாளமாய் ஒற்றை அடி அடித்து விட்டு மௌனமானது. கண்கள் நெருப்புக் கோளங்களாய் எரிய... தூங்கியே ஆக வேண்டும் என்ற கட்டாயத்தில் புரண்டு படுத்தாள் புவனேஸ்வரி.

"அக்கா! - கட்டிலுக்குக் கீழே சுவரோரமாய் இருந்த கிரியிடமிருந்து பாம்புச் சீறலாய்க் குரல் எழுந்தது.

"என்ன கிரி?" - எரிச்சலோடு தலையை உயர்த்தினாள்.

"சத்தம் கேட்கலை?"

"சத்தம்! என்ன சத்தம்?"

"யாரோ பாத்ரூம் ஷவரில் குளிக்கிற சத்தம்."

புவனேஸ்வரி படக்கென்று எழுந்து உட்கார்ந்தாள். சில விநாடிகள் காதுகளுக்குக் கூர்மை கொடுத்துக் கேட்டாள். முகம் மாறியது.

கிரி சொன்னது வாஸ்தவம்தான்.

"ஸ்... ஸ்ஸ்... ஸ்ஸ்ஸ்..." என்று மெலிதாய் ஒரு சத்தம் கேட்டுக் கொண்டிருக்க.... கிரி எழுந்து நின்றான். புவனேஸ்வரி கிரியின் முகத்தைப் பார்த்தாள்.

"எவ்வளவு நேரமா இந்தச் சத்தம் உன்னோட காதுல விழுந்துட்டிருக்கு?"

"கொஞ்ச நேரமாதான்...."

"இந்த நேரத்துல இந்தக் குளிரில யார் குளிக்கறாங்க?"

புவனேஸ்வரி கதவை நோக்கி நடந்தாள். கூடவே கிரியும் தொடர்ந்தான்.

அறையை விட்டு வெளியே வந்து... ஹாலில் பரவி நின்ற இருட்டில் மெல்ல மெல்ல பங்களாவின் பின்புறத்தை நோக்கி நடந்தார்கள்.

"கிரி! எதிலேயும் முட்டிக்காம மோதிக்காம வா..." - புவனேஸ்வரி ஹாலைக் கடந்து வராந்தாவைச் சுற்றிக்கொண்டு பாத்ரூமை நெருங்கினாள்.

பாத்ரூமுக்குள் இருந்த வெளிச்சம் வெண்டிலேட்டர் வழியே தெரிந்தது. ஷவர் ஓரே சீராய் 'ஸ்ஸ்ஸ்ஸ்...' என்று சீறிக் கொண்டிருந்தது.

புவனேஸ்வரி கிரியின் தோளைத்தொட்டு மெல்லிய குரலில் சொன்னாள். "நாம ரெண்டு பேரும் அப்படி அந்த இருட்டுல நின்னுக்கலாம். குளிச்சிட்டு வர்றது யாருன்னு பார்த்துடலாம்...."

"சரிக்கா!"

இரண்டு பேரும் இருட்டில் ஒதுங்கினார்கள். மூச்சை அடக்கிக் கொண்டு நிற்க ஆரம்பித்தார்கள். ஷவர் இன்னமும் சீறிக் கொண்டிருந்தது.

ஐந்து நிமிஷம், பத்து நிமிஷம், பதினைந்து நிமிஷம்.... நேரம் ஊர்ந்தது. மணி மூன்று நாற்பத்தைந்து. ஷவர் இன்னமும் பீய்ச்சிக் கொண்டிருந்தது.

வெண்டிலேட்டர் வழியே வெளிச்சத்தையே பார்த்துக் கொண்டிருந்த புவனேஸ்வரிக்கும் கிரிக்கும் பயத்தில் நெஞ்சை அடைக்க ஆரம்பித்தது.

"அக்கா! குளிக்கிறது யாரு?"

"தெரியலையே? இப்பப் பார்த்துடலாம். இன்னும் ரெண்டு நிமிஷத்துல வெளியே வந்துடுவான்."

"யாரு வினோத்தா?"

"அப்படித்தான் நினைக்கிறேன்."

மறுபடியும் காத்திருக்க ஆரம்பித்தார்கள். மணி 3.50. ஷவர் இன்னமும் அழுது கொண்டிருந்தது.

3.55 மணி.

"அக்கா!"

"ம்..."

"பாத்ரூம் கதவைத் தட்டிப் பார்க்கலாம். வெறுமனே ஷவர் வொர்க் பண்ணிட்டு இருக்கோ என்னவோ?"

“கொஞ்சம் பொறு கிரி! இன்னும் அஞ்சு நிமிஷம் பார்த்துடலாம். அவசரப்பட்டா காரியம் கெட்டுடும். ஹால் கடிகாரம் நாலு அடிக்கிற வரைக்கும் பார்ப்போம். அதுக்கப்புறம் யாரும் வெளியே வரலைன்னா கதவைத் தட்டிடலாம்.”

“ம்...”

காத்திருந்தார்கள். ஷவர் ஓய மறுத்தது.

திடீரென்று ஹால் கடிகாரம் வால்பாறை அமைதியைப் பூராவும் அரைத்து வாயில் போட்டுக்கொண்டு அதிர ஆரம்பித்தது.

“டாண்... டாண்... டாண்... டாண்...”

கிரி எழுந்தான்.

“அக்கா! இனிமே பொறுக்க முடியாது. கதவைத் தட்டிக் கேட்டுடலாம்.”

“ம்... போ கிரி!” – தலையை ஆட்டினாள் புவனேஸ்வரி.

கிரி பாத்ரூமை நோக்கி நடந்தான். நெருங்கிக் கதவின் மேல் கையை வைத்தான். தட்டினான்.

“டொக்... டொக்...”

“.........”

“டொக்... டொக்...”

“உள்ளே யாரு?”

பதிலுக்கு ஷவர் பொழிந்தது.

கதவைத் தட்டும் ஒலியை அதிகப்படுத்தினான் கிரி. “யாரு உள்ளே? ஏய்!”

“ஸ்... ஸ்ஸ்... ஸ்ஸ்ஸ்...” – என்றது ஷவர்.

புவனேஸ்வரியை நோக்கி மறுபடியும் வந்தான் கிரி. “அக்கா! கதவைத் தட்டினா பதிலுக்கு ஒரு பேச்சு மூச்சு இல்லை. உள்ளே யாரும் இல்லேன்னு நினைக்கிறேன்.”

“கிரி! எதுக்கும் அந்த ஸ்டூலை எடுத்துச் சுவரோரமாய்ப் போட்டு வெண்டிலேட்டர் வழியா பாத்ரூமைப் பார்த்துடு. ஆள் இருக்கா இல்லையாங்கிறதைத் தெரிஞ்சுக்கலாம்.”

“சரி அக்கா!”

கிரி இருட்டில் மெல்ல நடந்துபோய் வராந்தாவின் மூலையில் இருந்த ஒரு மர ஸ்டூலை எடுத்து வந்து... வெண்டிலேட்டருக்கு நேர் கீழே சுவரோரமாய்ப் போட்டு மேலே ஏறி நின்றான்.

உயரம் போதவில்லை.

கைகளால் வெண்டிலேட்டர் கம்பிகளைப் பற்றிக்கொண்டு மூச்சை இழுத்துப் பிடித்து எம்பி வெண்டிலேட்டர் இடைவெளியே உள்ளே பார்வையைப் பாய்ச்சினான்.

அடுத்த விநாடி....

உடம்பு பூராவும் ஒரே நேரத்தில் விஷ ஊசிகளை ஆழமாய்ச் செருகி எடுத்தாற் போல் அதிர்ந்தான் கிரி. நம்ப இயலாதவனாய் மறுபடியும் எம்பிப் பார்த்தான்.

ஷவர் ஆக்ரோஷமாய் நீரைப் பீய்ச்சிக் கொண்டிருக்க...

அதனடியில் -

ஓர் எலும்புக்கூடு - தன் கைகளை விரித்தபடி நின்றிருந்தது.

10

அந்த அக்னி போன்ற சக்தி, சுழுமுனை என்ற நாடியில் மூடியுள்ள சவ்வைக் கிழித்துக்கொண்டு மேலே கிளம்பி நடுவேயுள்ள ஆதாரங்களை ஊடுருவி ஸ்வாதிட்டானத்தை (ஆறு இதழ் தாமரை) மலரச் செய்து அங்கே தவழ்ந்து அடுத்து மணிபூரகம் என்ற தொப்புள் பகுதியை அடைந்து அங்கேயுள்ள பத்து இதழ் தாமரையை மலரச் செய்து அதையும் கடந்து அனாகதம் என்று சொல்லக்கூடிய நெஞ்சுப் பகுதிக்கு வந்து அங்கே பன்னிரண்டு இதழ் தாமரையை மலரச் செய்து, ஒளிரச் செய்து... அதையும் கடந்து விசித்தி என்ற தொண்டைக் குழியில் இருக்கும் பதினாறு இதழ் தாமரையை மலரச் செய்து, புருவமத்திக்கு பந்து மூவிதழை மலரச் செய்து, 'நான் யார்?' என்ற நிலை விளங்கி ஆன்ம காட்சி வயற்று தான் தானாய் விளங்கி, 'நான்', 'நீ' என்ற எல்லாம் ஒன்றாகிறது. இதற்கு 12 வருட காலமாகிறது. ஒவ்வொரு இடம் வருவதற்கும் இரண்டு வருட காலமாகும்.

கிரி ஏகப்பட்ட திகிலோடும், வியப்போடும் ஸ்டூலில் இருந்து கீழே குதித்தான். உடம்பு தன்னிச்சையாய் நடுங்கிக் கொண்டிருந்தது. இருட்டில் நின்றிருந்த புவனேஸ்வரியை நோக்கிப் பதட்டமாய் ஓடினான்.

புவனேஸ்வரி கிசுகிசுத்தாள். "கிரி! ஏன் இப்படி ஓடி வர்றே? யார் குளிக்கிறா? வினோத்தா?"

"அக்... அக்... அக்கா...!"

"என்னடா ஆச்சு உனக்கு? ஏன் உடம்பு ஆடுது?"

"அக்கா.... குளிக்கிறது ஒரு எலும்புக் கூடு! கையை விரிச்சுகிட்டு...!"

"கிரி.... என்ன உளர்றே?"

"ஆமாக்கா.... ஒரு எலும்புக் கூடுதான் குளிச்சிட்டிருக்கு."

"உன்கூடப் பெரிய ரோதனை! நல்லாப் பார்த்தியா? எலும்புக்கூடு எப்படிடா குளிக்கும்? நீ ஏற்கெனவே ரொம்பவும் அரண்டு போயிருக்க. எதைப் பார்த்தாலும் பயந்துகிட்டு உளறிகிட்டு.... சே!" - புவனேஸ்வரி பல்லைக் கடித்தாள்.

"வேணுமின்னா நீயே போய்ப் பாரக்கா.. பார்த்தாதான் நீயே நம்புவே!" - அந்தப் பயத்திலும் கிரிக்கு ரோஷம் வந்தது.

புவனேஸ்வரிக்கு உள்ளூர நடுக்கமாய் இருந்தாலும்.... கிரி சொல்வது உண்மையா என்பதைத் தெரிந்து கொள்ளும் ஆவலில் மெதுவாய் பாத்ரூமை நோக்கி நடக்க முற்பட்டாள். இரண்டடிதான் எடுத்து வைத்திருப்பாள்

அதற்குள் –

பாத்ரூமின் உள்ளே கதவின் நாதாங்கி பளிச்சென்று விலகும் சத்தம் கேட்டது. புவனேஸ்வரி சரேலென இருட்டுக்குள் மறைந்து ஒளிந்தாள். கிரி ஏற்கெனவே ஒடுங்கியிருந்தான்.

கதவு மெல்ல உள்வாங்கியது.

கிரி தலையை மட்டும் திருப்பி... மிரண்டுபோன விழிகளோடு பாத்ரூமையே பார்த்துக் கொண்டிருக்க... புவனேஸ்வரி நெஞ்சு அதிரப் பார்வையை நிலை குத்தினாள்.

இடுப்பில் கட்டிய டவலோடும் நீர் சொட்டும் உடம்போடும் வினோத்... பாத்ரூமிலிருந்து வெளிப்பட்டான்.

பாத்ரூமின் மின் விளக்கை அணைத்துவிட்டு மாடியை நோக்கி நடக்க ஆரம்பித்தான்.

புவனேஸ்வரி கிரியின் விலாவில் குத்தினாள்.

“பார்ரா.... குளிச்சிட்டு வெளியே வந்தது வினோத்துதான். எலும்புக்கூடு இல்லை!”

கிரி வேகமாய் எழுந்து பாத்ரூமை நோக்கி ஓடினான்.

மின் விளக்கை மறுபடியும் எரிய விட்டு கதவைத் திறந்து உள்ளே பார்த்தான். உள்ளே யாருமில்லை.

பாத்ரூம் பளிச்சென்று வெறுமையாய் இருந்தது.

புவனேஸ்வரி அவனை நெருங்கி அவனுடைய தோளைத் தட்டினாள். கிரி வியர்த்த முகத்தோடு திரும்பினான்.

“அக்...கா!”

“நீ ஒண்ணும் சொல்லாதே! நீ ரொம்பவும் ஆடிப் போயிருக்கே. எதைப் பார்த்தாலும் மிரள்றே...! நீ இப்ப என் கூடவே வா. அந்த வினோத் இந்த நேரத்துல குளிச்சுட்டு என்னதான் செய்யுறான்னு பார்க்கலாம்!” - புவனேஸ்வரி நடந்தாள்.

மாடிப்படிகளில் சப்தம் வராமல் ஏறி உச்சியை அடைந்து. மங்கலாய் வெளிச்சம் தெரியும் வினோத்தின் அறைக்கு முன் நின்றார்கள்.

கதவு மூடியிருக்க. திறந்திருந்த ஜன்னல் வழியே பார்த்தார்கள்.

வினோத் ஈர உடம்போடு முதுகைக் காட்டிக்கொண்டு உட்கார்ந்திருந்தான். தலைமயிர்கள் திரித்திரியாய் பிரிந்து இன்னமும் நீர் சொட்டிக் கொண்டிருந்தது. ஏதோ ஆசனம் போட்டு உட்கார்ந்திருந்த மாதிரியான நிலை. அவனுக்கு முன்னால் வித்தியாசமான சில பொருள்கள் தெரிந்தன. இரும்பாலான ஒரு செம்பில் செம்பைச் சுற்றிலும் எருக்கம் இலைகள். இலைகளுக்கு சாய்ந்தபடி ஓர் அடிச் சதுரப்

பரப்பில் ஒரு செப்புப் பட்டயம் மின்னியது. பட்டயத்தின் முகப்பில் பெரிதாய் நான்கைந்து குங்குமப் பொட்டுக்கள்.

புவனேஸ்வரிக்குத் திகிலால் நெஞ்சு அடைத்தது.

"கிரி! என்னடா செய்யறான் இவன்?"

"தெரியலேக்கா!" - கிரியின் முகத்தில் ஒரு பிரேதக் களை அப்பட்டமாய்த் தெரிந்தது. "ஏதோ பூஜை பண்ணப் போறான்."

"நிச்சயமா... இது மனுஷன் செய்யுற பூஜையில்லை!" - புவனேஸ்வரியின் மனசுக்குள் முழுசாய் ஓர் ஐஸ்கட்டியை விழுங்கிய சிலிர்ப்பு ஏற்பட்டது. 'வால்பாறையில் இந்த விடியற்காலையில் ஊசியாய்க் குத்தும் குளிரில் - பச்சைத் தண்ணீரில் - அரை மணி நேரத்துக்கு மேல் குளித்து... ஈரத்தைத் துவட்டாமல் நடந்து வெற்றுடம்போடு இப்படி உட்கார்ந்திருப்பது என்பது ஒரு சாதாரண மனுஷனால் முடிகிற காரியமா?'

"என்ன ரெண்டு பேரும் இந்நேரத்திலே இங்கே நின்னுட்டிருக்கீங்க? என்ன விஷயம்?" - புவனேஸ்வரிக்கு பின்பக்கம் அந்தக் குரல் கேட்டது.

தூக்கிவாரிப் போட்டுத் திரும்பினார்கள்.

செந்தில் முரளி இரவுநேர பைஜாமாவில் தூக்கக் கலக்கத்தோடு மார்பின் குறுக்கே கைகளைக் கட்டியபடி நின்றிருந்தான். கொட்டாவி ஒன்றை விட்டுக்கொண்டே அவர்களை நெருங்கினான்.

புவனேஸ்வரி மெல்லச் சிரித்துச் சமாளித்து... "வா செந்தில்... உன்னையே எழுப்பி விஷயத்தைச் சொல்லணும்னுதான் நினைச்சிட்டிருந்தோம்."

"ஏன் என்ன விஷயம்?" - செந்தில் முரளியின் முகம் மாறியது.

"உன்னோட ஃப்ரெண்ட் வினோத் இது மாதிரிப் பூஜை பண்ணி நீ எப்பவாவது பார்த்திருக்கியா செந்தில்? வா...

இப்படி வந்து ஜன்னல் வழியாப் பாரு!" - மெல்லிய குரலில் கிகிகிசுத்தான்.

"வினோத்தா என்ன பூஜை பண்றான்? அதுவும் இந்த நேரத்துலே?" - செந்தில் முரளி ஆச்சரியப்பட்டுக் கொண்டே ஜன்னலை நெருங்கி எம்பிப் பார்த்தான்.

வினோத் செம்பு நீரில் மிதந்து கொண்டிருந்த எலுமிச்சம் பழத்தைத் தரையில் வைத்து... அதன் தலையில் ஒரு பெரிய ஆணியை வைத்துச் சுத்தியால் அடித்துக் கொண்டிருந்தான். சுற்றிலும் குங்குமம் திட்டுத் திட்டாய்ச் சிதறிக் கிடந்தது.

"என்ன செய்யறான் இவன்?" - எரிச்சலோடு கேட்டுக் கொண்டே கதவைத் தட்டப் போனான் செந்தில் முரளி. அவனுடைய கையை கப்பென்று பிடித்தாள் புவனேஸ்வரி.

"செந்தில்! இந்தச் சமயத்துல எதுவும் கேட்காதே.... அப்பறமா கேளு!"

செந்தில் முரளி நெற்றியைத் தேய்த்துக் கொண்டான். "என்ன இவன்? சுத்தப் பைத்தியக்காரனா இருக்குறான். நேத்து ராத்திரி உடம்பு பூராவும் மண்ணை அப்பிக்கிட்டு வந்து எதை எதையோ சொன்னான். இப்போ... ஏதோ ஒரு மந்திரவாதி மாதிரி பூஜையெல்லாம் செஞ்சுட்டுருக்கிறான். இவன் வினோத்தா? இல்லே... வேற யாரோவா?"

செந்தில் முரளி இப்படிச் சொன்னதும்... புவனேஸ்வரியை உற்சாகம் சட்டென்று பிடித்துக கொண்டது. "ஆமா.... செந்தில்! எனக்கும் அந்த யோசனைதான். என்னைப் பொறுத்தவரைக்கும் இவன் நிச்சயமா வினோத் இல்லை! வினோத் பச்சைத் தண்ணில குளிச்சு நான் பார்த்ததேயில்லை. அவன் கோயிலுக்குக் கூடப் போறது அபூர்வம்தான். கோயமுத்தூர்ல இருக்கற பங்களா பூஜையறையில ஒருநாள் கூட நுழைஞ்சதில்லை. இவன் என்னடான்னா...."

செந்தில் முரளி தீவிரமாய் யோசிப்பவனைப் போல்... சுவரையே சிறிது நேரம் பார்த்தான். பின்பு புவனேஸ்வரியின் பக்கமாய்த் திரும்பினான்.

"நேத்தைக்கு ராத்திரியே எனக்கும் அந்த டவுட் இருந்தது. பேச்சுல நிறைய வித்தியாசம் இருக்கு. அப்பா செத்ததுக்குக்கூட அதிகமா அழலை. என்கிட்ட நிறையப் பேசறவன் அவன். ஆனா பேசலை!"

கிரி பேச்சில் குறுக்கிட்டான். "இவன் நிச்சயமா வினோத் இல்லை!"

"எப்படிச் சொல்றீங்க அவ்வளவு உறுதியா?" - செந்தில் முரளி கேட்டான்.

கிரி அவஸ்தையோடு புவனேஸ்வரியைப் பார்த்தான். "ஓர் யூகம்தான்!"

"உங்க யூகப்படியே வெச்சுகிட்டாலும் உண்மையான வினோத் என்ன ஆனான்ங்கிறதை நாம கண்டுபிடிச்சாகணும். இங்கே இப்ப வந்திருக்கிறவன் போலியா... உண்மையாங்கறதை நாளைக்குக் காலையிலே கண்டுபிடிச்சுடலாம்."

"எப்படி?"

"சொல்றேன் வாங்க..."

மாடி வராந்தாவின் இருட்டுமூலைக்கு மூவரும் போனார்கள். கிரி வினோத்தின் அறையைத் திரும்பித் திரும்பிப் பார்த்துக்கொண்டே போனான்.

வராந்தாவின் கைப்பிடியில் சாய்ந்துகொண்டே செந்தில் முரளி கேட்டான். "வினோத் ஒரு பொண்ணைக் காதலிச்சிட்டிருந்த விஷயம் உங்களுக்குத் தெரியுமா?"

புவனேஸ்வரி ஆச்சரியப்பட்டுக்கொண்டே "தெரியாது..." என்றாள்.

"என்கிட்ட சொல்லியிருக்கான். அவ பேரு சங்கீதா. ஏழைப்பட்ட குடும்பம். சீக்கிரமாவே கல்யாணம் பண்ணிக்க இருந்தாங்க..."

"ஓ..." என்றான் கிரி.

"நாளைக்கு அந்தச் சங்கீதாவை வால்பாறைக்கு வரவழைச்சு இவன்கூடப் பேச வைக்கலாம். வந்திருக்கிறவன்

வினோத்தா இல்லையாங்கிறதை சங்கீதா ரொம்பவும் ஈஸியாக் கண்டுபிடிச்சுடுவா!"

"நாளைக்கு முதல் காரியமா அதைச் செய் செந்தில்!" - புவனேஸ்வரி சந்தோஷமாகக் கையைச் சொடுக்கினாள். கிரியும் கூட பயத்திலிருந்து கொஞ்சம் விடுபட்டிருந்தான்.

"அவன் பூஜையைப் பண்ணிட்டிருக்கட்டும். நாம போய்த் தூங்கலாம். விடிஞ்சதும் மத்ததைப் பேசிக்கலாம்" - செந்தில் முரளி தன்னுடைய அறையை நோக்கிப் போக....

புவனேஸ்வரியும் கிரியும் மாடிப்படிகளில் இறங்க ஆயத்தமானார்கள். என்னதான் மனசை உற்சாகப்படுத்திக் கொண்டாலும்... கிரிக்கு ஷவருக்குக் கீழே கைகளை விரித்தபடி குளித்துக்கொண்டிருந்த எலும்புக்கூட்டின் உருவம் அடிமனதில் ஆழமாய்ப் பதிந்திருந்தது.

காலை பதினொரு மணி.

பங்களாவின் போர்டிகோ அருகே இருந்த போகன்வில்லா பந்தலுக்குக் கீழே நாற்காலிகளில் காத்திருந்தார்கள் புவனேஸ்வரியும் கிரியும் செந்தில் முரளியும்.

கோவையிலிருந்து கொஞ்சம் பதட்டமாய் ஒரு சின்ன ஹேண்ட்பேக்கோடு பஸ்ஸை விட்டு இறங்கிய சங்கீதா, செந்தில் முரளியின் யோசனைப்படி வினோத்தின் அறைக்குள் நுழைந்து இந்த நிமிஷத்தோடு இருபது நிமிஷம் ஆகியிருந்தது.

"வந்திருக்கிறவன் வினோத்தா இல்லையாங்கிறதை சங்கீதா கண்டுபிடிச்சுடுவாளா செந்தில்?" - புவனேஸ்வரி நாற்காலியின் நுனிக்கு நகர்ந்தபடி கேட்டாள்.

"ஷ்யூர்! கண்டிப்பா கண்டுபிடிச்சுடுவா... வினோத்துக்கும் சங்கீதாவுக்கும் சில அந்தரங்கங்கள் இருக்கலாம். அதையெல்லாம் கிளறிப் பாருன்னு சங்கீதாகிட்ட சொல்லியிருக்கேன்!"

கிரி திடீரென்று ஆர்வமான குரலில்... "அதோ... சங்கீதா வர்றா...!"

சங்கீதா முகத்தில் சிரிப்பில்லாமல் இயந்திரத்தனமாய் வந்து கொண்டிருந்தாள். போகன்வில்லா பந்தலை நெருங்கியதும் நின்றாள். செந்தில் முரளி வந்தான்.

"வா... சங்கீதா உட்காரு." - கூடை நாற்காலியொன்றை இழுத்துப்போட... சங்கீதா பெருமூச்சொன்றை உதிர்த்தபடி உட்கார்ந்தாள்.

"என்னாச்சு.... வந்திருக்கிறவன் வினோத் தானா?"

"ஸாரி மிஸ்டர் செந்தில்! என்னால கண்டுபிடிக்க முடியலை. ஒரு சமயம் பேசறதைக் கேட்டா... வினோத் மாதிரியும் தெரியுது. இன்னொரு சமயம் பேசறதைக் கேட்டா வினோத் இல்லேங்கிற மாதிரியும் தெரியுது. எனக்கு ரொம்பவும் குழப்பமாயிருக்கு!

ரூமுக்குள்ளே போனதும் ஒரு ரெண்டு நிமிஷம் என்னையே உத்துப் பார்த்துக்கிட்டிருந்தார். நானும் ஒண்ணுமே பேசாம நின்னுட்டிருந்தேன். அப்புறம் மெல்லமா, 'இப்பத்தான் ஊர்லே இருந்து வர்றியா?'ன்னு கேட்டார்."

"உனக்கும் வினோத்துக்கும் நடந்த சில அந்தரங்கமான சம்பவங்களை நினைவுபடுத்திப் பேசினியா சங்கீதா?"

"ம்... பேசிப் பார்த்தேன். அவருக்குச் சிலதெல்லாம் ஞாபகமே இல்லை. ரெண்டு மூணு சம்பவத்தைச் சரியா சொன்னார். அவ்வளவுதான்!"

"அப்போ வந்திருக்கிறவன் வினோத்துன்னு நம்பலாமா?"

சங்கீதாவின் கண்கள் கலங்கின. "ஸார்... எனக்கு ஒண்ணும் சொல்லத் தெரியலை. நிறைய ஒற்றுமையும் இருக்கு. அதே மாதிரி வித்தியாசமும் தெரியுது. வினோத்தோட குரல் கொஞ்சம் சாஃப்ட்டா இருக்கும். ஆனா இவரோட குரல் ரொம்ப ஹார்டா இருக்கு. வினோத் சிரிச்சா... கன்னத்துல குழி விழும். விழற குழி ரொம்பவும் அழகா - ஆழமாத் தெரியும்.இவரு சிரிச்சா அவ்வளவு அழுத்தமாய்த் தெரியலை. வினோத்துக்குத் தினசரி ஷேவிங் பண்ணியாகணும். இவர் ஒரு வார தாடியை மழிக்காம

வைச்சிருக்கார். அப்புறம்... அப்புறம்... கடைசியா ஒரு பெரிய வித்தியாசம் சார்"

"ம்... சொல்லு."

"இப்ப வந்திருக்கிற வினோத்தோட பார்வையிலே ஒரு குரூரம் தெரியுது... உடம்பிலிருந்து ஒரு மாதிரியான சுவாசிக்கப் பிடிக்காத நாத்தம் வருது."

"என்ன நாத்தம்?"

"எனக்குச் சொல்லத் தெரியலை. அழுகிப்போன முட்டை மாதிரி ஒரு வீச்சம். செத்துப் போன எலி மாதிரி ஒரு நாத்தம்."

"அ... அ... அப்படியா...?" - மூவரும் திகைத்தார்கள்.

"சார்! நான் கோயமுத்தூர் போயிடறேன். எனக்கென்னவோ பயமாயிருக்கு. நீங்க இந்த விஷயத்துல முயற்சி எடுத்து உண்மையான வினோத்தைக் கண்டுபிடிக்கணும். நான் வரட்டுமா?" - சங்கீதா எழுந்து கொண்டாள்.

சங்கீதா நிறையப் பயந்திருந்தாள். அடிக்கடி கர்ச்சீப்பால் முகத்தை ஒற்றிக் கொண்டாள். அவளுடைய அழகிய விழிகளில் கண்ணீர் மேகங்கள் சூழ ஆரம்பித்தன.

"ஓ.கே நீ வேணும்ன்னா புறப்படு சங்கீதா! நான் ஃபோன் பண்ணி விஷயத்தைச் சொன்னதுமே நிலவரத்தைப் புரிஞ்சுகிட்டு... வால்பாறைக்கு வந்ததுக்கு நன்றி!"

சங்கீதா பொதுவாய் எல்லோருக்கும் ஒரு வணக்கம் வைத்துவிட்டுக் காம்பௌண்ட் கேட்டை நோக்கி நடந்தாள்.

செந்தில் முரளி புவனேஸ்வரியை ஏறிட்டான். "நானும் மத்தியானத்துக்கு மேலே கோயமுத்தூர் போலாம்னு இருக்கேன், லீவு ஒரு நாள்தான் போட்டேன். நாளைக்குக் காலையிலே நான் டியூட்டியிலே ஜாய்ன் ஆகணும்!"

"என்ன செந்தில்? இந்த இக்கட்டான நிலைமையில் எங்களை விட்டுட்டுப் போறே... டாக்டரும் லாயரும்

காலையிலேயே புறப்பட்டு ஊரைப் பார்க்க ஓடிட்டாங்க. நீயும் போயிட்டா எப்படி?" - புவனேஸ்வரி புலம்பினாள்.

"ஒண்ணும் பயப்படாதீங்க... புவனேஸ்வரி அம்மா! நான் போயிட்டு ரெண்டு நாள் கழிச்சு வர்றேன். அதுக்குள்ளே நீங்க வினோத்தோட நடவடிக்கைகளையெல்லாம் கவனிச்சு வையுங்க. நான் வந்ததும் மேற்கொண்டு கொஞ்சம் தீவிரமான நடவடிக்கையா எடுத்துக்கலாம்!"

ஒன்றும் சொல்லமுடியாமல் தலையை ஆட்டினாள் புவனேஸ்வரி.

இரவு மணி எட்டு.

சின்னு கொண்டு வந்து தந்த பாலைக் குடித்துவிட்டு. புத்தக ஷெல்ஃபிலிருந்து புத்தகமொன்றை உருவிக்கொண்டு படுக்கையில் சாய்ந்தாள் புவனேஸ்வரி.

கதவு தட்டப்படும் சத்தம் கேட்டது.

"யாரது?

"நான்தான்க்கா... கிரி!"

எழுந்து போய் கதவைத் திறந்தாள்.

கிரி வேகமாக உள்ளே நுழைந்தான். "என்னடா கிரி?"

"அக்கா! வினோத் காரை எடுத்துக்கிட்டு எங்கேயோ வெளியிலே புறப்பட்டுப் போறான்." - குரலைத் தாழ்த்திக் கொண்டு கிசுகிசுத்தான்.

"எந்தப் பக்கமாய்ப் போறான்?"

"நான் சரியாக் கவனிக்கலை!"

"சரி... அவன் வெளியே போயிட்டுப் பங்களாவுக்கு வர்றதுக்குள்ளே அவனோட ரூமை ஓர் அலசு அலசிடுவோம். எப்படியும் ஏதாவது தகவல் கிடைக்கும்."

புவனேஸ்வரி தன்னுடைய அறைக்கதவைச் சாத்திவிட்டு மாடியை நோக்கி நடந்தாள். இருட்டில் தெரிந்த

மாடிப்படிகளில் நிதானமாய் ஏறி வினோத்தின் அறைக்குள் நுழைந்தார்கள்.

லேசாய் ஒரு முட்டை நாற்றம் இவர்களுடைய நாசிகளையும் தொட்டது.

"கிரி... என்னவோ நாத்தம் வரலை...?"

"ஆமாக்கா..."

இரண்டு பேரும் அறையை அலசினார்கள். ஊமத்தை, எருக்கம் இலைகள், புளியமரத்துச் சுள்ளிகள் அறை பூராவும் இறைந்து கிடந்தன. பாதி எரிந்த ஊதுவத்திகளும் தீக்குச்சிகளும் சுவரோரமாய்த் தெரிந்தன.

ஓர் அலுமினிய டப்பா நிறைய கருப்பான மை மாதிரியான சமாச்சாரம் இருந்தது. மேஜையின்மேல் நான்கைந்து புத்தகங்கள் கிடந்தன.

எல்லாமே பழமையான புத்தகங்கள். பழுப்பேறி நைந்து போன புத்தகங்கள். பல ஆண்டுகளுக்கு முன்னால் அச்சேறியவை. புத்தகத் தலைப்புகள் மங்கலான எழுத்துக்களில் தெரிந்தன. தலைப்புகளைப் படித்த புவனேஸ்வரிக்கு மூச்சை அடைத்தது.

'உயிர்ப் பரிமாணங்கள்.'

'மறுபடியும் உயிர்த்தெழு!'

'உயிர்க்கு அழிவில்லை.'

'இரண்டாவது உயிர்.'

புத்தகத் தலைப்புகள் ஆணிகளைப் போல் நெஞ்சில் அறைந்தன. பார்வை அசைய மறுத்தது.

"என்னக்கா... என்னமோ மாதிரி ஆயிட்டே?"

"கிரி! இந்தப் புத்தகங்களையும் தலைப்புகளையும் பார்த்தா விநோதமா இல்லை. இதையெல்லாம் எதுக்காக இங்கே வெச்சிருக்கான்? வினோத் என்னிக்குமே இது மாதிரியான புத்தகங்களைப் படிச்சு நான் பார்த்ததில்லை!

இங்கே வந்திருக்கிற பேர்வழி ஏதோ ஒரு திட்டத்தோடதான் வந்திருக்கான்.”

கிரி ஏதோ சொல்ல வாயெடுப்பதற்குள் –

வாசலில் காலிங்பெல் அலறியது.

இருவரும் அறையை விட்டு சரேலென வெளியே வந்தார்கள். பதட்டத்தோடு மாடிப்படிகளை விட்டு இறங்க ஆரம்பித்தார்கள்.

“அவன்தான் வந்துட்டான் போலிருக்கு!”

“போய்க் கதவைத் திறந்து பாரு கிரி.”

கிரி வேகமாய்ப் போய்க் கதவைத் திறந்தான்.

நாராயண நம்பூதிரி நின்றிருந்தார் - நெற்றியில் ஒரு பெரிய குங்குமப் பொட்டு வைத்துக்கொண்டு.

“அட.... நம்பூதிரியா..... வாங்க!” - கிரி புன்னகைத்தான்.

“அய்யா காலமாயிட்டதா பேப்பர்ல நியூஸ் பார்த்தேன். மனசு தாங்கலை. பொறப்பட்டு வந்தேன். அம்மாவும் சின்னய்யாவும் இங்கேதானே இருக்காங்க?” - பிறந்தது கேரளமானாலும் வளர்ந்தது பூராவும் கோயமுத்தூர் ஆனதால் நம்பூதிரி தமிழ் நன்றாகவே பேசினார்.

“ம்... இருக்காங்க. இப்படி உட்காருங்க. அக்காவை வரச் சொல்றேன்!” - கிரி சொல்லிக்கொண்டே உள்ளே போனான்.

தன் அறைக்குள் உட்கார்ந்திருந்த புவனேஸ்வரி... கிரியைப் பார்த்ததும், “யார் வந்திருக்காங்க கிரி?” என்றாள்.

“நாராயண நம்பூதிரி. செத்துப்போன சுந்தரமூர்த்திக்கு ஜோசியம், ஜாதகம், மாந்திரீகம் பார்க்கிறேன்னு சொல்லிட்டு ஆயிரக்கணக்காப் பணத்தை முழுங்கினவர். செத்துப்போன தோஸ்த்துக்குப் பதினோராவது நாள் புண்ணியாவசனம் பண்றதுக்காக வந்திருக்கற மாதிரி இருக்கு. அதெல்லாம் ஒண்ணும் வேண்டாம்ன்னு சொல்லி... பஸ் சார்ஜுக்குப் பணத்தைக் கொடுத்து அனுப்பக்கா!”

புவனேஸ்வரி எழுந்தாள். “அப்படியெல்லாம் நிர்தாட்சண்யமா பதில் சொல்லி அனுப்பிட முடியாதுடா கிரி... நிஜமாவே அவர் துக்கம் விசாரிக்க வந்திருக்கலாம். நான் போய்ப் பேசி அனுப்பிட்டு வர்றேன்.”

புவனேஸ்வரி அறையை விட்டு வெளியே வந்து முன்புற அறையில் நாற்காலியில் உட்கார்ந்திருந்த நம்பூதிரியிடம் வந்தாள். முகத்திற்குச் சோகத்தையும் கண்களுக்கு ஒரு நீர் கோட்டிங்கையும் கொடுத்திருந்தாள்.

நம்பூதிரி பவ்யமாய் எழுந்து அவளைக் கும்பிட்டார். “பகவான் உங்களை இப்படிச் சோதிச்சுட்டாரே அம்மா! நல்ல மனுஷரைச் சீக்கிரமாவே எடுத்துக்கிட்டுப் போயிட்டார்!”

“ம்... நம்ம கையிலே என்ன இருக்கு நம்பூதிரி! எனக்கு விதிச்ச கோலம் இப்படி. தாங்கிக்கத்தான் வேணும். ஆமா, நீங்க எப்போ புறப்பட்டு வந்தீங்க?” - புடவைத் தலைப்பைப் போர்த்திக்கொண்டு உட்கார்ந்தாள் புவனேஸ்வரி.

“இன்னிக்கு மத்தியானம்தான் எனக்கு விஷயமே தெரிஞ்சது. உடனடியாப் புறப்பட்டு வந்தேன்!” - நம்பூதிர் பேசிக் கொண்டிருந்த அதே நேரம்.

போர்டிகோவில் கார் வந்து நிற்கும் சத்தம் கேட்டது.

“வர்றது யார்? சின்னய்யாவாம்மா?”

“ம்...” என்றாள் புவனேஸ்வரி.

காரை விட்டு இறங்கி உள்ளே வந்த வினோத், ஹாலின் ஓரத்தில் அமர்ந்திருந்த புவனேஸ்வரியையும் நம்பூதிரியையும் கவனிக்காமல்.... நேர்ப்பார்வை பார்த்துக்கொண்டு வேகமாய் உள்ளே போனான்.

வினோத்தைப் பார்த்துக் கொண்டிருந்த நம்பூதிரியின் உடல் திடீரென்று அதிர்ந்தது. விழிகள் அப்படியே நிலைகுத்த... புவனேஸ்வரியைத் திரும்பிப் பார்த்தார். அவருடைய நா குழறியது. “அம்...மா...!”

“என்ன நம்பூதிரி?”

"இப்போ போனது யார்? வினோத் சின்னய்யாவா?"

"ம்..." என்றாள் புவனேஸ்வரி.

"நிச்சயமா இல்லேம்மா. இப்போ போனது வினோத் சின்னய்யா இல்லே. சொல்லப் போனா மனுஷ உருவமே இல்லே."

"பின்னே?" - திகிலானாள் புவனேஸ்வரி.

"இப்போ போன உருவம் - அரூபம் மாந்திரீகம் தெரிஞ்ச என்னோட கண்களை எந்த உருவமுமே ஏமாத்த முடியாதும்மா. எப்படியம்மா இதை வீட்டுக்குள்ளே வெச்சிட்டிருக்கீங்க.....? விரட்ட வேண்டாமா....?" - நம்பூதிரி சொல்லச் சொல்ல... உடம்பு பூராவும் சிலிர்த்துப் போனாள் புவனேஸ்வரி.

"நம்பூதிரி. உள்ளே என் கூட வாங்க. உங்ககிட்ட கொஞ்சம் பேசணும்..." - புவனேஸ்வரி தன் அறையை நோக்கி நடக்க... பின்தொடர்ந்தார் நம்பூதிரி.

11

தலை உச்சிக்கு மேல் ஒரு முழ உயரத்தில் மனதைச் செலுத்தி காற்று மண்டலம், மேக மண்டலம், சூரிய சந்திர நவக்கிரக மண்டலங்கள், நட்சத்திர மண்டலம், பேரியக்க மண்டலம், காலம், தூரம், பருவம் என்கிற கணக்கை எல்லாம் கடந்து சக்தி மண்டலம், இறுதியில் பரவெளி என்னும் ஆதிநிலைக்குச் சென்று தவம் செய்ய வேண்டும். இதனால் பேரறிவு, உயிர், பேரியக்க மண்டலம் தெய்வ நிலையோடு இணைத்து ஆதிநிலைக்குச் சமமாகி, சமாதி என்னும் நிலை பெற்று, தனக்குள்ளே இந்தப் பிரபஞ்சம் முழுவதும் அடங்கியுள்ளது என்கிற நிலையை அடைய முடியும்.

நம்பூதிரியின் முகம் பூராவும் அமாவாசை வானம் மாதிரி இருட்டியிருந்தது. பின்னங் கழுத்திலும் முதுகிலும் வியர்வை நாளங்கள் சுறுசுறுப்பாய் இயங்கிக் கொண்டிருந்தன.

"இந்த ரெண்டு நாளா சின்னய்யா இப்படித்தான் இருக்கிறாராம்மா?"

"ம்... அதே மாதிரிதான். விடிகாலை மூணு மணிக்குக் குளியல். எருக்கம் பூஜை. சலனமில்லாத பார்வை!"

"அம்மா! சின்னய்யா உடம்புல வேற யாரோ புகுந்திருக்கான். அதாவது ரெண்டாவது உயிர் ஒண்ணு புகுந்திருக்கு."

புவனேஸ்வரி திடுக்கிட...

அருகில் உட்கார்ந்திருந்த கிரி நம்பூதிரியை இடைமறித்துக் கேட்டான். "அப்படின்னா... நீங்க சொன்ன பிரகாரமே வெச்சுக்கிட்டாலும் வினோத் செத்து போயிருக்கணுமே?"

"ஆமா! செத்திருந்தாத்தான் அந்த உடம்புல வேற உயிர் புகுந்திருக்க முடியும்!"

"வினோத் செத்ததா நமக்கு எந்தத் தகவலும் இல்லையே நம்பூதிரி! அப்புறம் எப்படி வினோத்தோட உடம்புல இன்னொரு உயிர் புகுந்திருக்க முடியும்?"

நம்பூதிரி தீர்க்கமாய்ப் பேச ஆரம்பித்தார். "கண்டிப்பா வினோத் சின்னய்யாவுக்கு ஏதோ ஒண்ணு ஆகியிருக்கு. இல்லேன்னா... மண் அப்பின உடம்பும் ரத்தக் காயமுமாய் அந்த உடல் இங்கே வந்திருக்காது. பாடியைப் புதைச்சுட்டுப் போனதுக்கப்பறம் ஏதோ ஓர் உயிர் அந்த பாடிக்குள்ளே நுழைஞ்சு மண்ணைப் பொளந்து கிட்டு வெளியே வந்திருக்கலாம். அந்த ரெண்டாவது உயிர்தான் வினோத் சின்னய்யாவோட உடம்போட இந்தப் பங்களாவிலே நுழைஞ்சிருக்கு."

"அதை விரட்ட முடியாதா நம்பூதிரி?" - கிரி ஆவல் தெரிக்கிற குரலில் கேட்டான்.

"முடியும். ஆனா வினோத் சின்னாய்யாவைப் புதைச்ச இடம் தெரியணும். அந்தப் புதைகுழி மண் வேணும்."

"அதெப்படி நமக்குத் தெரியும் நம்பூதிரி? அப்பா செத்துப் போனதுக்குப் பம்பாயிலிருந்து வரவேண்டிய வினோத்துக்கு நடுவுல என்ன ஆச்சோ? ஏதோ ஆகியிருக்கணும். நமக்குத் தெரியலை... இந்த நிலைமையில புதைச்ச இடம்... அந்தப் புதைகுழி மண்ணு இதெல்லாம் சாத்தியமா?" - கிரி புவனேஸ்வரியைப் பார்த்துக் கண்ணைச் சிமிட்டிக்கொண்டே சொன்னான்.

"நம்பூதிரி! அந்தப் புதைகுழி மண்ணு இல்லாம உங்களால ஏதும் செய்ய முடியாதா? உங்களுக்குத் தெரிஞ்ச வேற மாந்திரீகத்தை உபயோகப்படுத்தி இதை விரட்ட முடியாதா?"

"முடியாதும்மா.. நிச்சயமா முடியாது. அந்த புதைகுழி மண்ணைக் கோழி ரத்தத்தாலே குதப்பி எட்டு உருண்டையா செஞ்சு. இந்தப் பங்களாவோட எட்டுத்திக்கிலும் வெச்சுட்டா... அது இங்கே அண்டாது. தலை தெறிக்க ஓடிடும். இதையும் அடுத்த அமாவாசைக்குள்ளே செஞ்சாகணும். இல்லேன்னா. அதுக்குப் பலம் கூடிடும். அப்புறமா விரட்டுறது பெரும்பாடா போயிடும்!"

கிரி புவனேஸ்வரியின் முகத்தைப் பார்த்தான் "இப்போ என்னக்கா செய்யறது? நம்பூதிரி பெரிய குண்டையெல்லாம் தூக்கிப் போடுறாரு..."

"கிரி! நீ போய்க் கதவைச் சாத்திட்டு வா."

"சொல்லிடப் போறியாக்கா?"

"நம்பூதிரி நம்ம ஆள். சொல்லிடலாம்!"

நம்பூதிரி நெற்றிப் பரப்பை உயர்த்தினார் "என்னம்மா சொல்றீங்க?"

கிரி போய்க் கதவைத் தாழிட்டு விட்டு வந்தான்.

புவனேஸ்வரி ஆரம்பித்தாள். "நம்பூதிரி அய்யாவை உனக்கு எத்தனை வருஷமாத் தெரியும்?"

"பத்து வருஷமாத் தெரியும். ஏம்மா கேக்கறீங்க?"

"கேக்கறதுக்குப் பதிலைச் சொல்லுங்க! என்னை எத்தனை வருஷமாகத் தெரியும்?"

"ரெண்டு வருஷமா!"

"பத்து வருஷமா அய்யா கூடப் பழகினதுல அவராலே உங்களுக்கு எவ்வளவு வருமானம் கிடைச்சிருக்கும்? கரெக்ட்டா சொல்ல வேண்டாம். உத்தேசமா சொல்லுங்க போதும்."

நம்பூதிரி திகைப்போடு யோசித்தார். சில விநாடிகளுக்குப் பின் சொன்னார்.

"ஒரு பத்தாயிரம் கிடைச்சிருக்கும். அய்யாதான் நினைச்சப்பல்லாம் வாரி வாரிக் குடுத்தாரேம்மா!"

புவனேஸ்வரி புன்னகைத்தாள். "சரி! நான் உங்களுக்கு இந்த நிமிஷம் லட்ச ரூபாய் தர்றேன். நான் சொன்னபடி கேட்பீங்களா?"

"அம்...மா...!"

"அதிர்ச்சியடையாதீங்க நம்பூதிரி! அந்த லட்ச ரூபாயும் உங்களுக்கு அட்வான்ஸ்தான். வினோத் உடம்புல இருக்கிற அந்த ரெண்டாம் உயிரையும் அந்த உடம்பையும் அழிச்சிட்டீங்கன்னா.. அஞ்சு லட்சம் உங்களுக்காகக் காத்திட்டிருக்கும்!"

நம்பூதிரி முகமெல்லாம் பிரகாசமானார்.

"செய்யறேன்ம்மா... நீங்க சொன்னபடியெல்லாம் செய்யறேன்ம்மா.... ஆனா அந்த ரெண்டாவது உயிரை விரட்டறதுக்குச் சின்னய்யாவைப் புதைச்ச புதைகுழி மண்வேணும். அது இல்லாம என்னால முடியாதம்மா!"

"கவலைப்படாதீங்க நம்பூதிரி! வினோத்தைப் புதைச்ச புதைகுழி மண்ணு உங்களுக்கு எவ்வளவு வேணுமோ அந்தளவு தரச் சொல்றேன்."

"அம்...மா...!"

"நம்பூதிரி! விஷயத்தை வெளியே சொல்ல மாட்டீங்கங்கிற நம்பிக்கையில்தான் உங்ககிட்ட நான் விஷயத்தைச் சொல்றேன். வினோத்தை ரெண்டு நாளைக்கு முன்னாடிதான் புதைகுழிக்கு அனுப்பிச்சு வெச்சோம். அப்பாவோட சொத்துக்கு மகன் பங்குக்கு வந்து கஷ்டப்படக் கூடாதேங்கிற ஒரு நல்ல எண்ணத்துலதான் அவனோட கதையையே முடிச்சோம். எஸ்டேட்டுக்குப் பின்னாடி இருக்கிற காட்லதான் புதைச்சோம்."

நம்பூதிரியின் முகம் ரத்தப்பசை இல்லாமல் வெளுத்திருந்தது. "சி... சி... சின்னய்யாவைக் கொன்னுட்டீங்களா?" - திகிலோடு மிடறு விழுங்கினார்.

"இதோ பாருங்க நம்பூதிரி... உங்களோட நல்ல காலமோ... இல்ல எங்களோட நல்லகாலமோ தெரியலை சரியான நேரத்துக்கு நீங்க இங்கே வந்திருக்கீங்க. ஆறு லட்ச ரூபாயை மனசில நினைச்சுக்குங்க. விஷயத்தைக் காதும் காதும் வெச்ச மாதிரி செஞ்சிட்டுப் பணத்தை வாங்கிட்டுப் போயிட்டே இருங்க."

நம்பூதிரி மேல்துண்டால் முகத்தை அழுந்தத் துடைத்துக் கொண்டார். "பின்னாடி போலீஸ் தொந்தரவு ஏதும் வராதே?" - குரல் நடுங்கியது.

"பயப்படாதீங்க நம்பூதிரி! செய்யற காரியத்தை ஓட்டை ஓடசல் இல்லாம செஞ்சா... போலீஸால நம்மை மோப்பம் பிடிக்க முடியாது. நீங்க அந்தக் கொலையைப் பண்ணலை. வினோத் உடம்புல இருக்கிற அந்த ரெண்டாவது உயிரை விரட்டப் போறீங்க. அவ்வளவுதான்!"

"என்னோட வேலை முடிஞ்சதும் நான் ஊருக்குப் புறப்பட்டுப் போயிடலாமில்லையா?" - நம்பூதிரி உலர்ந்து போன தன் உதடுகளை ஈரப்படுத்திக் கொண்டார்.

"ம்... போயிடலாம். ஆனா விஷயம் வெளியே வரக்கூடாது. விஷயம் ஏதாவது கசிஞ்சா... வினோத்தோட கதிதான் உங்களுக்கும். ஏழெட்டுக் குழந்தைகளுக்கு அப்பாவா இருக்கீங்க. ரெண்டு பொண்டாட்டிகளுக்குப் புருஷனா இருக்கீங்க. அந்தப் பாக்கியத்தையெல்லாம் இழந்துடாதீங்க!" - கிரி நம்பூதிரியின் கழுத்தில் கையை வைத்தான்.

"விஷயத்தை வெளியே சொல்ல எனக்கென்ன பைத்தியமா புடிச்சிருக்கு? சொன்னா நானும் போலீசுக்குக் கையை நீட்ட வேண்டியதுதானே!"

"உங்க நிலைமையை நீங்க நல்லாப் புரிஞ்சு வெச்சிருக்கீங்க. இன்னிக்கு ராத்திரியே காரியத்துல இறங்கிடலாம் நம்பூதிரி."

"ம்..."

"கிரி!"

"என்னக்கா?

"இப்ப டயம் என்ன?"

"எட்டரை."

"சரி. சாப்பிட்டுக் கொஞ்ச நேரம் தூங்குவோம். நம்பூதிரி! நீங்க சாப்பிட்டு வந்துட்டீங்களா? இல்லே.... உங்களுக்கும் சேர்த்துச் சாப்பாடு கொண்டு வரச் சொல்லட்டுமா?"

"எனக்கு ஒண்ணும் வேண்டாம். நான் ராத்திரியில சாப்பிடற வழக்கமில்லை. நீங்க சாப்பிடுங்க."

"நம்பூதிரி! உங்ககிட்ட ஒரு கேள்வி கேட்கணும். வினோத்தோட உடம்புல ரெண்டாவதா ஓர் உயிர் புகுந்திருக்குன்னு சொன்னீங்களே... அந்த உயிர் யாருடையதுன்னு கண்டுபிடிக்க முடியாதா?"

"கஷ்டம்! உயிர்ங்கிறது வெறும் காத்துதானே...? அது யாரோடதா இருந்தா என்ன? வினோத்தோட உடம்பை அழிச்சா... அது ஓடிடும்!"

"வினோத்தைக் கொன்ன மாதிரி இவனையும் கொல்ல முடியாதா?"

நம்பூதிரி சிரித்தார். "அழிக்கிற நினைவோட அந்த உடம்பை நெருங்கினாலே அதுக்குத் தெரிஞ்சிடும். தாக்க ஆரம்பிக்கும். கொல்ல முடியாது. மாந்திரீக முறைப்படி அதுக்கும் என்ன செய்யணுமோ அதை செஞ்சாத்தான் அது விலகும்."

"நீங்க சொல்லச் சொல்ல இதையெல்லாம் என்னாலே நம்பவே முடியல்லே நம்பூதிரி! இந்த விஞ்ஞான யுகத்தில இதெல்லாம் உண்டா?" – கிரியின் குரலில் ஆச்சரியம் மிதந்தது.

"நிச்சயம் உண்டு. நிறையப் பேர் நம்ப மறுப்பாங்க. ஆனா இன்னிக்கு ராத்திரி நீங்க கண்கூடாப் பார்க்கப் போறீங்க. வினோத்தோட உயிரைப் பறிச்சுப் பிணமாக்கிக் குழியில் தள்ளி மண்ணைப் போட்டு மூடிட்டு வந்தீங்க.

இன்னிக்கு ராத்திரி அந்தப் புதைகுழியை நாம தோண்டப் போறோம். நிச்சயமா நீங்க புதைச்ச வினோத்தோட பாடி அங்கே இருக்காது. ஒரு சின்ன எலும்புத்துண்டு கூட இருக்காது. அந்த உடம்புதான் ரெண்டாவது ஓர் உயிரைச் சுமந்துட்டு பங்களாவில் திரியுதே! அங்கே எப்படி இருக்கும்?"

புவனேஸ்வரியும் கிரியும் பயப்பார்வையோடு மாடி அறையை ஏறிட்டார்கள்.

மணி பதினொன்று.

பங்களாவை விட்டு மூவரும் வெளியே வந்து காருக்குள் ஐக்கியமானார்கள். புவனேஸ்வரி காரை நகர்த்தினாள்.

"சின்னு தூங்கிட்டானா கிரி?"

"நாம பால்ல போட்டுக் குடுத்த தூக்கமாத்திரை அவனைத் தூங்க வெச்சிட்டிருக்கு. நீ நிம்மதியா காரை டிரைவ் பண்ணுக்கா!"

கார் செம்மண் பாதையில் குலுங்கிக் குலுங்கி ஓடியது.

நம்பூதிரி காரின் பின்சீட்டில் ஒரு காக்கிப் பையோடு ஒடுங்கிப்போய் உட்கார்ந்திருந்தார். கையில் இருந்த காக்கிப் பையொன்றைக் கெட்டியாகப் பிடித்துக் கொண்டிருந்தார். இந்த எதிர்பாராத வேலை அவருடைய கண்களில் பய அலைகளை எழுப்பிக் கொண்டிருந்தது.

புவனேஸ்வரியின் அருகில் உட்கார்ந்திருந்த கிரி மெல்லிய குரலில் "அக்கா!" என்றான்.

"ம்..."

"லாயர்கிட்டயும், டாக்டர்கிட்டயும் கோயமுத்தூர் பங்களா சாவியைக் குடுத்து, சுந்தரமூர்த்தியோட ரூமையும்

வினோத்தோட ரூமையும் சோதனைபோட சொன்னியே. ஏதாச்சும் தகவல் வந்ததாக்கா?"

"ஊஹூம்! ஒரு தகவலும் இல்லை."

"அநேகமா நாளைக்கு ஏதாச்சும் தகவல் வரலாம். அந்த உண்மையான உயிலைக் கண்டுபிடிச்சு அழிச்சாக் கூடப் போதும்."

"கிரி! அதைப் பத்தி அப்புறமாப் பேசிக்கலாம் முதல்ல இப்ப நடக்க வேண்டிய காரியத்தைப் பத்தி யோசிக்கலாம். நம்பூதிரி பயந்து போயிருக்கார் பார். அவருக்கு மொதல்ல தைரியத்தைக் குடு."

கார் செம்மண் சாலையை விட்டு விட்டுத் தார் சாலையோடு உறவுகொண்டு ஊர்ந்தது. நம்பூதிரி காரின் இருபக்கக் கதவின் வழியாகவும் இருட்டில் தெரிந்த தேயிலைத் தோட்டங்களைப் பார்த்துக் கொண்டு வந்தார்.

"நம்பூதிரி தைரியமா இருக்கீங்களா?" – கிரி கேட்டான்

"எனக்கொண்ணும் பயமில்லை. நான் மயானத்தில் ராத்திரிப் பூரா இருந்து மண்டையோடுகளைக் கருக்கி மை தயாரிக்கிற ஆசாமி! ஆமா... குழியைத் தோண்டறதுக்கு மண்வெட்டி, கடப்பாரையெல்லாம் எடுத்துட்டீங்களா?"

"அதெல்லாம் டிக்கியில் பத்திரமா இருக்கு."

"இன்னும் ரொம்பத் தூரம் போகணுமாம்மா...?"

"நோ... நோ. பக்கம்தான். இதோ அந்த மேட்டை ஏறி இறங்கி இடக்கைப் பக்கம் திரும்பினதுமே அந்தக் காட்டுப் பகுதி வந்துடும்!"

சொன்னபடியே வந்தது.

காரை ரோட்டை விட்டு ஒதுக்கி... இருட்டின் அடர்த்தியின் நிறுத்தினாள் புவனேஸ்வரி.

கிரி கையில் இருந்த டார்ச்லைட்டை உயிர்ப்பிக்க... நம்பூதிரி காரிலிருந்து இறங்கினார்.

"இந்த இருட்ல... வினோத்தைப் புதைச்ச இடம் எங்கேன்னு தேடறது?" - நம்பூதிரி கண்களைக் கொட்டிக் கொட்டிச் சுற்றும் முற்றும் பார்த்தார்.

சுவர்க் கோழிகள் மோர்சிங் வாசிக்கும் 'ரொய்ங்... ரொய்ங்...'. சத்தம் மட்டும் கேட்க... மற்றபடி நிசப்தமான நிசப்தம்.

கிரி கிசுகிசுத்தான். "நம்பூதிரி! நீங்க கவலைப்படாமே வாங்க. வினோத்தைப் புதைச்ச இடம் எனக்கு நல்லாவே தெரியும். ம்... ம்... இப்படி வாங்க! அந்தப்பக்கம் போகாதீங்க. முள்ளுச்செடி உடம்பைக் கீறிடும்."

டார்ச்சோடு முன்னே நடந்தான் கிரி.

நம்பூதிரியும் புவனேஸ்வரியும் மெல்லப் பின் தொடர்ந்தார்கள்.

"நம்பூதிரி! புதைகுழி மண்ணு வேணும்னு சொன்னீங்களே... மேல் மண்ணை எடுத்தாப் போதுமா? இல்லே... கீழே வரைக்கும் தோண்டணுமா?" - புவனேஸ்வரி கேட்டாள்.

நடந்து கொண்டிருந்த கிரி சட்டென்று நின்றான். டார்ச்சைத் தரைக்கு அடித்தான். கொஞ்சமாய் மண் மேடிட்டிருந்த இடத்தைக் காட்டி... "இதுதான் நம்பூதிரி!"

நம்பூதிரி அந்த இடத்தையே சில விநாடிகள் உற்றுப் பார்த்தார்.

"என்ன பார்க்கறீங்க நம்பூதிரி?"

"இல்லே... உள்ளே இருந்த உடல் எழுந்திரிச்சு வந்ததுக்கான அறிகுறிகள் ஏதாச்சும் தெரியுதான்னு பார்த்தேன்."

"தெரியுதா?"

"தெரியது. ம்..."

"எப்படிக் கண்டுபிடிச்சீங்க?"

"மண்ணு நெகிழ்ந்து போயிருக்கு. அதுவுமில்லாம என்னோட மாந்திரீகப் பார்வைக்கு மட்டும் தெரியக்கூடிய சில அடையாளங்கள் இங்கே தெரியது."

“நம்பூதிரி! நீங்க சொல்றதையெல்லாம் கேட்கிறதுக்கு ரொம்பவும் வினோதமாயிருக்கு. மாயாஜால சினிமாப் படங்கள்ல வர்ற மாதிரி ஏதேதோ சொல்றீங்க. எல்லாத்தையும் நம்பித்தான் உங்களை இங்கே கூட்டிட்டு வந்திருக்கோம். வினோத் உடம்பு புதைகுழியை விட்டு வெளியே வந்து ரெண்டாவது உயிரைச் சுமந்துட்டுத் திரியுதுன்னு சொல்றீங்க! இப்போ நான் இந்தப் புதைகுழியைத் தோண்டப் போறேன். வினோத்தோட உடம்பு உள்ளே இருந்தா அதுக்கென்ன சொல்லப் போறீங்க?”

“கண்டிப்பா உடல் இருக்காது.”

“இருந்தா?”

நம்பூதிரி மௌனித்தார்.

“இருந்தா... அந்த வினோத் பாடியோட உங்களையும் சேர்த்துப் புதைச்சிடலாமில்லையா?” - கிரி விகாரமாய்ச் சிரித்தான்.

நம்பூதிரிக்கு உடம்பெல்லாம் சிலிர்த்துப் போய்விட்டது.

கிரி டார்ச்சைப் புவனேஸ்வரியின் கையில் கொடுத்து விட்டுக் கடப்பாரையை எடுத்துக் கொண்டான்.

ஆவேசமாய்க் கொத்த ஆரம்பித்தான்.

குழிக்குள் இருந்த மண் மேலே வர ஆரம்பித்தது.

12

விந்து என்பது ஒளி. நாதம் என்பது ஓசை. ஒலியும் ஒளியும் இணையும்போது காட்சி உண்டாகிறது. விபூதியும் குங்குமமும் நெற்றியில் இடுவதற்கு சூட்சுமமான ரகசியம் இது. விந்து நிறம் வெண்மை. நாதத்தின் (சுலோனிதம்) நிறம் செம்மை. ஆக, விபூதி குங்குமம் நெற்றியில் வைப்பது சிவசக்தி ஐக்கியம். இதுவே சிவசக்தி ஐக்கியம்.

- தவயோகி ஜெயம்ஜோதி எழுதிய சிற்றின்பமும் பேரின்பமும் நூலிலிருந்து அத்தியாயச் செய்திகள் தொகுக்கப்பட்டுள்ளன.

புவனேஸ்வரி மூச்சைப் பிடித்துக்கொண்டு புதைகுழியையே பார்த்துக் கொண்டிருந்தாள்.

நாராயண நம்பூதிரி மார்புக்குக் குறுக்காகக் கைகளைக் கட்டிக் கொண்டு கொஞ்சம் தள்ளி எட்ட நின்றிருக்க... கிரி புதைமணலை வேகமாய்த் தள்ளிக் கொண்டிருந்தான். புஸ் புஸ்ஸென்று மூச்சிரைத்தது.

நம்பூதிரி புவனேஸ்வரியின் அருகில் நெருங்கி நின்றபடி... "மண்ணைப் பார்த்தீங்களாம்மா? எவ்வளவு பொல பொலன்னு இருக்கு உடம்பு எழுந்திரிச்சு வந்த புதைகுழி இப்படித்தான் இருக்கும்!" என்றார்.

ஏறுக்குறைய ஆறடி ஆழம்!

கிரிக்கும் புவனேஸ்வரிக்கும் பிரமிப்பாய் இருந்தது வினோத்தைப் புதைக்க நிச்சயமாய் இவ்வளவு ஆழம் தோண்டவில்லை. நம்பூதிரி சொன்னது சரிதான் வினோத்தின் உடம்புக்குள் இரண்டாவதாய் ஏதோ உயிர் ஒன்று நுழைந்திருக்கிறது. உடம்பு வெளியேறி இருக்கிறது

"கிரி! தோண்டினது போதும். மேலே வா!" - புவனேஸ்வரியின் குரல் கரகரத்தது.

நம்பூதிரி குழிக்குள் இருந்த கிரியிடம் சொன்னார். "கிரி ரெண்டு கைப்பிடி மண்ணை எடுத்துட்டு மேலே வாங்க."

கிரி இரண்டு உள்ளங்கைகளிலும் மண்ணை அள்ளிக்கொண்டு... குழியை விட்டு வெளியே வந்தான். உடம்பு பூராவும் வியர்த்து வழிந்தது.

"நம்பூதிரி! இந்தா நீ கேட்ட மண்ணு. நீ என்ன செய்வியோ? ஏது செய்வியோ...? எங்களுக்குத் தெரியாது. விடியறதுக்குள்ளே அந்த வினோத் இருக்கக் கூடாது. இந்த விஷயமும் வெளியே வரக் கூடாது."

புவனேஸ்வரி குறுக்கிட்டாள். "கிரி! முதல்ல இந்தக் குழியை முன்ன மாதிரியே மூடிடு."

கிரி நெற்றி வியர்வையை வழித்துக்கொண்டே மண்ணை வேக வேகமாய்க் குழிக்குள் தள்ள ஆரம்பித்தான்.

நம்பூதிரி கண்களை மூடித் தியானித்தபடி –

மலையாளத்தில் ஏதோ மாந்திரீக சுலோகங்களை உச்சரிக்க ஆரம்பித்தார்.

மறுபடியும் அவர்கள் பங்களாவை அடைந்தபோது மணி 12.30.

மூங்கில் கேட்டைத் தாண்டிக் காரை உள்ளே செலுத்தியபோதுதான் புவனேஸ்வரி கவனித்தாள் - போர்டிகோவில் இருட்டில் ஒரு கார் நிற்பதை.

"கிரி கவனிச்சியா அந்தக் காரை?"

“யாரோ வந்திருக்காங்க போலிருக்கு! பங்களாவுக்கு உள்ளேயும் லைட் எரியுது.” - கிரி காரை அந்தக் காருக்குப் பக்கமாய் நிறுத்தினான்.

“இந்நேரத்துல யார் வந்திருப்பாங்க?” - வாய்விட்டு முனகிக்கொண்டே காரை விட்டு இறங்கிய புவனேஸ்வரி, காரின் நம்பரைக் கவனித்தவளாய்... “அடடே... நம்ம டாக்டர் கார் இது!” என்றாள் ஆச்சரியமாய்.

“டாக்டர் காரா? அவர் எதுக்கு இந்நேரத்துக்கு மேலே வந்திருக்கார்!” - கிரியும் வியப்பைக் கொண்டாடிக் கொண்டே வாயிற்படி ஏறினான். நம்பூதிரி பின்தொடர்ந்தார்.

“நம்பூதிரி! அஞ்சு நிமிஷம் பொறு. டாக்டர் வந்திருக்கார் போலிருக்கு. அவரைப் பார்த்துப் பேசிட்டு... அப்புறமா நான் வெளியே போய் உனக்குத் தேவையான கோழியையோ, சேவலையோ கொண்டு வந்து குடுத்துடறேன்.”

“லேட் பண்ணாம குடுத்தா ரொம்ப நல்லது. சூரிய உதயத்துக்குள்ளே நான் இந்தப் பூஜையை முடிக்கணும்...” - நம்பூதிரி குழைந்தார்.

கிரியும் புவனேஸ்வரியும் உள்ளே ஹாலுக்கு நுழைவதற்கு முன்பாகவே... உள்ளே இருந்து டாக்டர் பரமேஸ்வரனும் லாயர் கோபால்ராவும் வெளிப்பட்டார்கள்.

“அட... லாயரும் வந்திருக்கார்! டாக்டர் என்ன விஷயம்? எதுக்காகப் புறப்பட்டு வந்திருக்கீங்க?” – கிரி அவர்களை வேகமாய் நெருங்கினான்.

டாக்டரும் லாயரும் முகம் இறுகிப் போனவர்களாய் நின்றார்கள். உடம்புகளில் ஒருவித அவசரம் தொற்றியிருந்தது. நம்பூதிரியை ஒரு பார்வை பார்த்து விட்டு புவனேஸ்வரியை ஏறிட்டார்கள். ஏதோ சொல்லத் தயங்கினார்கள்.

“டாக்டர்... என்ன விஷயம்?”

“புவனேஸ்வரி... கிரி... அப்படிக் கொஞ்சம் வர்றீங்களா? ஒரு முக்கியமான விஷயம் சொல்லணும்!” - டாக்டர் பரபரத்தார்.

“சரி வாங்க!” - நம்பூதிரியை ஒதுக்கி விட்டு நான்கு பேரும் ஹாலின் மூலையை நோக்கி நடந்தார்கள். “என்ன விஷயம்... சொல்லுங்க..?”

டாக்டர் சுற்றும்முற்றும் பார்வையை ஓட்டிவிட்டுச் சொன்னார். “இப்போ வினோத்துன்னு சொல்லிகிட்டு ஒருத்தன் பங்களாவுக்குள்ள வந்திருக்கிறான். அவன் யாருங்கிறதைக் கண்டுபிடிச்சிட்டோம்!”

“கண்டுபிடிச்சிட்டீங்களா? யார் அவன்?”

“ரத்னம்!”

“ரத்னமா?”

“எஸ்... ரத்னமேதான். இன்னிக்குச் சாயந்தரம் ஏழு மணிக்கு நானும் லாயரும் கோயமுத்தூர் சுந்தரமூர்த்தி பங்களாவுக்குப் போனோம். நீங்க குடுத்து அனுப்பிச்ச சாவிகளை உபயோகப்படுத்தி ஒவ்வோர் அறையாத் திறந்து ஒவ்வொரு பீரோவாகச் சோதனை போட்டு ஓரிஜினல் உயிலைத் தேடிக்கிட்டிருந்தோம். அப்பத்தான் அவரோட டயரியில் இருந்த இந்த லெட்டரும், போட்டோவும் கிடைச்சது!” - டாக்டர் தன் கையிலிருந்த தோல் பையைப் பிரித்து ஒரு கடிதத்தையும், போட்டோவையும் கொடுத்தார்.

“எங்கே... குடுங்க பார்க்கலாம்!” புவனேஸ்வரி கையை நீட்டி வாங்கினாள். பார்த்தாள்.

அது கொஞ்சம் பழுப்பேறிய ஃபோட்டோ. ஒரு தென்னை மரத்துக்குக் கீழே நடுத்தர வயதில் ஒரு பெண் நின்றிருக்க... அந்தப் பெண் அருகே வினோத் மாதிரியே ஓர் இளைஞன் நின்றிருந்தான். சிரித்த முகம்.

“அந்த லெட்டரைப் படிங்க புவனேஸ்வரி! உங்களுக்கு எல்லாமே புரியும்...” - லாயர் கோபால்ராவ் சொல்ல. புவனேஸ்வரி கடிதத்தைப் பிரித்தாள்.

'அன்பில்லாத அப்பா அவர்களுக்கு,

மகன் ரத்னம் எழுதிக் கொண்டது. உங்களுடைய தாலி கட்டாத மனைவி - என்னுடைய அம்மா இறந்த பிறகு சித்ரதுர்க்கா பக்கம் வருவதையே நிறுத்தி விட்டீர்கள் போலிருக்கிறது. நாய்க்கு எலும்புத் துண்டு போடுவதைப் போல் மாதாமாதம் எனக்கு வீசி வந்த பணத்தையும் நிறுத்தி விட்டீர்கள்.

உங்களுடைய ரத்தம் தந்த உபயத்தில் பிறந்த எனக்கும் உங்களுடைய சொத்தில் பங்கு கேட்டு உங்கள் மேல் நான் வழக்குத் தொடர்ந்தால் எனக்கு வெற்றி கிடைக்கும் என்பதற்கான ஒரே சாட்சி உங்களுடைய மகன் வினோத்தான். எப்படி என்று கேட்கிறீர்களா? அம்மி மிதித்து அருந்ததி பார்த்து ஐயர் மந்திரம் சொல்ல... தாலி கட்டிய உங்கள் மனைவிக்குப் பிறந்த வினோத்தும் சித்ரதுர்க்கா தேயிலைத் தோட்டத்தில் அனாதைப் பெண்ணான நாகலட்சுமியை உங்கள் பணபலத்தால் வசியப்படுத்தித் தாலி கட்டாமலேயே பிறந்த நானும் உருவத்தால் ஒரே மாதிரியானவர்கள். நான் கோர்ட்டுக்கு வந்தாலே போதும். நீதிபதி தீர்ப்பைக் கொடுத்து விடுவார்.

இந்த விஷயத்தில் தாங்கள் மேற்கொண்டு எந்தவிதமான யோசனையையும் செய்யாமல் உடனடியாய்ப் பங்கு பிரிப்புக்கு ஏற்பாடு செய்யவும்.

இப்படிக்கு,
ரத்னம்.

பி.கு:- கடைசியாய் நானும் அம்மாவும் எடுத்துக் கொண்ட ஃபோட்டோ இத்துடன் வருகிறது.

கடிதத்தைப் படித்து முடித்த புவனேஸ்வரியின் முகத்தில் ஃப்ளாஷ் அடித்த மாதிரி ஒரு பிரகாசம் பரவியது. "பாத்தியா கிரி? செத்துப் போன எம் புருஷன் சித்ரதுர்க்கா மேலேயும் தன்னோட குடும்ப பிராஞ்சை நிறுவியிருக்கார். ஒரு வாரிசையும் பெத்துப் போட்டிருக்குவதே!"

அந்தப் பய ரத்னம்தான் வினோத்தோட போர்வையில் உள்ளே நுழைஞ்சிருக்கான். நாம வினோத்தைத் தீர்த்துக் கட்டினதை எப்படியோ மோப்பம் பிடிச்சிக்கிட்டு வந்திருக்கான்."

"அப்போ அந்த நாராயண நம்பூதிரி சொன்னது?" - கிரி நம்பூதிரியைத் திரும்பிப் பார்த்தான்.

நம்பூதிரியும் தூரத்தில் நின்றபடி அவர்களையே பார்த்துக் கொண்டிருந்தார். பார்வையில் பயம் தெரிந்தது.

"நம்பூதிரி என்ன சொன்னார்?" - லாயர் கேட்டார்.

"வினோத் உருவத்தில வந்திருக்கிறது ஏதோ ஸ்பிரிட்டாம். ரெண்டாவது உயிர் அவன் உடம்புல நுழைஞ்சிருக்காம். அந்த உயிரை விரட்டணும்ன்னா... வினோத்தைப் புதைச்ச இடத்திலேயிருந்து மண்ணு வேணும்னு சொன்னாரு. இப்ப அங்கதான் போய் மண் எடுத்துட்டு வர்றோம்!" - கிரி சொன்னான்.

"நம்பூதிரி சொன்னதை நீங்க எப்படி நம்பினீங்க புவனேஸ்வரி? நமக்கும் தெரியாம ஏதோ ஒரு பின்னல் வேலை நமக்குப் பின்னாடி நடந்திட்டிருக்கு! நம்பூதிரி எப்ப வந்தான்? நீங்க கூப்பிட்டு அவன் வந்தானா? இல்லை... அவனா வந்தானா?" - டாக்டர் கேட்டார்.

"அவனாத்தான் வந்தான்!"

"அப்படின்னா அதுல ஏதோ விஷயம் இருக்கு!"

கிரி ஆவேசமாய்த் திரும்பினான். "நம்பூதிரியை ரெண்டு தட்டுத்தட்டினா விஷயம் பூராவும் வெளியே வந்துடும். கவனிச்சுடலாமா டாக்டர்?"

"ம்..."

கிரி கத்தினான். "நம்பூதிரி...!"

நம்பூதிரி கையில் பையோடு அவர்களை நோக்கி வந்தார். முகம் கொஞ்சம் மாறினாற் போல் இருந்தது. அவர்களை நெருங்கியதும் நின்றார்.

"என்ன? என்றார் இயல்பான குரலில்.

"வினோத் உருவத்தில் வந்திருக்கிறது யாரு?" – கிரி கேட்டான்.

"ரெண்டாவது ஓர் உயிர்தான் வினோத் உடம்புல பூந்து வந்திருக்கு!"

"ப்ச்ச்!" என்று நம்பூதிரியின் முகத்தில் அறைந்தான் கிரி.

நம்பூதிரி சுலபமாய் உதட்டோரம் கிழிபட்டார். "மரியாதையா உண்மையைச் சொல்லிடு வந்திருக்கிறது மனுஷனா? இல்லே ஆவியா?"

"இரண்டாவது உயிர்!"

டாக்டரும் லாயரும் நம்பூதிரியின் கைகளை முரட்டுத்தனமாய் மடக்கிப் பிடித்துக்கொள்ள... கிரி தன் சிறிய பேனாக் கத்தியை விரித்துக்கொண்டான். பேனாவின் உடம்பு மின்னியது.

அகோரக் குரலில் நம்பூதிரி வீறிட....

"இப்ப சொல்லு. யார் அவன்?" - நுனிக் காதுக்குப் பேனாக் கத்தியைக் கொண்டு போய் சட்டென்று அறுத்தான் ரத்தம் சொட்டுச்சொட்டாய் கீழே உதிர... நம்பூதிரி சட்டென்று திமிறினார்.

டாக்டரும் லாயரும் உதறலின் வேகத்தைச் சமாளிக்க முடியாமல்... கைகளின் பிடியைத் தளர்த்த... நம்பூதிரி கிடைத்த ஒரு விநாடி அவகாசத்தில் மாடிப்படிகளை நோக்கி ஓடினார். பாய்ச்சலான ஓட்டம்.

கிரியின் ஆத்திரச் சதவிகிதம் அதிகமாக... பேனாக் கத்தியை உயர்த்திப் பிடித்துக்கொண்டு நம்பூதிரியைத் துரத்த ஆரம்பித்தான். “நம்பூதிரி... ஈ... ஈ...!”

மூச்சிறைக்க நம்பூதிரி இரண்டிரண்டு படிகளாய்த் தாவித் தாவி ஏறி ஓட... கிரியும் மாடிப்படிகளில் தடதடத்தான். நம்பூதிரியைச் சமீபித்து அவருடைய முதுகைக் குறிவைத்து... கத்தியை ஓங்கி...

“கிரி...!”

அதட்டலான குரலைக் கேட்டுத் தலையை உயர்த்தினான் கிரி.

மாடிப்படிகளின் உச்சியில் வினோத் நின்றிருந்தான். மார்புக்குக் கைகளைக் கட்டிக்கொண்டு புன்னகையோடு நின்றிருந்தான்.

“கிரி! அவரை விட்டுடு பாவம். உனக்கு என்ன விபரம் தெரியணுமோ... என்னைக் கேளு. நான் சொல்றேன்!”

கிரி கோபத்தில் வெடித்தான். “நீ யாரு? எங்க கோதால நீ உள்ளார பூந்திருக்கேங்கிற விபரம் பூராவும் எனக்குத் தெரியுண்டா! மொதல்ல இந்த நம்பூதிரியை கவனிச்சிட்டு அப்புறமா உன்கிட்ட வர்றேன்.”

நம்பூதிரியை நோக்கித் திரும்பினான் கிரி.

அதே விநாடி வினோத் காலைச் சுழற்றினான்.

கிரியின் இடுப்புப் பிரதேசத்தில் அந்த உதை விழுந்தது. கையிலிருந்த பேனாக் கத்தி காற்றில் நீந்த... நிதானம் தவறிய கிரி படிகளில் உருண்டான்.

எசகு பிசகான உருளல்!

மாடிப்படியின் ஓரமாய் நின்றிருந்த ஸ்டீல் ராடுகளில் மூக்கும் முதுகும் மாக் மாக்கென்று அடிகளை வாங்கிக்கொள்ள... அரை நினைவு தப்பிய உணர்வோடு தளத்துக்கு வந்தான் கிரி. மண்டையின் நடுப்பகுதி ரத்தம் காட்ட ஆரம்பித்தது. மூக்கில் கொழகொழப்பாய் ரத்தம்.

புவனேஸ்வரியும் லாயரும் டாக்டரும் ஓடிவந்து கிரியைச் சூழ்ந்துகொள்ள.... வினோத் மாடி உச்சிப்படியிலிருந்து ஒவ்வொரு படியாய் இறங்கினான்.

"கிரி செத்துர மாட்டான் சித்தி! பயப்படாதீங்க. அவன் ரத்தம் சிந்த வேண்டியது இன்னமும் எவ்வளவோ இருக்கு."

புவனேஸ்வரி தலையை உயர்த்தி அமர்த்தலாய்... அழுத்தமாய் இறங்கி வரும் வினோத்தைப் பார்த்தாள். விழிகளில் திகில்களின் நிழல்கள்.

"என்ன சித்தி அப்படிப் பார்க்கிறீங்க? நான் வினோத்தா? இல்லே... நாகலட்சுமியோட மகன் ரத்னமான்னு பார்க்கறீங்களா? நான் வினோத்தான்... நம்புங்க!"

புவனேஸ்வரி கிறீச்சிட்டாள். "இல்லே... நீ வினோத் இல்லை. ரத்னம்தான். அந்த நாகலட்சுமியோட மகன்தான். யாரையும் ஏமாத்த முடியாது."

அவன் சிரித்தான். "சரி சித்தி! நீங்க நினைக்கிற மாதிரியே நான் ரத்னமாய் இருந்துட்டுப் போறேன். அப்படின்னா வினோத் எங்கே?"

"அது... அது... எனக்குத் தெரியாது."

"எனக்குத் தெரியும். வினோத்தை நைலான் கயித்தாலே கழுத்தை நெரிச்சுக் கொன்னுட்டீங்க. பக்கத்தில் இருக்கிற காட்டுல ஆழமா குழிதோண்டிப் புதைச்சிட்டீங்க... சரியா?"

முகம் வெளுத்தாள் புவனேஸ்வரி.

"வினோத்தை நான் ஒண்ணும் செய்யலை. அவன் எங்கே போனான்னும் எனக்குத் தெரியாது!"

"அப்படின்னா நான்தான் வினோத்!"

"டேய்ய்..." - டாக்டர் ஏறி வந்தார் கோபமாய்.

"வாங்க டாக்டர்! எங்க சித்தி வீசி எறியப் போற சில்லரைக் காசுக்காக எங்கப்பாவுக்கு விஷ ஊசிப் போட்டு அவரை அவசர அவசரமாக அனுப்பி வெச்ச புண்ணியவானே... வாங்க..."

டாக்டர் சட்டென்று நின்றார். மெல்லப் பின்வாங்கினார். 'இவனுக்கு எல்லாமே தெரிந்திருக்கிறது'. கைகளில் லேசாய் நடுக்கம் ஆரம்பித்தது.

வினோத் மேலும் ஒரு படி கீழே இறங்கினான்.

"சித்தி! உங்களுக்கு எல்லாமே குழப்பமாயிருக்கு இல்லே? இருங்க... ஒவ்வொரு குழப்பமாய்த் தெளிய வைக்கிறேன். நீங்க அப்பாவை ஊசிப்போட்டுக் கொல்லப் போற விஷயமோ என்னைத் தீர்த்துக்கட்டப் போற விஷயமோ எனக்கு ஒரு சதவிகிதம் கூடத் தெரியாது. ஒரு சதி உருவாகியிருக்கிற விஷயமே தெரியாம நான் பம்பாய்க்குப் போனேன்.

அப்பாவுக்கு முடியலைன்னு சொல்லி நீங்க டெலிஃபோன்ல பேசினீங்க! நானும் உடனே புறப்பட்டு வந்தேன். கோயமுத்தூர் ஏர்போர்ட்ல நான் இறங்கி வெளியே வந்ததுமே ரத்னத்தோட ஆட்கள் என்னை மடக்கிட்டாங்க. ஒரு டாக்ஸியில வெச்சுக் கடத்திட்டுப் போனாங்க."

வினோத் தொண்டையைச் செருமிக் கொண்டு மறுபடியும் பேச்சைத் தொடர்ந்தான்.

"கிராமப்புறம் மாதிரி தெரிஞ்ச ஏரியால... ஒரு வீட்ல என்னைக் கொண்டுபோய் அடைச்சாங்க. அப்பத்தான் முதன்முதலா நான் ரத்னத்தையே பார்த்தேன். ரத்னத்தோட திட்டம் இதுதான். பம்பாயிலிருந்து வர்ற என்னைக் கடத்திகிட்டு வந்து கதையை முடிச்சு... ரத்னம் வினோத்தா மாறி... வால்பாறை பங்களாவுக்குப் பம்பாயிலிருந்து வந்த மாதிரிப் போயிட வேண்டியது. சொத்துப் பூராவையும் அடைய அவன் இப்படித் திட்டம் போட்டிருந்தான்.

ஆனா அந்த மடையன்... உங்க திட்டம் தெரியாம என்னை அந்த வீட்ல அடைச்சுப் போட்டுட்டு வால்பாறைக்கு வந்தான். நீங்க நாலு பேரும் நான்தான்னு நினைச்சு அவனைத் தீர்த்துக் கட்டிட்டீங்க!"

வினோத் பேசிக்கொண்டே இன்னும் இரண்டு மாடிப்படி இறங்கினான். “அதிர்ஷ்டவசமா என்னை அடைச்சு வெச்ச வீட்லே இருந்து நான் தப்பிச்சுட்டேன். உடனடியா டாக்ஸி புடிச்சிட்டுப் பங்களாவுக்கு வந்தேன். அப்பத்தான் நீங்க நாலு பேரும் ஒரு சாக்கு மூட்டையோடு கார்கிட்ட வந்தீங்க. டாக்ஸியை அனுப்பிச்சுட்டு உங்களை ஃபாலோ பண்ண ஆரம்பிச்சேன். என்னைன்னு நினைச்சு நீங்க ரத்னத்தைக் கொன்ன விவரத்தையும் புரிஞ்சுக்கிட்டேன்.”

புவனேஸ்வரி வியர்வையால் சொதசொதத்தாள்.

வினோத் ஒரு புன்னகையோடு தொடர்ந்தான். “நான் கொஞ்சம் அவசரப்பட்டாலும் இந்தக் கொலைகள்ளேயிருந்து நீங்க தப்பிச்சுடுவீங்கன்னு நினைச்சேன். அப்பாவோட சாவுக்கு இங்க வந்த என்னோட ஃப்ரெண்ட் செந்தில் முரளியைத் தனியா சந்திச்சுப் பூரா விவரத்தையும் சொன்னேன். அவனும் நானும் சேர்ந்து நிதானமாய்த் திட்டம் போட்டோம். உங்க நாலு பேரையும் பயமுறுத்திப் பயமுறுத்தியே குற்றத்தை ஒத்துக்க வெக்கணும்னு நினைச்சோம்.

ரத்னத்தோட பாடியை நீங்க புதைச்ச இடத்தில் இருந்து வேற இடத்துக்கு மாத்தினோம். நான் புதைகுழியிலிருந்து எழுந்திருச்சி வந்தவன் மாதிரி மண்ணை அப்பிக்கிட்டு வந்தேன். நீங்க நாலுபேரும் உள்ளூர நடுங்கிச் செத்தீங்க. அப்பறம் உங்களை இன்ச் இன்ச்சா கவனிக்க ஆரம்பிச்சோம். அப்பிடியே உங்க பயத்தை இன்னமும் அதிக படுத்தணும்ங்கிறதுக்காக பாத்ரூமுக்குள்ளே எலும்புக் கூட்டை ஷவருக்குக் கீழே நிறுத்திட்டு... நான் உள்ளேயே ஒளிஞ்சிட்டிருந்தேன். கிரி வெண்டிலேட்டர் வழியாக எலும்புக் கூட்டைப் பார்த்து அலறிக் கீழே இறங்கினதும்.... மறுபக்க ஜன்னல் வழியா எலும்புக் கூட்டை செந்தில் முரளி வாங்கிக்க... நான் கதவைத் திறந்துகிட்டு வெளியே வந்தேன். மாந்திரீக பூஜை அது இதுன்னு செஞ்சு உங்களையெல்லாம் கலவரப்படுத்தினேன்.

அப்புறம்தான் நாராயண நம்பூதிரியை வரவழைச்சேன். 'இரண்டாவது உயிர்' புரளியைக் கிளப்பிவிட்டேன். புதைகுழி மண்ணை எடுக்கிறதுக்காக கிரி... ரத்னத்தைப் புதைச்ச இடத்தைத் தோண்ட போலீஸ் அதை ஸ்நேப் பண்ணியிருக்கு. கிரியும் நீங்களும் பேசின பேச்சை டேப் பண்ணியிருக்காங்க...."

வினோத் ஒரு நீண்ட பெருமூச்சு விட்டான்.

"உங்க வாயாலேயே குற்றத்தை ஒத்துக்கும்படியாய்ச் செய்யணும்ன்னு நினைச்சேன். ஆனா அதுக்குள்ளேயே டாக்டரும் லாயரும் அப்பாவோட அறையைக் குடைஞ்சு ரத்னத்தோட ஃபோட்டோவையும் லெட்டரையும் கொண்டு வந்து தானாவே வலிய மாட்டிக்கிட்டாங்க! சித்தி, உங்க நாலு பேர்ல யாருமே செஞ்ச கொலைகளிலிருந்து தப்பிக்க முடியாது. நான் இங்கே வந்து சேர்ந்த தினத்திலே இருந்து நீங்களும் கிரியும் என்னென்ன பேசினிங்க? அப்பாவை எப்படிக் கொலை செஞ்சீங்க? ரத்னத்தை எப்படிக் கொலை செஞ்சீங்கங்கிற விபரம் பூராவும் டேப்ரிக்கார்டர் மூலமா செந்தில் முரளி டேப் பண்ணி வெச்சிருக்கான். செந்தில் முரளிக்கு உதவியா சங்கீதாவும் இங்கே இருந்து நிறைய வேலை பண்ணியிருக்கா. எல்லா எவிடென்ஸும் போலீஸ் கையில் தயாரா இருக்கு. உங்க நாலு பேரையும் தூக்குல தொங்கவிட...."

வினோத் பேச்சை நிறுத்தினான்.

"என்ன வினோத்! எல்லாத்தையும் சொல்லி முடிச்சுட்டியா? - வாசற்பக்கமாய் குரல் கேட்க... திரும்பினான் வினோத்.

செந்தில் முரளி காக்கி யூனிஃபார்மில் சிரிக்க... அவனுக்குப் பின்னே சங்கீதா தெரிந்தாள்.

"முடிஞ்சது!" என்றான் வினோத்.

சத்யாவின் சபதம்

இந்த கதை 2017 ஆம் ஆண்டு
க்ரைம் நாவல் என்ற இதழில் வெளிவந்தது

1

தேர்தல்

நாவில் சொட்டு மருந்து
குழந்தைகளுக்கு...
நகத்தில் சொட்டு மருந்து
மக்களுக்கு...
இரண்டும் போலியோ!

- நிலாவனம்

காலை மணி 7.45.

டி.வியில் நியூஸ் பார்த்துக் கொண்டிருந்த தன்யாவும் வாசுவும் - வேலைக்காரி மல்லிகா வேகமாய் பதற்றத்தோடு மாடிப்படி இறங்கி வருவதைப் பார்த்ததும் பார்வையை அவள் பக்கமாய் திருப்பினார்கள்.

கண்களில் ஒரு சின்ன பயம் மின்ன தன்யா கேட்டாள்: "என்ன மல்லிகா... ஏன் இப்படி ஓடி வர்றே?"

"அ... அ... அம்மா... கொஞ்ச நேரத்துக்கு முந்தி அய்யாவோட ரூமுக்குப் போய் காப்பி கொடுத்துட்டு வந்தேன். எப்பவுமே அய்யா காப்பி குடிச்சதுமே ரூமை விட்டு வெளியே வந்து தோட்டத்துப் பக்கம் போய் ஒரு பத்து நிமிஷம் நடப்பாரு. ஆனா, அய்யா இன்னிக்கு ரூமை விட்டு வெளியே வரலை."

தன்யாவும், வாசுவும் கலவரமடைந்தவர்களாய் மாடிப்படிகளில் தாவி ஏறினார்கள். தன்யாவின் குரல் அழுகையில் உடைந்து போயிருக்க - “என்னங்க... எனக்குப் பயமாயிருக்கு...” என்றாள்.

வாசு அவளுடைய கையைப் பற்றினான். “பயப்படாதே தன்யா... உன்னோட அப்பாவுக்கு ஒண்ணும் ஆகியிருக்காது. நேத்திக்கு ராத்திரி சரியாய் தூங்கியிருக்க மாட்டார், அந்தக் களைப்புல படுத்திருக்கலாம். டோன்ட் கெட் பேனிக்...!”

“இல்லீங்க... ரெண்டு நாளாவே அப்பா நார்மலாய் இல்லை. அப்செட்டான மூட்ல இருந்தார்.”

இருவரும் மாடிப்படிகளை முடித்துக்கொண்டு மாடி வராந்தாவில் ஓடி, கதவு லேசாய் திறந்திருந்த அந்த இரண்டாவது அறைக்குள் நுழைந்தார்கள். அறையின் ஒரு மூலையில் சற்றே உயர்த்திப் போடப்பட்டிருந்த அந்தப் பளபளப்பான ரோஸ்வுட் கட்டிலில் ராஜநாயகம் மல்லாந்து படுத்திருந்தார். இன்னும் ஐந்து மாதத்தில் அறுபதாவது வயதைத் தொடப்போகும் ராஜநாயகம் - அந்த வயதுக்குரிய முதுமை அவ்வளவாகத் தெரியாமல் சற்றே சரிந்தபடி படுத்திருந்தார்.

எகிறுகிற இதயத் துடிப்போடு தன்யா அவரை நெருங்கிக் கட்டிலின் ஓரத்தில் உட்கார்ந்து, தோள்பட்டையைப் பற்றி உசுப்பினாள். “அ... அ... அப்பா...!”

அவரிடம் எந்த அசைவும் இல்லை.

வாசு அவரின் வலது கையைப் பற்றி, நாடி பிடித்துப் பார்த்தான். முகம் லேசான மலர்ச்சிக்குப் போயிற்று.

“தன்யா...! பல்ஸ் நல்லாவே இருக்கு. பயப்படாதே... ஏதாவது மயக்கமாய் இருக்கலாம்.” வாசு சொல்லிக் கொண்டே பக்கத்தில் இருந்த வாட்டர் பாட்டிலை எடுத்து, உள்ளங்கை நிறைய நீரை நிரப்பி ராஜநாயகத்தின் முகத்தில் அடித்தான். குளிர்ந்த நீர் பட்டும் அவர் முகத்தில் ஒரு சிறு சலனம் கூட ஏற்படாமல் போகவே சற்றே கலவரமானாள்.

"தன்யா...! நான் நம்ம ஃபேமிலி டாக்டர்க்குப் போன் பண்ணட்டுமா?" வாசு சொல்லிக் கொண்டே, தன்யாவின் பதிலுக்கு எதிர்பார்க்காமல், தன்னுடைய செல்போன் மூலமாக குடும்ப டாக்டர் சிவசைலத்தைத் தொடர்பு கொண்டு பேசினான்.

"டாக்டர்... நான் வாசு பேசறேன். மாமாவுக்குக் கொஞ்சம் உடம்பு சரியில்லை."

"ராஜநாயகம் நேத்து ராத்திரி கூட கிளப் மீட்டிங்கில் நல்லா பேசிட்டிருந்தாரே... திடீர்னு என்ன உடம்புக்கு...?"

வாசு விபரம் சொல்லி முடித்ததும், அவர் சற்றே பதட்டமானார். "பல்ஸ் இருக்கா...?"

"இருக்கு டாக்டர்... மார்பும் லேசா ஏறி இறங்கிட்டிருக்கு..."

"வேலைக்காரி மல்லிகா குடுத்த காப்பியைச் சாப்பிட்டாரா?"

"ம்... சாப்பிட்டிருக்கார்... காப்பி டம்ளர் காலியாத்தான் இருக்கு!"

"நான் இப்பவே ஆம்புலன்ஸை அனுப்பறேன். உடனடியாய் அவரை ஹாஸ்பிட்டலுக்குக் கொண்டு வந்துருங்க... டை... த... டை... அவரோட பல்ஸ் ரேட்டை உன்னிப்பாய் பார்த்துட்டு இருங்க. தலைக்கு பில்லோ வேண்டாம். ப்ளட் சப்ளை மூளைக்குத் தாராளமாய் இருக்கணும்."

"எஸ் டாக்டர்..."

"இன்னும் ஒரு பத்து நிமிஷத்துல ஆம்புலன்ஸ் வீட்டுக்கு வந்துடும். தைரியமாய் இருங்க. ராஜநாயகம் ஹெல்த்தியான பர்ஸன். கிளப்புக்கு வந்தா ஒரு ஸ்மால் மட்டுமே சாப்பிடுவார். மத்தபடி அவருக்கு எந்த ஒரு கெட்டப் பழக்கமும் இல்லை. ஏதாவது ஒரு மைல்ட் ஸ்ட்ரோக் ஏற்பட்டிருக்கலாம். பயப்படாம இங்க கொண்டு வந்துடுங்க.

ப்ராப்பர் ட்ரீட்மெண்ட் கொடுத்து எழுப்பி உட்காரவெச்சு இட்லி சாப்பிட வெச்சுடலாம்.”

மறுமுனையில் டாக்டர் சிவசைலம் ஒரு சிரிப்போடு பேச்சை முடித்துக் கொள்ள, வாசு தன் மனைவி தன்யாவிடம் திரும்பினான்.

“டாக்டர் பயப்பட வேண்டாம்னு சொல்றார். பத்து நிமிஷத்துல ஆம்புலன்ஸ் வந்துடும்.”

தன்யாவின் கண்களில் நீர் பளபளத்து மின்னியது. “ஒரு நாள்கூட காய்ச்சல்னு படுத்தது கிடையாது. சுகர் கிடையாது. அம்மா இறந்தப்பக்கூட அவர் கலங்கி நின்னு நான் பார்த்தது இல்லை. ஆனா, இன்னிக்கு இப்படி சுயஉணர்வு இல்லாமே படுத்துக்கிடக்கிறதைப் பார்க்கும் போது மனசையும் வயித்தையும் என்னமோ பண்ணுது.”

தன்யாவின் தோள் மீது கையை வைத்த வாசு, ஆறுதலாய் ஏதோ பேச முயன்ற விநாடி -

அந்த அறையின் மூலையோர ஷெல்ஃபில் வைக்கப்பட்டிருந்த லேண்ட் லைன் டெலிபோன் குரல் கொடுத்தது.

தன்யா வேகமாய் எழுந்து போய் ரிஸீவரை எடுத்து மெள்ள குரல் கொடுத்தாள். “ஹலோ...”

“பேசறது யாரு... தன்யா மேடமா?” - ஒரு ஆண் குரல் தயங்கித் தயங்கிக் கேட்டது.

“ஆமா...!”

“மேடம்... நாங்க ஃப்ளவர்ஸ் அட்வர்டைஸிங் ஆபீஸிலிருந்து ‘ஆபிட்சுவெரி’ செக்‌ஷனிலிருந்து பேசறோம். நீங்க ஒரு கொட்டேஷன் கேட்டிருந்தீங்க... அது சம்பந்தமான டெய்ல்ஸ் தரட்டுமா?”

தன்யாவின் முகம் வெகுவாய் மாறியது.

“என்ன கொட்டேஷன்... நான் எதுவும் உங்ககிட்டே கேட்கலையே...?”

“நீங்க கேட்கலை மேடம்... ஆனா உங்க பி.ஏ ஒருத்தர்தான் பேசினார்.”

“என்னது பி.ஏவா...! அப்படி யாரும் எனக்குக் கிடையாதே?”

“மேடம்... உங்க பேரு தன்யாதானே?”

“ஆமா...”

“உங்க கணவரோட பேரு வாசு?”

“ஆமா...”

“ராஜநாயகம் உங்க ஃபாதர்தானே?”

“ஆமா...”

“அவர் இன்னிக்குக் காலையில் ஆறு மணிக்கு இறந்துட்டதாகவும் அவர் இறந்த செய்தியை பேப்பர்ல ஒரு அறிவிப்பாய் போட எவ்வளவு சார்ஜ் பண்றீங்கன்னும் கேட்டார். நான் கால் பக்கமா, அரை பக்கமான்னு கேட்டேன். அதுக்கு அவர், ‘ஒவ்வொரு சைஸுக்கும் என்ன சார்ஜ் பண்றீங்கங்கற விபரங்களை ஒரு கொட்டேஷனாய் கொடுங்க. ஒரு எட்டு மணி சுமார்க்கு இந்த லேண்ட்லைன் போனை காண்டாக்ட் பண்ணுங்க... ராஜநாயகத்தோட டாட்டர் தன்யாவோ, இல்லேன்னா தன்யாவோட ஹஸ்பெண்ட் வாசுவோ போனை அட்டெண்ட் பண்ணுவாங்க. அந்த ரெண்டு பேர்ல யாராவது ஒருத்தர்கிட்டே கொட்டேஷன் புத்தின விபரங்களைச் சொல்லுங்க. அவங்க எந்த சைஸ் விளம்பரம் போடலாம்ங்கிறதை முடிவு பண்ணிச் சொல்லுவாங்க’ன்னு சொன்னார். நான் ‘நீங்க யார்?’னு கேட்டதுக்கு, ‘பி.ஏ’ன்னு சொன்னார்.”

மறுமுனையில் இருந்த நபர் பேசப்பேசத் தன்யா உறைந்து போயிருந்தாள். அதிர்ச்சியை அவசர அவசரமாய் ஜீரணித்துக் கொண்டு குரலை இயல்பாக்கிக் கொண்டு கேட்டாள்.

“அந்த பி.ஏ எந்த செல்போன் நம்பரிலிருந்து பேசினார்னு தெரியுமா?”

“என்ன மேடம்... ஏதாவது பிரச்சனையா?”

“ஒரு பிரச்சனையும் இல்லை. நீங்க மொதல்ல அந்த பி.ஏவோட நம்பரைச் சொல்லுங்க.”

“ஒரு நிமிஷம் லைன்ல இருங்க மேடம்... பார்த்துச் சொல்றேன்.”

தன்யா உச்சபட்ச இதயத் துடிப்போடும் வியர்த்து வழியும் முகத்தோடும் காத்திருந்தாள்.

2

அன்று காந்தியிடம்
பணமில்லை.
இன்று காந்தி இல்லையெனில்
அது பணமே இல்லை.

- நிலாவனம்

சேலம் ரயில்வே ஸ்டேஷனுக்குள் வெஸ்ட்கோஸ்ட் எக்ஸ்பிரஸ் நுழைந்தபோது சரியாய் சாயந்தரம் ஐந்து மணி.

இருபத்தேழு வயது நிரம்பிய பத்ரி, ஏ.சி. கோச்சில் இருந்து ஒரு சிறிய சூட்கேஸோடு வெளிப்பட்டு, அந்த நீளமான பிளாட்பாரத்தில் நடை போட்டான். சில வருடங்களுக்கு முன்பு பார்த்த மாதிரி ஜங்ஷன் இப்போது இல்லை. நிறைய மாறியிருந்தது.

ஸ்டெயின்லஸ் ஸ்டீல் நாற்காலிகளில் மக்கள் செல்போன்களைத் தடவியபடி தங்களுடைய ரயில்களுக்காகக் காத்திருந்தார்கள்.

பத்ரி ஸ்டேஷனில் இருந்த வெயிட்டிங் ரூமுக்குள் - குளியலறைக்குப் பக்கத்தில் இருந்த மறைவான பகுதிக்குப் போய் சூட்கேஸைத் திறந்தான். அடர்த்தியான நீல வண்ணத்தில் இருந்த பேண்ட்டுக்கும் வெள்ளை சர்ட்க்கும் மாறி - அருகில் இருந்த கண்ணாடியில் முகம் பார்த்தான். அடர்த்தியான தலைமுடியை வாரிக் கொண்டபின்

சூட்கேஸை லாக் செய்துகொண்டு வெயிட்டிங் ரூமிலிருந்து வெளிப்பட்டான்.

சர்ட் பாக்கெட்டில் இருந்த செல்போன் வைப்ரேஷனில் உறுமியது. எடுத்து அழைப்பது யார் என்று பார்த்தான்.

சென்னையிலிருந்து அவனுடைய நண்பன் சக்திவேல்.

பத்ரி செல்போனைக் காதுக்கு ஏற்றி "சொல்லு சக்தி" என்றான்.

"என்ன... சேலம் ரீச்டா...?"

"ம்... இப்பத்தான் வெஸ்ட்கோஸ்ட் உதிர்த்துட்டுப் போறான். இன்னும் ஒரு பத்து நிமிஷத்துக்குள்ளே ஸ்டேஷனுக்கு வெளியே போய் ஒரு டாக்ஸியைப் பிடிச்சுடுவேன்."

"ப... ப... பத்ரி...!"

"என்ன சக்தி... குரல் நடுங்குது...?"

"எதுக்கும் ஒரு தடவைக்கு இன்னொரு தடவை யோசனை பண்ணிக்க..."

"என்னடா... பேக் அடிக்கிறே? ராத்திரி பூராவும் வண்டி வண்டியா தைரியம் சொன்னே... இப்ப என்ன?"

"நான் இல்லைன்னு சொல்லலை... இருந்தாலும் மனசுக்குள்ளே சின்னதா ஒரு பயம்."

"அந்தப் பயத்தோட தலையில ஒரு கொட்டுவெச்சு வெளியே துரத்து... நான் என்னோட முடிவிலிருந்து மாறப்போறது இல்லை ."

"சரி... சரி... பார்த்து...! உன்னோட போனை எதிர்பார்த்துக் காத்திட்டிருப்பேன்."

"எப்படியும் ரெண்டு மணி நேரத்துக்குள்ளே என்கிட்டயிருந்து உனக்குப் போன் வரும். 'வாவ்'ன்னு சொல்லி கத்த தயாராய் இரு."

"ஆல் த பெஸ்ட்டுடா...!"

பத்ரி செல்போனை அணைத்தான். உற்சாக நடையில் பிளாட்பாரத்தை முழுமையாய்க் கடந்து ஸ்டேஷனை விட்டு வெளியே வந்தான். வரிசையாகக் காத்திருந்த டாக்ஸிகளில் ஒன்றை நெருங்கினான்.

பக்கத்தில் யார் கூடவோ நின்று பேசிக் கொண்டிருந்த அந்த டிரைவர் வேக வேகமாய் பக்கத்தில் வந்தார்.

“எங்க சார் போகணும்?”

“சொர்ணபுரி...”

“சொர்ணபுரியில எங்கே சார்?”

“மாருதி காலனியில் ஏழாவது தெரு.”

“உட்காருங்க சார்...”

“மீட்டர் சார்ஜ்தானே...?”

“ஆமா சார். உங்ககிட்ட ஒரு நூறு ரூபாயை அதிகமாய் வாங்கி நான் என்ன புதுக் காரையா வாங்கப் போறேன்.”

பத்ரி டாக்ஸிக்குள் ஏறி உட்கார்ந்தான்.

டாக்ஸி நகர்ந்து வேகம் பிடித்து மாலைநேர சேலத்தின் போக்குவரத்தில் கலந்தது. இரண்டு சிக்னல்களைக் கடந்ததும் பறந்தது.

டிரைவர் கேட்டார். “சார் மெட்ராஸா?”

“ஆமா.”

“மெட்ராஸுக்கு வந்தா டிரைவர் வேலை கிடைக்குமா?”

“ஏன்... இங்கே பார்க்கிற வேலைக்கு என்ன?”

“சார்... சேலத்துல டாக்ஸியை யூஸ் பண்றவங்க ரொம்பவும் கம்மி. எவ்வளவு நேரமானாலும் சரி, பஸ்ஸுக்கு வெயிட் பண்ணி அதுலதான் போவாங்க. ரொம்பவும் அவசரம்ன்னா ஆட்டோவைத்தான் தேடுவாங்க. உங்க மாதிரி வெளியூர்ல இருந்து யாராவது வந்தாத்தான் சவாரி. இல்லேன்னா செல்போனைப் பார்த்துக்கிட்டும், பேப்பரைப்

படிச்சுக்கிட்டும் டாக்ஸிக்குள்ளாறவே உட்கார்ந்து இருக்க வேண்டியதுதான்."

"சென்னையில் நிறைய பிரைவேட் டாக்ஸிகள் ஓடிட்டு இருக்கு. ஆனா, மெட்ராஸ் டிராஃபிக்ல வண்டியை ஓட்டறது கஷ்டம். ஒரு சிக்னலை கிராஸ் பண்ணனும்னா பதினைஞ்சு நிமிஷம் நிக்கணும்."

"அதெல்லாம் ஒரு பெரிய பிரச்சனையே இல்ல சார்."

"அப்படீன்னா வந்து ட்ரை பண்ணிப் பாரு."

"உங்களுக்குத் தெரிஞ்ச வாடகை டாக்ஸி கம்பெனி ஏதாவது இருக்கா சார்?"

"அப்படி எதுவும் இல்லை. நீ உனக்குத் தெரிஞ்ச டிரைவர்கள்கிட்ட சொல்லி வை. வர்ற விளம்பரங்களைப் பாரு."

"இனிமே அப்படித்தான் சார் செய்யணும். இந்த ஊர்ல வண்டி ஓட்டினா சம்பாதிக்க முடியாது சார்."

டாக்ஸி டிரைவரின் வாய் அதற்குப் பிறகும் ஓயவில்லை. அரசியல் தலைவர்களையும், சினிமா நடிகர்களையும் ஏக வசனத்தில் திட்டிக் கொண்டே டாக்ஸியை விரட்டி சொர்ணபுரியின் எல்லைக்கு வந்து, 'மாருதி நகர் குடியிருப்போர் சங்கம் உங்களை வரவேற்கிறது' என்று சொன்ன பெயர்ப் பலகையைக் கடந்தார்.

"எத்தனையாவது தெருன்னு சொன்னீங்க சார்?"

"ஏழாவது..."

"நெம்பர்...?"

"பனிரெண்டு."

டாக்ஸியின் வேகத்தைக் குறைத்துக் கொண்ட டிரைவர் மாருதி நகரின் அமைதியான தெருக்களை ஒவ்வொன்றாய்க் கடந்தார்.

ஏழாவது தெரு வந்தது. பத்ரி குனிந்து இரண்டு பக்கமும் இருந்த வீடுகளைப் பார்த்துக் கொண்டே வந்தான். சட்டென்று தோளைத் தொட்டான்.

“டிரைவர்... அதோ நெம்பர் 12 தெரியுது. இங்கேயே நிப்பாட்டிக்க.”

டாக்ஸி ஓரமாய் ஒதுங்கி நின்றது. பத்ரி மீட்டர் பார்த்து பணத்தைக் கொடுத்துவிட்டு, சில வீடுகள் தள்ளியிருந்த அந்த 12-ஆம் நம்பர் வீட்டை நோக்கி நடந்தான். தெருவில் யாரும் இல்லை.

அவனை டிராப் செய்த டாக்ஸி மாருதி நகரை விட்டு வெளியேறிக் கொண்டிருந்தது.

பத்ரி தயக்கமாய் நடைபோட்டு அந்த வீட்டை நெருங்கினான். சற்றே பெரிய வீடு. இரண்டு மாடிகளோடு தெரிந்தது. சுற்றிலும் மரங்கள் அடர்ந்திருந்ததால் மாலை நேரத்து வெளிச்சம் சற்றே மங்கிப் போய் பரவியிருந்தது.

காம்பௌண்ட் கேட்டைத் திறந்துகொண்டு உள்ளே போனான். நாய் இருப்பதற்கான அறிகுறி தெரியாமல் போகவே, துணிச்சலோடு வாசற்படி ஏறி அழைப்பு மணியின் மேல் கையை வைத்தான்.

அது வீட்டுக்குள் ஐந்து விநாடி அலறிவிட்டு ஓய்ந்தது. சரியாய் முப்பது நிமிஷ மௌனத்திற்குப் பிறகு தாழ்ப்பாள் விலகும் மெல்லிய சத்தம் கேட்க, அதைத் தொடர்ந்து கதவு விலகி ஒரு பெண்ணின் முகமும் தெரிந்தது.

“யாரு?” என்று கேட்கப் போன அந்தப் பெண் சட்டென்று பேச்சை நிறுத்தி விட்டு முகம் மலர்ந்தாள்.

“நீ... நீ... பத்ரிதானே?”

பத்ரி சிரித்து ஜப்பானிய பாணியில் குனிந்து “நானே” என்றான்.

“என்ன பத்ரி... திடீர்னு...?”

“நீ இப்படி ஆச்சரியப்பட வேண்டாமா... வகுளா? எத்தினி நாளைக்குத்தான் ஃபேஸ்புக்லேயே ஒருத்தர பார்த்து லைக்ஸையும், கமெண்ட்ஸையும் ஷேர் பண்ணிக்கிறது.

அதான் நேர்லயே பார்த்து ஒரு மணி நேரம் பேசிட்டு போலாம்னு வந்தேன். நான் இப்படி உன்னைப் பார்க்க வந்தது ஒண்ணும் தப்பில்லையே...?"

"தப்பா...? சரியாப் போச்சு. நீ எனக்கு எவ்வளவு பெரிய சர்ப்ரைஸ் கொடுத்திருக்க தெரியுமா! சரி... சரி. உள்ளே வா."

பத்ரி தன் கையில் வைத்திருந்த சூட்கேஸோடு வீட்டுக்குள் நுழைந்து அந்த ஹாலுக்குள் பிரவேசித்தான்.

"வீடு சூப்பராய் இருக்கு வகுளா..."

"அந்தக் காலத்துல என்னோட தாத்தா பார்த்துப் பார்த்து கட்டின வீடு."

பத்ரி சுற்றும் முற்றும் பார்த்துக்கொண்டே சோபாவுக்குச் சாய்ந்தான்.

"வீட்ல யாரும் இல்லை போலிருக்கு...?"

"ஆமா... அம்மா அப்பா வெளியே போயிருக்காங்க. இப்ப அண்ணன் ஆபீஸில் இருப்பார். வர்றதுக்கு எட்டு மணியாயிடும்."

"அண்ணன் பேர் என்ன?"

"நவீன்...! ஒரு பிரைவேட் கம்பெனியில அசிஸ்டெண்ட் மானேஜராய் ஒர்க் பண்றார். நீயும் நானும் போன்ல பேசும்போது ஒரு தடவை என்னோட அண்ணனைப் பத்தி உன்கிட்ட சொல்லியிருக்கேன். மறந்துட்டியா?"

"ஸாரி..."

"மன்னிச்சுட்டேன்... என்ன சாப்பிடறே?"

"சாப்பிடறேன்... கொஞ்ச நேரம் போகட்டும்."

"சரி... சென்னையிலிருந்து ஜர்னி எப்படி? பஸ்ஸா, டிரெயினா?"

"டிரெயின்தான். வெஸ்ட்கோஸ்ட்... காலையில பதினோரு மணிக்கு ஏறி உட்கார்ந்தேன். ஜோலார்பேட்டை வரைக்கும் ஜோராய் வந்தான். அப்புறம் எந்த ஸ்டேஷனைப்

பார்த்தாலும் நிறுத்தி நிறுத்திப் படுத்தி எடுத்துட்டான். ஏதோ சிக்னல் பிராப்ளமாம். எப்படியோ அஞ்சு மணிக்குள்ளே கொண்டு வந்து சேர்த்துட்டான்."

"எப்படியோ இன்னிக்கு நீ எனக்கு சர்ப்ரைஸ் கொடுத்துட்டே தேங்க்ஸ் ஏ லாட்...!"

"ரெண்டு வாரமாவே உன்னை நேர்ல பார்த்துப் பேசணும்னு மனசுக்குள்ளே ஒரே பிராண்டல்..." என்று சொன்னவன் தன்னுடைய சூட்கேஸைத் திறந்து ஒரு பிரபல ஜவுளிக்கடையின் அட்டைப் பெட்டியை எடுத்து வகுளாவிடம் நீட்டினான்.

வகுளாவின் அழகிய நெற்றியில் ஆச்சரியக்குறி ஒன்று உற்பத்தியாயிற்று.

"என்ன இது?"

"வாங்கி ஓப்பன் பண்ணித்தான் பாரேன்."

வகுளா தயக்கமாய் வாங்கிப் பிரித்தாள். உள்ளே கேரட் நிறத்தில் வெள்ளிச் சரிகை வேலைப்பாட்டுடன் சுடிதார் ஒன்று கண்ணைப் பறித்தது. வகுளா குழப்பம் அகலாத முகத்துடன் பத்ரியை ஏறிட்டாள்.

"இது... இது...?"

"உனக்குத்தான் வகுளா..."

"எனக்கெதுக்கு...?"

"நாம ரெண்டு பேரும் மூணு வருஷ காலமாய் முகநூல் நண்பர்களா இருக்கறோம்... இன்னிக்குத்தான் உன்னை முதல் முதலாப் பார்க்கிறேன். ஏதாவது கிஃப்ட் தரணும்னு நினைச்சேன். உனக்கு ஆரஞ்சு நிறம் பிடிக்கும்னு எனக்குத் தெரியும். அதுதான் அதே கலர்ல உனக்கு சுடிதார் எடுத்தேன்."

"ஸாரி பத்ரி.."

பத்ரி வகுளாவை சற்றே அதிர்ச்சியோடு பார்த்தான். அவளுடைய முகம் வெகுவாய் மாறியிருந்தது.

"எதுக்கு ஸாரி...?"

"எனக்கு இதெல்லாம் பிடிக்காது."

"எது?"

"இப்படி கிஃப்ட் தர்றது... அதுவும் டிரஸ்."

"ஏன்... இதுல என்ன?"

"இதோ பார்... பத்ரி! உன்னோட குடும்பப் பழக்கவழக்கம் எல்லாம் எப்படியிருக்கும்னு எனக்குத் தெரியாது. ஆனா, எங்க வீட்ல இருக்கிற பழக்கவழக்கங்கள் வேற மாதிரியானது."

"வேற மாதிரின்னா...?"

"ஒரு பொண்ணுக்கு டிரஸ் எடுத்துக் கொடுக்கிற உரிமை - பெத்தவங்களுக்கும், கூடப்பிறந்தவர்களுக்கும், அப்புறம் அவளோட ஹஸ்பெண்ட்டுக்கு மட்டும்தான் உண்டு. ஸோ... இந்த சுடிதாரை நான் ஏத்துக்க முடியாது. நீ வேற யாருக்காவது பிரசண்ட் பண்ணிடு."

பத்ரி அவளையே பார்த்தபடி மௌனமாய் நின்றான். வகுளா சற்றே குரலை உயர்த்தினாள்.

"என்ன பத்ரி.. பேச்சையே காணோம்?"

பத்ரி சில விநாடிகள் தயக்கமாய் இருந்துவிட்டு பேசினான். "நான் ஒரு உண்மையைச் சொல்லட்டுமா வகுளா?"

"என்ன?"

"நான் இங்கே உன்னைப் பார்க்க வந்ததே எதுக்காகத் தெரியுமா?"

"சொல்லு...!"

"உன்கிட்ட ஒரு 'ஐ லவ் யூ' சொல்லி உன்னோட சம்மதத்தை வாங்கிட்டுப் போகத்தான்..."

வகுளாவின் முகம் கோபத்தில் சிவந்தது. "உன் அழுக்கான மனசுக்குள்ளே இப்படியொரு எண்ணத்தை

வெச்சுக்கிட்டுத்தான் ஃபேஸ்புக்ல என்கூட ஃப்ரண்டாய் இருந்தியா?”

“வகுளா! நான் போன ஆறு மாசம் வரைக்கும் உன்னை என்னோட ஃப்ரண்டாத்தான் நினைச்சுட்டு இருந்தேன். அதுக்கப்புறம் தான் ஒரு நாள்...”

“உன்னோட மனசைக் குப்பைக் கூடையாய் மாத்திக்கிட்டியா...?”

“என்ன வகுளா... இவ்வளவு ஹார்ஷா பேசறே? ஒரு ஆணும் பெண்ணும் நண்பர்களாய் இருந்து காதலர்களாய் மாறுனதே இல்லையா...?”

“அதுமாதிரியான அசிங்கம் எல்லாம் எங்கேயோ நடந்துட்டு போகட்டும். நம்ம வாழ்க்கையில வேண்டாம்.”

“ஏன் வகுளா... என்கிட்ட என்ன குறை...? நான் எம்.ஈ வரை படிச்சுட்டு ஒரு மல்டி நேஷனல் ஐ.டி கம்பெனியில் ப்ராஜக்ட் ஹெட்டாய் ஒர்க் பண்ணிட்டிருக்கேன். எனக்கு அம்மா, அப்பா இல்லாமப் போனாலும் அண்ணனும், அண்ணியும் ஊர்ல இருக்காங்க. டீஸன்ட்டான குடும்பம். ஜாதி கூட...!” பத்ரி பேசப்பேச வகுளா தன் கையை உயர்த்தினாள்.

“போதும் பத்ரி... நீ இப்ப சொல்றதெல்லாம் எனக்கு ஏற்கெனவே தெரிஞ்ச விஷயம்தான். புதுசா உன்னை நீ அறிமுகப்படுத்திக்க வேண்டாம். இப்பவும் என்னைப் பொறுத்தவரைக்கும் நீ எனக்கு ஜஸ்ட் ஒரு ஃபேஸ்புக் ஃப்ரண்ட் அவ்வளவுதான். இந்தா நீ வாங்கிட்டு வந்த டிரஸ், வேற யார்க்காவது கொடுத்துடு...!”

வகுளா தன் கையில் வைத்திருந்த அட்டைப் பெட்டியை பத்ரியின் கையில் திணித்தாள்.

“நான் இதை யார்க்குக் கொண்டுபோய் கொடுக்கமுடியும். நீயே இதை வெச்சுக்க...”

“வேண்டாம்... பத்ரி! இதை நான் வெச்சுக்கிட்டா அம்மா கேட்கிற கேள்விக்கு உண்மையான பதிலைச்

சொல்லியாகணும். அப்படி உண்மையான பதிலைச் சொன்னா அம்மாவுக்கு அது பிடிக்காது. நீ எடுத்துட்டுப் போயிடு...!”

“உன்கிட்ட இப்படியொரு பிடிவாதம் இருக்கும்னு நான் நினைக்கலை...”

“உன் மனசுக்குள்ளேயும் இப்படியொரு அழுக்கான எண்ணம் இருக்கும்னு நினைக்கலை...”

“வகுளா...!” பத்ரி தன்னையும் மறந்து உச்சஸ்தாயில் கத்திவிட, வகுளா வாசலை நோக்கிக் கை நீட்டினாள்.

“பத்ரி...! நான் ஏதாவது மரியாதைக் குறைவாய் பேசறதுக்குள்ளே நீயாவே வீட்டைவிட்டு வெளியே போயிடு...”

“ஸாரி வகுளா...!”

“உன்னோட ஸாரி ஒண்ணும் எனக்குத் தேவையில்லை. நீ மொதல்ல கிளம்பு...!”

பத்ரி சுடிதார் இருந்த அட்டைப் பெட்டியை மறுபடியும் சூட்கேஸுக்குள் திணித்துக் கொண்டு புறப்பட முயன்ற விநாடி வகுளா குரல் கொடுத்தாள். “ஒரு நிமிஷம்! இதையும் கேட்டுட்டுப் போ. எனக்கு மாப்பிள்ளை பார்த்துக் கல்யாணம் நிச்சயமாயிடுச்சு. முகூர்த்தத் தேதியை ஃபிக்ஸ் பண்ணத்தான் என்னோட அம்மாவும் அப்பாவும் ஜோசியரைப் பார்க்கப் போயிருக்காங்க. எப்படியும் ரெண்டு மாசத்துக்குள்ளே என்னோட கல்யாணம் இருக்கும். ஆனா, உனக்கு அழைப்பு இருக்காது.”

முகம் இருண்டான் பத்ரி. நலிந்து போன குரலில் “கங்கிராட்ஸ்” சொல்லிக் கையை நீட்டினான்.

வகுளா மார்புக்குக் குறுக்காகக் கைகளைக் கட்டிக் கொண்டாள். நிறுத்தி நிதானமான குரலில் சொன்னாள். “என்னோட அம்மாவும், அப்பாவும் வர்ற நேரம். நீ மொதல்ல இடத்தைக் காலி பண்ணு.”

“வகுளா...! ஸாரி... ஐ ஃபீல் கில்ட்டி. நாம ரெண்டு பேரும் முன்னே மாதிரி ஃபேஸ்புக் ஃப்ரண்ட்ஸாவே இருப்போம்.”

“வேண்டாம்... நான் உன்னை அன்ஃப்ரெண்ட் பண்ணிட்டு என்னோட ஃபேஸ்புக் அக்கவுண்ட்டையே க்ளோஸ் பண்ணப் போறேன். இதோ... இப்பவே... உனக்கு முன்னாடியே...” சொன்ன வகுளா டீபாயின் மேல் இருந்த தன்னுடைய செல்போனை எடுக்க முயல...

பத்ரி வேகமாய் வந்து அவளுடைய கையைப் பிடித்தான். “நோ” என்றான்.

அவனையே பார்த்தாள் வகுளா. சற்றே குரலை உயர்த்திக் கொண்டு சொன்னாள். “பத்ரி! மொதல்ல கையை எடு!”

“வகுளா... என்னை அன்ஃப்ரெண்ட் பண்ணாதே ப்ளீஸ்...! ஃபேஸ்புக் அக்கவுண்ட்டையும் க்ளோஸ் பண்ணிடாதே. நாம எப்பவும் போல ஃப்ரண்ட்ஸாவே இருப்போம்.”

“அதை முடிவு பண்ணவேண்டியது நான்... நீ இல்லை. மொதல்ல கையை எடு...”

“வகுளா! நான் அப்படி என்ன பெரிய தப்புப் பண்ணிட்டேன். என்னோட மனசுக்குள்ளே இருக்கிறதை உன்கிட்ட சொன்னேன். அது தப்பா?”

“தப்புதான்... கையை விடு...!”

“மாட்டேன். நாம பழையபடி ஃப்ரெண்ட்ஸாவே இருப்போம்னு நீ எனக்கு பிராமிஸ் பண்றவரை இந்தக் கையை நான் விடமாட்டேன்.”

வகுளாவின் கண்கள் உடனடியாய் ஒரு கோபச் சிவப்புக்கு உட்பட்டது. சுற்றும் முற்றும் பார்த்தவள் தன்னுடைய வலதுகைக்குக் கிடைத்த அந்தக் கனமான ஆக்ஸ்ஃபோர்டு டிக்ஷனரியை விநாடிக்கும் குறைவான நேரத்தில் எடுத்து பத்ரியின் முகத்தை மூர்க்கமாய் தாக்கினாள்.

சற்றும் அந்தத் தாக்குதலை எதிர்பார்க்காத பத்ரி நிலை தடுமாறிப் பின்னால் சாய்ந்தான்.

தேக்கு மரத்தில் - அந்தக் காலத்தில் செய்யப்பட்ட எஃகு போன்ற டீபாயின் ஒரு முனை பத்ரியின் பின்னந்தலையைப் பதம் பார்க்க, ரத்தம் ஊற்று போல் பீய்ச்சியடித்தது.

3

வாக்குறுதி

உண்டியலும்
சில அரசியல்வாதிகளும்
ஒன்றுதான்.
வாய்மட்டுமே இருக்கும்
நாணயமே இருக்காது.

- நிலாவனம்

மருத்துவமனை.

டாக்டர் சிவசைலம் சற்றே இருட்டடித்துப் போன முகத்தோடு ஐ.சி. யூனிட்டிலிருந்து வெளிப்பட்டார்.

வெளியே சுவரோரமாய் போடப்பட்டிருந்த நாற்காலிகளில் காத்திருந்த தன்யாவும் வாசுவும் அவரை நெருங்கினார்கள்.

“டாக்டர்...!”

“ஸாரிம்மா...! அப்பா இன்னமும் கான்ஷியஸுக்குத் திரும்பலை. ஒரு இம்போர்ட்டட் ஐ.வி. ஊசி போட்டிருக்கேன். ரொம்பவும் பவர்ஃபுல் மெடிசன். ஒரு மணி நேரத்துக்குள்ளே நினைவு திரும்பியாகணும்.”

தன்யா பதற்றத்தோடு இடைமறித்துக் கேட்டாள்: “நினைவு திரும்பலைன்னா...?”

"அப்படி ஏன்மா நெகட்டிவ்வா நினைக்கிறே...? நினைவு வந்துடும்னு பாஸிட்டிவ்வா திங்க் பண்ணும்மா..."

"நோ டாக்டர்... அப்பாவுக்கு நினைவு திரும்பிட்டா எந்த ஒரு பிரச்சனையும் இல்லை. ஆனா ஒருவேளை நினைவு திரும்பாத பட்சத்தில் நாம எது மாதிரியான ட்ரீட்மெண்ட் எல்லாம் எடுக்கணும்னு ஒரு தடவை கன்சல்ட் பண்ணி பார்த்துக்கிறது நல்லது இல்லையா...?"

டாக்டர் சிவசைலம் ஒன்றும் பேசாமல் மௌனம் காத்தார். தன்னுடைய பரந்த முன்நெற்றியை இடதுகையின் ஆட்காட்டி விரலால் கீறிக் கொண்டார்.

தன்யா அவரை வியப்பாய் பார்த்தாள். "என்ன டாக்டர்... பதிலையே காணோம்...?"

"ஒண்ணுமில்லம்மா... அப்பாவுக்கு நினைவு திரும்பலைன்னா அதனோட விளைவு கொஞ்சம் மோசமா இருக்கும்."

"அபபடின்னா...?"

"அ... அ... அது வந்தும்மா..." டாக்டர் குரலை இழுக்க, வாசு படபடத்தான்.

"டாக்டர்... ப்ளீஸ்... டோன்ட் ஹைட் எனிதிங்!"

"இட்ஸ் ஓ.கே. நீங்க ரெண்டு பேரும் இப்படி வற்புறுத்திக் கேட்கிறதால இனியும் நான் அதைச் சொல்லாம இருக்கிறது சரியில்லை..." என்று சொன்னவர் தன்யாவை ஏறிட்டார்.

"அம்மா... தன்யா...! நான் அப்பாவுக்கு இப்ப போட்டிருக்கிற இன்ஜெக்ஷன் வெரி பவர்ஃபுல். இம்போர்ட்டட் ட்ரக். இது பலனளிக்காத பட்சத்தில் அப்பா கோமா ஸ்டேஜிலிருந்து மீண்டு வர அஞ்சாறு வருஷம்கூட ஆகும்!"

தன்யா, வாசு - இருவரின் முகங்களிலும் அதிர்ச்சி அலைகள் பரவின. தன்யா தவிப்போடு கேட்டாள்: "ஏழு வருஷமா.....?"

"எஸ்..."

“அது என்ன அஞ்சாறு வருஷக் கணக்கு டாக்டர்?”

“அந்தளவுக்கு அப்பாவோட மூளைப் பகுதியில் இருக்கும் ஆர்.ஏ.எஸ்ங்கிற சிஸ்டம் பாதிக்கப்பட்டிருக்கு...”

தன்யா. தன் இரண்டு கண்களிலும் நிரம்பிவிட்ட நீரோடு கேட்டாள்: “அப்பிடின்னா என்ன டாக்டர்?”

டாக்டர் சிவசைலம் பெருமூச்சொன்றை வெளியேற்றி விட்டு மெல்லிய குரலில் பேச ஆரம்பித்தார். “ஒருத்தரோட மூளை சுறுசுறுப்பாவும் ஆரோக்கியமாவும் இருக்கக் காரணம் மூளைப் பகுதியில் இருக்கிற ரெடிகுலர் ஆக்டிவேடிங் சிஸ்டம்தான். இந்த சிஸ்டத்தைத்தான் சுருக்கமாய் ‘ஆர்.ஏ.எஸ்’ன்னு சொல்லுவோம். மூளைத் தண்டு, மூளைத் தண்டுவடம், ஹைபோதாலமஸ் மாதிரியான பகுதிகளில் ஏதாவது பிரச்சனை ஏற்பட்டா மூளையோட இந்த ஆர்.ஏ.எஸ்தான் மொதல்ல பாதிக்கப்படும்.”

வாசு குறுக்கிட்டு கேட்டான். “இந்தப் பிரச்சனையை உடனடியாய் குணப்படுத்த முடியாதா டாக்டர்?”

“அதுக்கான முயற்சிகளைத்தான் பண்ணிட்டிருக்கேன். நவ் ஐ ஹேவ் கிவ்வன் ஏ பிராப்பர் ட்ரீட்மெண்ட். லெட் அஸ் வெயிட் அண்ட் ஸீ.”

டாக்டர் சொல்லிவிட்டு தளர்வாய் நடந்தபடி நகர்ந்துவிட, தன்யா தன் கணவன் வாசுவின் தோள் பட்டையின் மீது அழுகையோடு சாய்ந்து கொண்டாள்.

“என்னங்க... டாக்டர் இப்படி சொல்லிட்டுப் போறார்.....”

“இதோ பார் தன்யா... நீ இப்படி அழுதுட்டு இருக்கிறதால எந்த ஒரு பிரயோஜனமும் கிடையாது. தைரியமாய் இருந்து பிரச்சனையை ஃபேஸ் பண்ணுவோம். அதோ இன்ஸ்பெக்டர் ஒருத்தர் வர்றார். ஏதாவது என்கொய்ரியாய் இருக்கலாம்.”

வாசு சொல்லிக் கொண்டிருக்கும்போதே அந்த நடுத்தர வயது இன்ஸ்பெக்டர் அவர்களை நெருங்கினார்.

"அயாம் மதன்குமார். இன்ஸ்பெக்டர் ஆஃப் போலீஸ். தன்யா நீங்கதானே...?"

தன்யா தலையாட்டினாள். இன்ஸ்பெக்டர் தொடர்ந்தார். "ஃப்ளவர்ஸ் அட்வர்டைஸிங் கம்பெனிக்குப் போய் ஒரு என்கொய்ரியைப் பண்ணிட்டு நேரா இங்கேதான் வர்றேன். உங்க பி.ஏ மாதிரி - ஒருத்தன் அந்த ஆபீஸ் 'ஆபிட்சுவரி செக்ஷ'னுக்குப் பேசி, காலமானார் செய்தியைப் போட கொட்டேஷன் கேட்டிருக்கான். உங்க அப்பா ராஜநாயகம் காலையில் ஆறு மணிக்கே இறந்துட்டதாவும் பொய் சொல்லியிருக்கான். அவன் பேசின நம்பரை டிரேஸ் பண்ணிப் பார்த்தப்ப, அது ஒரு போலி சிம் கார்டுன்னு தெரிஞ்சுது. ஆள் யார்ன்னு கண்டுபிடிக்க சைபர் க்ரைம் பிராஞ்ச் முழு அளவில் முயற்சி எடுத்துட்டு இருக்காங்க. அதே நேரத்துல நீங்களும் இந்தக் கேஸுக்கு முழு ஒத்துழைப்பு கொடுத்தால்தான் அந்த ஆள் யார்ன்னு கண்டுபிடிக்க முடியும்."

வாசு குறுக்கிட்டு கேட்டான். "நாங்க என்ன பண்ணனும் இன்ஸ்பெக்டர்?"

"சமீபத்துல உங்களுக்கு விரோதமான நபர்கள் யாராவது இருக்காங்களா?"

"அப்படி யாரும் இல்லை இன்ஸ்பெக்டர்."

"உடனே அப்படி சொல்லிடாதீங்க. யோசனை பண்ணுங்க. உங்க ஃபாதர் ராஜநாயகம் இந்த சிட்டியில் ஒரு வெல்நோன் இண்டஸ்ட்ரியலிஸ்ட். அவருடைய தொழில் சார்ந்த போட்டியாளர்ல யாராவது ஒருத்தர் இப்படிப்பட்ட ஒரு விபரீதமான விளையாட்டை விளையாடி இருக்கலாம் இல்லையா..."

"அதுமாதிரி இருக்க வாய்ப்பு இல்லை இன்ஸ்பெக்டர்."

"எப்படி சொல்றீங்க?"

"மாமா இப்போ பிசினஸ்ல எந்த ஒரு இன்வால்மெண்ட்டும் காட்டறதில்லை. நானும் தன்யாவும்தான் பார்த்துக்கிறோம்."

"எத்தனை நாளா நீங்க பிசினஸைப் பார்த்துக்குறீங்க?"

"ரெண்டு வருஷமா..."

"அவர் பிசினஸைப் பார்த்துக்காம போனதுக்கு என்ன காரணம்?"

இப்போது தன்யா குறுக்கிட்டாள். "இன்ஸ்பெக்டர்... என்னோட அம்மா மூணு வருஷத்துக்கு முந்தி திடீர்னு ஹார்ட் அட்டாக்ல இறந்துட்டாங்க. அப்பாவுக்கு அம்மா மேல ரொம்பவும் அஃபெக்ஷன். அன்னிக்கு மனசு ஒடிஞ்சவர்தான். அந்த நிலைமையிலிருந்து அவர் மீளலை. ஏதோ கம்பெனிக்குப் போவார்... வருவார். எதிலுமே பிடிப்பு இல்லாம இருந்தார்.

ரெண்டு வருஷத்துக்கு முந்தி ஒரு நாள் என்னையும் என்னோட கணவரையும் கூப்பிட்டு, 'இனிமே, நீங்க ரெண்டு பேருமே பிசினஸைப் பார்த்துக்குங்க. நான் வீட்ல உட்கார்ந்து டி.வி பார்த்துக்கிட்டும், புத்தகங்களைப் படிச்சுக்கிட்டும் காலத்தைக் கழிச்சுடறேன்'னு சொன்னார். நாங்க எவ்வளவோ தைரியம் சொன்னோம். பிசினஸ்ல ஈடுபட்டாத்தான் மன இறுக்கத்திலிருந்து விடுபட முடியும்னு சொன்னோம். அவர் கேட்கலை. அப்புறம் அவரோட விருப்பத்துக்கு விட்டுட்டு நானும் என்னோட கணவரும் அப்பா பார்த்துக்கிட்டு இருந்த பிசினஸைக் கவனிக்க ஆரம்பிச்சோம்."

"பிசினஸ் இப்போ எப்படி போயிட்டிருக்கு?"

"அப்பாவோட மேற்பார்வையில் இருந்ததைவிட இப்போ பிசினஸ் நல்லாவே போயிட்டிருக்கு. எக்ஸ்போர்ட் ஆர்டர்கள் நிறைய வருது. கம்பெனி முன்னைவிட இப்ப நல்ல ப்ராஃபிட்ல இருக்கு. கம்பெனியோட ஷேர்ஸ்கூட ஒரு புதிய உச்சத்தைத் தொட்டிருக்கு."

இன்ஸ்பெக்டர் மதன்குமார் தன்னுடைய உதடுகளில் ஒரு புன்னகையைத் தவழ விட்டபடி சொன்னார்: "உங்களுக்கு விரோதிகள் உருவாக இந்தக் காரணம் ஒண்ணு போதுமே... ஒரு கம்பெனி நல்ல லாபத்தில் நடந்தா... அது

மத்த கம்பெனிக்காரர்களால பொறுத்துக்க முடியாதே. கம்பெனியை ஒழுங்கா நடத்திட்டிருக்கிற உங்களை டிஸ்டர்ப் பண்ணத்தான் ராஜநாயகத்துக்கு இப்படி ஒரு நிலைமையை உண்டாக்கியிருக்காங்க. இது ஒரு திட்டமிட்ட கொலை முயற்சியா இருக்கலாம்னு நான் நினைக்கிறேன். இன்னிக்கு ராஜநாயகத்துக்கு நடந்திருக்கிற இந்தக் கொலை முயற்சி நாளைக்கு உங்களுக்கும் நடக்கலாம்."

"எப்படி சார் சொல்றீங்க?" – தன்யா தன்னுடைய கண்களில் மின்னும் கலவரத்தோடு கேட்க, இன்ஸ்பெக்டர் மதன்குமார் சுற்றும் முற்றும் பார்த்துவிட்டு குரலைத் தாழ்த்தினார்.

"உங்க ஃபாதர் ராஜநாயகம் ரூமை விட்டு வெளியே வரலை. கட்டில்ல அசைவில்லாம மல்லாந்து படுத்துட்டிருக்கார்ன்னு முதல் முதல்ல உங்களுக்கு வந்து சொன்னது யாரு?"

"வேலைக்காரி மல்லிகா."

"அப்போ நேரம் என்ன?"

"காலைல ஏழரை மணி. நானும் இவரும் டி.வில நியூஸ் பார்த்துட்டிருந்தோம்."

"வேலைக்காரி மல்லிகா வந்து சொல்லலைன்னா உங்களுக்கு ராஜநாயகத்தோட நிலைமை தெரிய வாய்ப்பில்லைதானே?"

"ஆமா... அப்பா காப்பி சாப்பிட்ட பின்னாடியும் ரூமை விட்டு வெளியே வராத காரணத்தாலதான் அவளே ரூமுக்குள்ளே போய் எட்டிப் பார்த்திருக்கா..."

இன்ஸ்பெக்டர் இன்னமும் குரலைத் தாழ்த்தினார்.

"மிஸஸ் தன்யா... உங்க ஃபாதர் அவரோட அறைக்குள்ளே சுயஉணர்வு இல்லாமே இருக்கிற விஷயம் வேலைக்காரி மல்லிகாவுக்கும், உங்களுக்கும், உங்க கணவர்க்கும் காலையில ஏழரை மணிக்குத்தான் தெரிஞ்சிருக்கு. ஆனா, அதுக்கு முன்னாடி காலையில்

ஆறு மணிக்கே ஃப்ளவர்ஸ் அட்வர்டைசிங் கம்பெனியில் இருந்து ஒரு நபர் 'ஆபிட்சுவரி' விளம்பரம் சம்பந்தமாய் பேசியிருக்கான். அப்படீன்னா ராஜநாயகத்துக்கு இப்படியொரு உடல்நல பாதிப்பு ஏற்படப் போற விஷயம் அந்த நபர்க்கு முன்கூட்டியே தெரிஞ்சிருக்கு இல்லையா?"

"எஸ் இன்ஸ்பெக்டர்."

"அது எப்படி சாத்தியம்...?"

தன்யாவின் முகம் இப்போது வியர்வையில் குளித்து ஒரு எண்ணெய்த் தாள் போல் மின்னியது.

"எனக்குத் தெரியலை இன்ஸ்பெக்டர்."

இன்ஸ்பெக்டர் மதன்குமாரின் பார்வை இப்போது வாசுவின் மேல் நிலைத்தது.

"உங்களால கெஸ் பண்ண முடியுதா?"

"ஓரளவுக்கு இன்ஸ்பெக்டர்."

"அது என்னன்னு சொல்லுங்க."

"மாமாவுக்கு இப்படியொரு நிலைமை ஏற்பட யாரோ திட்டம்போட்டு, அந்தத் திட்டத்தை ரொம்பவும் சாமர்த்தியமாய் செயல்படுத்தியிருக்கலாம்."

"அந்த 'யாரோ' யாராய் இருக்கலாம்ன்னு நினைக்கறீங்க ...?"

"வேலைக்காரி மல்லிகா மேலதான் எனக்குச் சந்தேகம். மாமாவுக்கு அவதான் தினமும் 'பெட் காப்பி' தருவா."

"ஸாரி... மல்லிகாவாய் இருக்க வாய்ப்பில்லை."

"எப்படி அவ்வளவு நிச்சயமாய் சொல்றீங்க...?"

"டாக்டர் சிவசைலம் கொடுத்த ரிப்போர்ட்படி ராஜநாயகம் சாப்பிட்ட காப்பியில உடல்நலக் குறைவை உண்டாக்கக் கூடிய எந்தவிதமான ஒரு டாக்ஸினும் இல்லை. அவர்க்கு திடீர்னு இப்படி ஒரு கோமாஸ்டேஜ் ஏற்பட வேற ஏதோ ஒரு விபரீதத் திட்டம் செயல்படுத்தப்பட்டு இருக்கணும்."

தன்யா பதற்றத்தோடு குறுக்கிட்டு கேட்டாள். “விபரீதத் திட்டம்ன்னா அது எது என்ன இன்ஸ்பெக்டர்?”

“எனக்குப் பிடிபடலை. ஆனா அதைப் பத்தின விபரங்களைத் தெரிஞ்சுக்கணும்ன்னா, போன்ல ஆபிட்சுவரி விளம்பரம் போட கொட்டேஷன் கேட்ட நபர் யார்ங்கிறதை நாம கண்டுபிடிக்கணும்.”

“அவன் யார்ங்கிறதை எப்படி கண்டுபிடிக்கப் போறோம்... இன்ஸ்பெக்டர்?”

மதன்குமார் மேற்கொண்டு பேசும் முன்பு ஒரு நர்ஸ் தயக்கமாய் தன்யாவுக்குப் பக்கத்தில் வந்து நின்றாள்.

“மேடம்!”

தன்யா திரும்பி நின்று, ‘என்ன?’ என்பது போல் பார்த்தாள்.

“ஒரு நிமிஷம் ஐ.ஸி யூனிட்டுக்கு வந்து உங்க ஃபாதரைப் பாருங்க மேடம்.”

தன்யா ஆர்வமானாள். “அ... அ... அப்பாவுக்கு கான்ஷியஸ் திரும்பிடுச்சா?”

“இல்ல மேடம்.”

“அப்புறம் என்ன?”

“இது வேற ஒரு பிரச்சனை மேடம்.”

“நீ என்ன சொல்றே?”

“எனக்கு என்ன சொல்றதுன்னு தெரியலை மேடம்... வந்து பாருங்க!”

அந்த நர்ஸ் சொல்லிவிட்டு நடக்க ஆரம்பித்து விட - தன்யா, வாசு, இன்ஸ்பெக்டர் மதன்குமார் மூன்று பேரும் அவளைக் குழப்பத்தோடு பின்தொடர்ந்து போனார்கள்.

பயம் உறைந்துபோன பார்வைகளோடு வேக வேகமான நடை. அந்த நிமிடம் முடிவதற்குள் ஐ.ஸி யூனிட்டுக்குள் நுழைந்தார்கள்.

ராஜநாயகம் கண்மூடி மல்லாந்த நிலையில் தெரிய, நான்கு பேரும் அவரை நெருங்கினார்கள்.

நர்ஸ் ராஜநாயகத்தின் வலது உள்ளங்கையை சற்றே உயர்த்திப் பிடித்துக் காட்டினாள்.

"இவரோட உள்ளங்கையில் என்ன எழுதியிருக்குன்னு பாருங்க மேடம்."

தன்யா தன்னுடைய அப்பாவை நெருங்கி, அவருடைய உள்ளங்கையில் கறுப்புநிற பால்பாய்ண்ட் பேனாவால் அழுத்தமாய் எழுதப்பட்டிருந்த அந்த தமிழ் வாக்கியத்தைப் படித்தாள்:

"சத்யாவின் சபதம்!"

4

உண்மையில்
கண்ணீரைவிட உயர்வானது
வியர்வை.
அதனால்தான் சிலரால்
அழுவதைப் போல்
நடிக்க முடிகிறது.
வியர்ப்பதைப் போல்
நடிக்க முடியவில்லை.

- நிலாவனம்

வகுளா பதறிப் போனவளாய் கீழே விழுந்து கிடந்த பத்ரியிடம் குனிந்தாள்.

அவனுடைய தலையிலிருந்து பீறிட்டு வரும் ரத்தத்தை நிறுத்துவதற்காக சோபாவின் மேல் கிடந்த டவலை எடுத்துத் தலைக்காயத்தை அழுத்திப் பிடித்தாள்.

ரத்தம் நிற்க மறுத்து அடுத்து வந்த சில விநாடிகளிலேயே அந்த வெள்ளை டவலை சிவப்பு நிறமாய் மாற்றியது. பத்ரியின் முகத்தை பயமாய் பார்த்தாள்.

அவனுடைய கண்கள் மூடியிருக்க, உடம்பில் சிறிதுகூட அசைவில்லை. தோளைப் பிடித்து மெள்ள உசுப்பினாள்.

"ப... ப... பத்ரி..."

அவனிடம் இருந்து ஒரு சிறிய முனகல்கூட வெளிப்படவில்லை. பீறிட்ட ரத்தம் இப்போது தன்னுடைய வேகத்தைக் குறைத்துக்கொண்டு பத்ரியின் தலையிலிருந்து துளித்துளியாய் கொட்டி, அந்த மார்பிள் தரையில் ஒரு கோடு போட்டபடி மெள்ள நகர்ந்து கொண்டிருந்தது.

வகுளா உடல் நடுங்கியபடி எழுந்து நின்றாள். முகமும் பிடரியும் வியர்த்தது.

“என்ன பண்ணலாம்? எதிர்வீட்டில் இருக்கும் ஆடிட்டர் மாணிக்கவேல் அங்கிளைக் கூப்பிடலாமா? இல்லை, பக்கத்து வீட்டில் இருக்கும் விமலா ஆன்ட்டியைக் கூப்பிட்டு விபரத்தைச் சொல்லி...!”

வகுளா வியர்வை மழையில் நனைந்து யோசித்துக் கொண்டிருக்கும் போதே அவளுடைய செல்போன் வெளிச்சமாய் அவளை அழைத்தது. எழுந்துப் பார்த்தாள்.

அவளுடைய அம்மா திலகவதி அழைத்துக் கொண்டிருந்தாள். செல்போனை செவியில் பொருத்தி உலர்ந்துபோன உதடுகளோடு பேசினாள்.

“அம்மா...”

“வகுளா... ஜோசியரைப் பார்த்துப் பேசிட்டோம். அவர் மூணு முகூர்த்தத் தேதிகளைக் குறிச்சுக் கொடுத்திருக்கார். தேதிகளை சொல்றேன். நோட் பண்ணிக்க...”

“ம்...”

“என்னடி... உம்...? பேச்சுல ஒரு சந்தோஷத்தையே காணோம்?”

“ஒண்ணும் இல்லம்மா. லேசா தலைவலி.”

“என்னது... தலைவலியா! நானும் அப்பாவும் வீட்டை விட்டுப் புறப்பட்டுப் போகறப்ப நல்லாத்தான்டி இருந்தே. அப்புறம் எப்படி திடீர்னு தலைவலி வரும்?”

“அ... அ... அது... வந்தும்மா... டி.வியை ரொம்ப நேரம் பார்த்துட்டு இருந்ததால...”

"சரி... சரி... ஒரு டோலோபர் மாத்திரையைப் போட்டு சூடா காப்பி குடி, சரியாய் போயிடும். நம்ம ஜோசியர் மூணு முகூர்த்த தேதியைக் குறிச்சு கொடுத்திருக்கார். அதுல ஒரு தேதி ஞாயிற்றுக்கிழமை வருது. உங்கப்பா அதே தேதியிலேயே வெச்சுக்கலாம்னு சொல்றார். நீ என்ன சொல்றே?"

"சரிம்மா."

"என்ன சரி?"

"அப்பா சொன்ன தேதியிலேயே இருக்கட்டும்மா."

"உன்னோட அண்ணன்கிட்டேயும் ஒரு வார்த்தை கேட்கணும். அண்ணன் ஆபீஸிலிருந்து வந்தாச்சா...?"

"இன்னும் இல்லம்மா."

"மணி ஆறாகப் போகுது. அவனுக்குப் போன் பண்ணினா நாட் ரீச்சபிள்னு வருது. அவன் வீட்டுக்கு வந்துட்டான்னா உங்கப்பாவுக்குப் போன் பண்ணச் சொல்லு. நானும் அப்பாவும் ஜங்ஷனுக்குப் பக்கத்துல கல்யாண மண்டபம் கிடைக்குமான்னு பார்க்கப் போறோம். வீடு திரும்ப எப்படியும் ரெண்டு மணி நேரமாயிடும்."

"ச... ச... சரிம்மா."

"நீ பேசறதே சரியில்லை. ஏதோ பத்து நாள் ஜுரம் வந்து படுத்தவ மாதிரி பேசறே. மாத்திரை போட்டுக்கிட்டு ரெஸ்ட் எடு. நானும் உங்கப்பாவும் எவ்வளவு சீக்கிரம் வர முடியுமோ வந்துடறோம். ஞாயிற்றுக்கிழமை நல்லமுகூர்த்தம். மண்டபம் கிடைக்கிறது கஷ்டம்னு ஜோசியர் சொன்னார். மாப்பிள்ளை வீட்லயும் போன் பண்ணிக் கேட்டுட்டோம். ஜங்க்ஷனுக்குப் பக்கத்துல இருக்கிற பூர்ணம் கல்யாண மண்டபம் கிடைச்சா உடனடியா புக் பண்ணச் சொல்லிட்டாங்க. அதான் புறப்பட்டு போறோம்."

"சரி..."

"உன்னோட அண்ணன் வீட்டுக்கு வந்தா மறக்காமே அப்பாவுக்குப் போன் பண்ணச் சொல்லு."

“ம்...” வகுளா செல்போனை அணைத்துவிட்டு, அப்படியே தளர்ந்து போய் சோபாவுக்கு சாய்ந்தாள். பார்வை அவளையும் அறியாமல் தரையில் ரத்த வெள்ளத்தில் ஒருக்களித்து வீழ்ந்திருந்த பத்ரியின் மேல் பாய்ந்தது.

‘பத்ரியின் உடம்பில் உயிர் இருக்கிறதா இல்லையா?’

‘உயிர் இருந்தால் ஏதாவது முதல் உதவி செய்து உயிரைக் காப்பாற்றிவிடலாமே?”

யோசித்துக் கொண்டே வேகமாய் அடித்துக் கொண்டிருந்த இருதயத்தோடு பத்ரியை மெதுவாய் நெருங்கினாள் வகுளா.

அதே விநாடி –

வாசலில் ஸ்கூட்டர் சத்தம்.

பதட்டத்தோடு ஜன்னல் வழியே எட்டிப் பார்த்தாள். அவளுடைய அண்ணன் நவீன் ஸ்கூட்டரை ஸ்டாண்ட் போட்டு நிறுத்திவிட்டு வாசற்படி ஏறிக் கொண்டிருந்தான். கையில் காய்கறி பை.

தொடர்ந்து அழைப்பு மணி சத்தம்.

வகுளா சில விநாடிகள் யோசனையாய் நின்றுவிட்டு மெள்ள நடந்து போய் கதவைத் திறந்தாள்.

நவீன் கோபமாய் உள்ளே நுழைந்தபடியே கேட்டான். “என்ன... தூங்கிட்டு இருந்தியா?”

“இல்லேண்ணா... அது வந்து...”

“ஏதாவது பொய்யை யோசிச்சு சொல்லு. அதுக்குள்ளே நான் டிரஸ் சேஞ்ச் பண்ணிட்டு வந்துடறேன்...” என்று பேசிக்கொண்டே போனவன் வகுளாவின் முகத்தைப் பார்த்துவிட்டு முகம் மாறினான்.

“என்ன வகுளா... அழுதியா... மொகம் என்னவோ மாதிரி இருக்கு.”

“அது... அது... வந்துண்ணா...”

"ஏய்... உனக்கு என்னாச்சு? ஜோசியரைப் பார்க்கப் போன அம்மா அப்பா வந்துட்டாங்களா?"

"இ... இ... இன்னும் இல்லேண்ணா..." என்று சொன்னவள், மேற்கொண்டு பேசமுடியாமல் பெரிய குரல் எடுத்து அழுதுகொண்டே நவீனின் தோள் மீது சாய்ந்தாள்.

குழப்பத்தோடு தங்கையின் தலையைத் தொட்டான் நவீன்.

"வகுளா... ஏன் அழறே... என்னாச்சு? அம்மாவோ, அப்பாவோ ஏதாவது சொன்னாங்களா...?"

"அ... அண்ணா..."

"சொல்லு."

"உ... உ... உள்ளே போய் சோபாவுக்குப் பக்கத்துல பாரு."

"அங்கே என்ன இருக்கு?"

வகுளா விம்மினாள். "போ... போய்ப் பாருண்ணா..."

வகுளாவை விட்டுவிலகிப் போய் பக்கத்து அறைக்குள் நுழைந்து சோபாவின் அருகே பார்வையைக் கொண்டு போனான்.

உதடுகள் தன்னிச்சையாய் பிளந்து கொள்ள விழிகள் வியப்பில் விரிந்து உறைந்து போயிற்று.

"வ... வ... வகுளா... யார் இவன்?"

வகுளா அப்படியே மண்டியிட்டு அழுதுகொண்டே நடந்த சம்பவத்தை விசும்பிக்கொண்டே சொல்ல ஆரம்பித்தாள்.

5

படுக்கையில்
பூ இருந்தால்
வாழ்க்கை தொடங்குகிறது
என்று பொருள்.
படத்தில்
பூ இருந்தால்
வாழ்க்கை முடிந்தது
என்று பொருள்.

– நிலாவனம்

தன்யாவின் பார்வை அந்த நர்ஸின் மேல் நிலைத்தது.

"அப்பாவோட உள்ளங்கையில் 'சத்யாவின் சபதம்'னு யார் எழுதியது?"

நர்ஸ் தீர்க்கமாய் தலையாட்டினாள்.

"எனக்குத் தெரியாது மேடம்... நானே ஒரு பத்து நிமிஷத்துக்கு முன்னாடிதான் பார்த்தேன். அதுவும் அவரோட மணிக்கட்டில் ஐ.வி. ஊசியைப் போடறதுக்காக வெய்னை தேடிக்கிட்டு இருக்கும்போதுதான் பார்த்தேன்."

இன்ஸ்பெக்டர் மதன்குமார் இடைமறித்து அந்த நர்ஸிடம் கேட்டார்: "அதுக்கு முன்னாடி இந்த வாசகம் உன்னோட பார்வையில படலையா?"

"இல்ல சார்..."

"அப்படீன்னா... இப்பத்தான் யாராவது எழுதியிருக்கணும் இல்லையா?"

"அதுவும் எனக்குத் தெரியாது சார். ஒருவேளை முன்னாடி எழுதியிருந்தது நான் பார்க்காம இருந்திருக்கலாம்."

"நீ இவருக்குப் பக்கத்திலேயே இருந்தியா... இல்லை, நடுவுல வேற எந்தப் பேஷண்ட்டையாவது கவனிக்கப் போனியா?"

"இல்ல சார்... ஒரு ட்ரிப்ஸ் பாட்டிலை எடுக்கிறதுக்காக பார்மஸி செக்ஷன் வரைக்கும் போயிருந்தேன். ஆனா ஒரு பத்து நிமிஷ நேரத்துக்குள்ளே திரும்பிட்டேன்."

"அந்த நேரத்துல யாராவது உள்ளேவந்து இவரோட உள்ளங்கையில் இப்படியொரு வாசகத்தை எழுதியிருக்கலாம் இல்லையா?"

"எனக்கு என்ன சொல்றதுன்னு தெரியலை சார்."

"சரி... அதைப் பத்தி டாக்டர்க்கு இன்ஃபார்ம் பண்ணியா?"

"உடனே இன்ஃபார்ம் பண்ணிட்டேன். அவர் ஒரு எமர்ஜென்சி கேஸை அட்டெண்ட் பண்ணிட்டிருந்தார். மொதல்ல தன்யா மேடத்துக்கு விஷயத்தை இன்ஃபார்ம் பண்ணுன்னு டாக்டர்தான் சொன்னார்."

நர்ஸ் சொல்லிக் கொண்டிருக்கும்போதே டாக்டர் சிவசைலம் வேகநடையில் உள்ளே வந்தார். எல்லோரும் நகர்ந்து கொள்ள, ராஜநாயகத்தின் உள்ளங்கையில் எழுதப்பட்டிருந்த 'சத்யாவின் சபதம்' வாசகத்தைப் படித்துவிட்டு தன் தாடையைத் தடவியபடி தன்யாவை ஏறிட்டார்.

"யாரும்மா இந்த சத்யா?"

"தெரியலை டாக்டர்."

"நடக்கிற எல்லா சம்பவங்களுமே குழப்பமாய் இருக்கம்மா... உன்னோட அப்பாவை இங்கே

ஹாஸ்பிட்டலுக்குக் கொண்டுட்டு வரும்போது அவரோட உடம்பை நான் தரோவாய் செக் பண்ணிட்டேன். அப்போ இந்த 'சத்யாவின் சபதம்' அவரோட உள்ளங்கையில் இல்லை. நர்ஸ் ட்ரிப்ஸ் பாட்டிலை எடுக்க பார்மஸிக்குப் போனபோதுதான் யாரோ இந்த ரூமுக்குள்ளே நுழைஞ்சு ராஜநாயகத்தோட உள்ளங்கையில் எழுதியிருக்கணும். இந்த ஐ.சி யூனிட்ல சி.சி.டி.வி காமிரா பொருத்தப்படாத காரணத்தால யார் உள்ளே வந்தாங்கன்னும் கண்டுபிடிக்க முடியாது. பை... த... பை... 'சத்யா'ங்கிற பேர்ல யாரையாவது உனக்குத் தெரியுமாம்மா தன்யா?"

"இல்ல டாக்டர்... அந்தப் பேர்ல எனக்கோ என்னோட கணவர்க்கோ யாரையும் தெரியாது."

"இப்படி சொல்லிட்டா எப்படிம்மா? ஏதோ ஒரு காரணம் இருக்கப் போய்த்தான் இப்படிப்பட்ட எதிர்பாராத சம்பவங்கள் நடந்துட்டிருக்கு. அப்பாவுக்கு சத்யான்னு யாரையாவது தெரிஞ்சிருக்கணும். அப்பாவால அந்த நபர்க்கு பிரச்சனை ஏதாவது ஏற்பட்டிருக்கணும்."

தன்யா கண்களில் நீரோடு டாக்டரை ஏறிட்டாள். "அப்பாவைப் பத்தி எனக்குத் தெரியும் டாக்டர். அவர் யார்க்கும் எந்த ஒரு கெடுதலையும் பண்ணியிருக்க மாட்டார்."

"எனக்கும் ராஜநாயகத்தைப் பத்தி தெரியும்மா. அவர்கிட்டே இருக்கிற ஒரே ஒரு கெட்ட பழக்கம் சனிக்கிழமை ராத்திரி ஏழு மணிக்குமேலே பார்க்கு போறதுதான். அப்படியே போனாலும் அவர் லிக்கரை அளவாத்தான் கன்ஸ்யூம் பண்ணுவார். யார்கிட்டேயும் பேசாம தனியா உட்கார்ந்து சாப்பிடுவார்."

டாக்டர் சிவசைலம் பேசப் பேச இன்ஸ்பெக்டர் மதன்குமார் குறுக்கிட்டு கேட்டார். "இந்த விபரமெல்லாம் உங்களுக்கு எப்படித் தெரியும் டாக்டர்?"

சிவசைலம் சிரித்தார். "நானும் வீக்எண்ட்ல பார்க்கு போவேன்னு நினைச்சுக் கேக்கறீங்களா... ஸாரி

இன்ஸ்பெக்டர். எனக்கு அந்தப் பழக்கம் கிடையாது. பின்னே எனக்கு எப்படி தெரியும்னு கேட்கறீங்களா...? ராஜநாயகம் வழக்கமாய் போற பார்க்கு ஓனர் என்னோட ஃப்ரண்ட் அவர் பேரு சுரேந்தர். அவர்தான் சொன்னார்."

"அந்த பார் பேர் என்ன.. அது எங்கேயிருக்கு டாக்டர்?"

"ஹோட்டல் கோல்டன் ஃப்ரேமில் ரெண்டாவது மாடி. 'ட்ராப்ஸ்'னு பேர்ல அந்த பார் இருக்கும்."

"உங்க ஃப்ரெண்ட் சுரேந்தரோட செல்போன் நம்பரைத் தர முடியுமா?"

"அவரை என்கொயர் பண்ணப்போறீங்களா?"

"எஸ்."

"ராஜநாயகம் அவருக்கு ஒரு கஸ்டமர். அவ்வளவு தான். சுரேந்தர்கிட்ட விசாரிக்க என்ன இருக்கு?"

"ஸாரி டாக்டர். இந்தக் கேஸ்ல கிடைக்கிற எந்த ஒரு சின்ன விஷயத்தையும் நாம அலட்சியப்படுத்த முடியாது. உங்க நண்பர் சுரேந்தர்கிட்ட பேசினா ராஜநாயகத்தைப் பத்தி மத்தவங்களுக்குத் தெரியாத ஒரு விஷயத்தை அவர் சொல்லலாம். அந்த ஒரு விஷயம் பல உண்மைகளை வெளியே கொண்டு வரலாம்."

டாக்டர் புன்னகைத்தார். "அப்படி உங்களுக்கு ஒரு நம்பிக்கை இருந்தா தென் இட் இஸ் ஓ.கே! சுரேந்தரோட நம்பரை நோட் பண்ணிக்குங்க. சின்ன ரெக்வெஸ்ட்.. என்கொய்ரிக்கு போகும்போது யூனிஃபார்ம்ல போயிடாதீங்க."

6

முதியோர் இல்லம்

இன்று சில
சீதைகளே
தசரதத் தம்பதிகளை
இந்தக் காட்டுக்கு
அனுப்புகிறார்கள்.
பாவம் ராமர்கள்
சீதையின்
கைதொட்ட அன்றே
கல்லாகிப் போகிறார்கள்.

- நிலாவனம்

வகுளா எல்லா விபரத்தையும் அழுகைக் குரலில் சொல்லி முடிக்க, நவீன் சில நிமிடங்கள் அதிர்ந்து போனவனாய் - இமைக்கவும் மறந்து அப்படியே நின்றான்.

பிறகு மெதுவாய் நடந்துபோய் ரத்த வெள்ளத்தில் நனைந்தபடி ஒருக்களித்து விழுந்திருந்த பத்ரியின் தோளைத் தொட்டு திருப்ப - உடல் மல்லாந்தது.

பத்ரியின் நாசி அருகே கை வைத்துப் பார்த்தான். மூச்சில்லை.

நாடியைப் பிடித்துப் பார்த்தான். அது துடிக்க மறந்து நிசப்தம் காத்தது.

நவீன் இருண்ட முகத்தோடு எழுந்தான்.

"வகுளா! ஆள் உயிரோட இல்லை. நீ கொஞ்சம் நிதானமாய் இருந்திருக்கலாம்."

"அண்ணா... அவன் என்னோட கையைப் பிடிச்சுட்டு விடவேயில்லை. அதனாலதான் கோபத்துல அந்த புக்கை எடுத்து..."

வகுளா சொல்ல, நவீன் ஒரு பெருமூச்சோடு அவளுடைய தோளின் மீது கையை வைத்தான்.

"இதோ பார் வகுளா...! நாம தெரிஞ்சு செஞ்சாலும் சரி, தெரியாம செஞ்சாலும் சரி அது கொலைதான். இப்போதைக்கு இந்த விஷயம் உன்னையும் என்னையும் தவிர வேற யார்க்கும் தெரியாது. வேற யார்க்கும் எப்பவும் தெரியக் கூடாது."

"அது எப்படிண்ணா முடியும். சம்பவம் நம்ம வீட்ல நடந்து இருக்கே! பத்ரியோட உடம்பை நம்மால என்ன பண்ண முடியும்? அம்மா, அப்பா வேற இன்னும் ஒரு மணி நேரத்துக்குள்ளே வந்துடுவாங்க."

"அம்மா, அப்பா வர்றதுக்குள்ளே பத்ரியோட உடம்பை வெளியே எங்கேயாவது கொண்டுபோய் டிஸ்போஸ் பண்ணிடலாம். அதுக்கு ஒரு வழி இருக்கு."

'என்ன' என்பது போல வகுளா பீதி நிறைந்த விழிகளோடு நவீனைப் பார்க்க - அவன் குரலைத் தாழ்த்தினான்.

"வகுளா... ரெண்டு வாரத்துக்கு முந்தி அடுத்த தெருவில் இருக்கிற என்னோட ஃப்ரண்ட் தனபால் ஒரு ப்ராஜக்ட் விஷயமாய் சிட்னி புறப்பட்டுப் போனான். 'ப்ராஜக்ட் முடிஞ்சு இந்தியா வர எப்படியும் ரெண்டு மாசமாயிடும். அதுவரைக்கும் வீட்டைப் பார்த்துக்க'ன்னு சொல்லி வீட்டுச் சாவியைக் கொடுத்துட்டுப் போனான். வீட்டுச் சாவியைக்

கொடுக்கும் போது, கார் சாவியையும் கொடுத்து, காரோட பாட்டரி வீக்காகாம இருக்கிறதுக்காக, வாரத்துக்கு ஒரு தடவை காரை ஸ்டார்ட் பண்ணி ஒரு அஞ்சு நிமிஷம் ஓட வைக்கச் சொன்னான்."

"ஆமா... ரெண்டு நாளைக்கு முன்னாடிகூட நீ அப்பாகிட்ட சொல்லிட்டு இருந்தே..."

"இந்த பத்ரியோட பாடியை வெளியே கொண்டுபோய் டிஸ்போஸ் பண்ண தனபாலோட காரைத்தான் பயன்படுத்திக்கப் போறேன்."

வகுளாவின் விழிகளில் இருந்த பயம் இன்னும் பெரிதாகியது. "அ... அ... அண்ணா... உன்னால இது முடியுமா...?"

"முடியுமா... முடியாதான்னு யோசனை பண்ணிட்டு இருக்க இது நேரமில்லை வகுளா. வெளியே போயிருக்கிற அம்மாவும் அப்பாவும் வீடு திரும்பறதுக்குள்ளே பத்ரியோட உடம்பை இந்த வீட்டிலிருந்து கடத்தியாகணும். இனிமே நாம ஃபேஸ் பண்ணப் போற ஒவ்வொரு நிமிஷமும் முக்கியம். நான் போய் மொதல்ல காரைக் கொண்டு வந்துடறேன். நீ டோரை உள்பக்கமா லாக் பண்ணிக்க. யாராவது வந்து காலிங்பெல்லை அழுத்தினா உடனே போய் திறந்துடாதே. ஜன்னலை மெள்ளமா ஓப்பன் பண்ணி யார் வந்து இருக்காங்கன்னு பாரு..."

"அண்ணா ... எனக்குப் பயமாயிருக்கு."

"பயப்படாதே வகுளா...! பிரச்சனைன்னு ஒண்ணு வந்த பின்னாடி அதை எப்படி ஃபேஸ் பண்ணி சால்வ் பண்றோம்ங்கிறதுதான் முக்கியம். அண்ணன் நான் இருக்கேன். அவனைச் சாகடிக்கணும்னு நீயும் நினைக்கலை. இது ஒரு ஆக்ஸிடெண்ட் மாதிரின்னு நினைச்சுக்கோ. அப்புறம்..."

நவீன் சொல்லிக் கொண்டிருக்கும் போதே... செல்ஃபோனின் ரிங்டோன் சத்தம் கேட்டது. திடுக்கிட்ட இருவரும் சுற்றும் முற்றும் பார்த்தார்கள்.

நவீன் சொன்னான்: "வகுளா! இது உன் செல்போனோட ரிங்டோனும் கிடையாது. என் செல்போனோட ரிங்டோனும் கிடையாது. சத்தம் எங்கிருந்து வருதுன்னு தெரியலையே?"

"அண்ணா, இது பத்ரியோட செல்போன் ரிங்டோன். போன் அவனோட பாக்கெட்ல இருக்கும்னு நினைக்கிறேன்."

வகுளா கையைக் காட்ட, நவீன் வேகமாய் போய் பத்ரியின் சர்ட் பாக்கெட்டில் இருந்த செல்போனை எடுத்தான். டிஸ்ப்ளேயில் அழைப்பது யார் என்று பார்த்துவிட்டு வகுளாவிடம் நிமிர்ந்தான்.

"யாரோ சக்திவேல்ன்னு பேர் வருது."

வகுளா கலவரமானாள். "அண்ணா... அந்த சக்திவேல் பத்ரியோட ஃப்ரண்ட். இவங்க ரெண்டு பேருமே ஃபேஸ்புக்ல எனக்கு ஃப்ரண்ட்ஸ். போனை அட்டெண்ட் பண்ணிடாதே. ரிங் போய் தானா ஆஃப் ஆன பின்னாடி ஸ்விட்ச் ஆஃப் பண்ணிடு."

ரிங் டோன் அடித்து ஓயும் வரை காத்திருந்த நவீன், அதன் பிறகு செல்போனை பின்பக்கமாய் திறந்து சிம் கார்டை வெளியே எடுத்து இரண்டாய் ஒடித்து வீசினான். செல்போனின் ஹேண்ட் செட்டை வகுளாவிடம் கொடுத்துக் கொண்டே சொன்னான். "இதை வீட்டுக்குப் பின்னாடி இருக்கிற கிணத்துக்குள்ளே போட்டுடு."

வகுளா செல்போனை வாங்கிக் கொண்ட அதே விநாடி லேண்ட்லைன் டெலிபோன் தன் வாயைத் திறந்து கத்த ஆரம்பித்தது.

குழப்ப முகத்தோடு நவீன் வகுளாவை ஏறிட்டான். "இது யாரு?"

"அண்ணா...! அநேகமாய் அது சக்திவேலாய் இருக்கலாம். நீ அந்த ஃபோனை அட்டெண்ட் பண்ணாதே. நான் அட்டெண்ட் பண்றேன்." சொன்ன வகுளா

வேகவேகமாய் வியர்த்து வழிந்து கொண்டே போய் ரிஸீவரை எடுத்துக் காதுக்குக் கொடுத்து மெல்லிய குரலில், “ஹலோ...” என்றாள்.

மறுமுனையில் ஆண் குரல். “வகுளா... நான் சக்திவேல் பேசறேன்.”

“சொல்லு சக்திவேல்.”

“என்ன வகுளா... உடம்புக்கு ஏதாவது சரியில்லையா? ரொம்பவும் டல்லடிக்கிறே... ஒரு ஹாய் கிடையாதா?”

“உண்மையிலே உடம்பு சரியில்லைதான். ரெண்டு நாளா வைரல் ஃபீவர்...”

“அப்படியா... டேக் கேர். டாக்டர்கிட்டே போனியா?”

“ம்... போனேன். மருந்து குடுத்திருக்கார். சரி... என்ன திடீர்ன்னு ஃபோன்?”

“பத்ரி உன்னைப் பார்க்க வந்தானா?”

வகுளா உஷாரானாள். அப்பாவித்தனமான குரலில் கேட்டாள். “பத்ரியா?”

“ஆமா.”

“வரலையே...!” என்றவள் சற்றே குரலை உயர்த்தினாள். “பத்ரி எதுக்காக என்னைப் பார்க்க வரணும்?”

“அது வந்து... வந்து...”

“என்ன சக்திவேல் குரலை இழுக்குற... ஏதாவது முக்கியமான விஷயமா?”

“ஆமா... அந்த விஷயம் என்னன்னு அவனே வந்து சொல்லுவான்.”

“அதை நீயே சொல்லேன்.”

“ஸாரி வகுளா... நான் சொன்னா என்னைக் கொன்னேப் போட்டுருவான். இன்னும் கொஞ்ச நேரத்துல அவனே உன் வீட்டுக்கு வருவான். காலைல சென்னையில இருந்து

வெஸ்ட்கோஸ்ட் எக்ஸ்பிரஸ்ஸில் புறப்பட்டான். ஒரு மணி நேரத்துக்கு முன்னாடி எனக்குப் போன் பண்ணி, 'நான் சேலம் ரீச் ஆயிட்டேன். இன்னும் கொஞ்சநேரத்துல வகுளா வீட்டுக்குப் போயிடுவேன்'னு சொன்னான். ரெண்டு நிமிஷத்துக்கு முன்னாடி அவனோட செல்போனுக்குப் போன் பண்ணினேன். முதல் தடவை லாங் ரிங் போச்சு. ரெண்டாவது தடவை ஃபோன் பண்ணும்போது 'போன் இஸ் நாட் இன் யூஸ்'ன்னு ரெக்கார்டட் வாய்ஸ் வந்தது. அதான் உன்னோட வீட்டு லேண்ட்லைனுக்குப் போன் பண்ணினேன். தப்பாய் நினைச்சுக்க வேண்டாம்."

"இட்ஸ் ஓ.கே."

"பத்ரி உன்னைப் பார்க்க எப்படியும் இன்னும் கொஞ்ச நேரத்துல வந்துடுவான். வந்ததும் எனக்கு போன் பண்ணிச் சொல்லு."

"சரி..." என்று சொல்லி ஃபோனின் ரிஸீவரை சாத்திவிட்டு, இரண்டு கைகளாலும் தலையைப் பற்றிக் கொண்டு பக்கத்தில் இருந்த நாற்காலியில் உட்கார்ந்தாள் வகுளா.

நவீன் அவளுக்குப் பக்கத்தில் வந்து நின்றான். "நீ ஃபேஸ்புக், ட்விட்டர்ல நேரத்தை கரைச்சுக்கிட்டு இருக்கும்போது நான் எத்தனையோ தடவை உனக்கு வார்ன் பண்ணியிருக்கேன். அஞ்சாயிரம் ஃப்ரண்ட்ஸ் இருக்காங்க... பத்தாயிரம் பேர் ஃபாலோ பண்றாங்கன்னு பெருமையடிச்சுக்கிட்டே. இப்ப என்னாச்சு...? நீ எல்லை மீறி 'சாட்' பண்ணினதால எவனோ ஒருத்தன் தைரியமா வீட்டுப் படியேறி வந்து 'ஐ லவ் யூ'ன்னு சொல்லி 'என்னைக் கல்யாணம் பண்ணிக்கிறியா'ன்னு கேட்கிறான். நீயும் எமோஷனாயி உன்னோட ரியாக்ஷனைக் காட்ட - அவன் இப்போ உயிரோட இல்லை. அவன் உன்னைப் பார்க்க வந்த விஷயம் இன்னொருத்தனுக்கு தெரிஞ்சிருக்கு... நம்ம வீட்டு லேண்ட்லைன் வரைக்கும் அவன் கையில இருக்கு...

ம்ம்ம். பின்னாடி இது எது மாதிரியான பிரச்சனையெல்லாம் நமக்குக் கொடுக்கப் போகுதுன்னு தெரியலை."

வகுளா நீர் நிரம்பிய கண்களோடு எழுந்து நவீனின் கைகளைப் பற்றிக் கொண்டாள்.

"அண்ணா... பத்ரியும் சரி... சக்திவேலும் சரி... ரெண்டு பேருமே என்கிட்ட ரொம்பவும் டீஸண்டாத்தான் பேசுவாங்க. சாட் பண்ற வாக்கியங்களில் கூட ஒரு கண்ணியம் இருக்கும்."

"சரி... சரி... இனிமே அதைப் பத்தியெல்லாம் பேசி ஒரு பிரயோஜனமும் இல்லை. அம்மா, அப்பா வர்றதுக்குள்ள வீட்டைச் சுத்தம் பண்ணியாகணும். நான் போய் தனபாலோட காரை எடுத்துட்டு வந்துடறேன்."

"அ... அ... அண்ணா..."

"என்ன?"

"வெளியே போயிருக்கிற அம்மாவும் அப்பாவும் திடீர்னு வந்தாலும் வந்துடலாம். பத்ரியோட பாடியை மறைச்சு வைக்கணும்."

"நீ சொல்றதும் சரிதான். பாடியை வீட்டுக்குப் பின்னாடி இருக்கிற ஸ்டோர் ரூமுக்குக் கொண்டு போயிடலாம். வேண்டாத சாமான்களைப் போட்டு வெச்சிருக்கிற அந்த ரூமுக்குத்தான் அம்மாவும் அப்பாவும் போக மாட்டாங்க. அப்புறம், ஒரு பக்கெட்டுல பினாயில் கலந்து தண்ணி கொண்டு வா. தரையைச் சுத்தம் பண்ணிடுவோம்."

வகுளா, குளியலறையை நோக்கிப் போக, நவீன் பத்ரியின் மேல் ஒரு போர்வையைப் போர்த்தி சுருட்டி, அப்படியே அள்ளித் தூக்கிக்கொண்டு மூச்சிரைக்க வீட்டுக்குப் பின்புறம் இருந்த ஸ்டோர் ரூமை நோக்கிப் போனான்.

7

டி.வி சீரியல்

சின்னத்திரை என்பதே
சிலுவையாகி விட்டது.
காலையில் அதில்
அறையப்படுகிற சிலர்
தூங்குவதற்காக
மட்டுமே
உயிர்த்தெழுகிறார்கள்.

- நிலாவனம்

ஹோட்டல் கோல்டன் ஃப்ரேம்.

இரண்டாவது மாடியில் இருந்த அந்த மதுபான பார் ‘ட்ராப்ஸ்’ என்ற ஆங்கில சிவப்பு எழுத்துக்களோடு பார்வைக்குத் தட்டுப்பட - இன்ஸ்பெக்டர் மதன்குமார் மஃப்டி உடையில் மெள்ள நடந்து அந்தக் கண்ணாடிக் கதவைத் தள்ளிக்கொண்டு உள்ளே போக - கோட், டை அணிந்த ஒரு பேரர் எதிர்கொண்டார். அரையிருட்டான ஹால்.

“வெல்கம் சார்... தேர் இஸ் ஏ சீட் இன் த ரைட் கார்னர்.”

“ஸாரி... நான் சாப்பிட வரலை. ஓனர் சுரேந்தர் இருக்காரா?”

“அவர் இல்லை ஸார்.”

"எங்கே...?"

"தெரியலை ஸார். பை... த... பை... நீங்க யார்ன்னு தெரிஞ்சுக்கலாமா?"

"மதன்குமார்... இன்ஸ்பெக்டர் ஆஃப் போலீஸ்."

அந்த அரையிருட்டிலும் பேரரின் முகம் சட்டென்று ஒருவித மாறுதலுக்கு உட்படுவது மதன்குமார்க்குத் தெரிந்தது. சற்றே குரலைத் தாழ்த்திக் கொண்டுவிட்டார்.

"இப்ப சொல்லலாமே! சுரேந்தர் எங்கே...?"

"அவர் இன்னும் வரலை ஸார்."

"எத்தனை மணிக்கு வருவார்?"

"நோ ஐடியா ஸார்... ஒரு நாளைக்கு வருவார். இன்னொரு நாள் வரமாட்டார்."

"இப்ப மணி என்ன?"

"எட்டு ஸார்."

"தினமும் ஏழு மணியிலிருந்து ஒன்பது மணி வரைக்கும் உங்க ஓனர் இங்கதான் இருப்பார்ன்னு கேள்விப்பட்டேன். அப்படி நான் கேள்விப்பட்டது பொய்யா?"

"சில நாட்கள்ல வரமாட்டார் ஸார்."

"இன்னிக்கும் வரலை?"

"ஆமா ஸார்."

மதன்குமார் அந்தப் பேரரின் தோள்மீது கையை வைத்தார்.

"உம் பேர் என்ன?"

"ஜெகன் ஸார்."

"இதோ பார் ஜெகன். நான் ஒரு கேஸ் விஷயமாய் உன்னோட ஓனர் சுரேந்தரைப் பார்க்க வந்திருக்கேன். அவர் இங்கே இல்லேன்னு நீ சொல்றே. அப்படி நீ சொன்னது உண்மையாய் இருந்தா பிரச்சனையில்லை. அதுவே

பொய்யாய் இருந்தா உன்னை அரெஸ்ட் பண்ண சட்டத்துல இடம் இருக்கு. இப்ப சொல்லு... சுரேந்தர் இந்த பார்ல இப்ப இருக்காரா இல்லையா?"

"அது... வந்து... வந்து..."

"இருக்கார்தானே?"

"இ... இருக்கார் ஸார்."

"அப்பிடியே எங்கே இருக்காருங்கறதையும் சொல்லிடு.. ம்...சொல்லு. நான் போய் பேசிக்கிறேன்."

பேரர் திரும்பிப் பார்க்காமல் சொன்னான்.

"ஸார்... பாரோட லெஃப்ட் சைடு கார்னர்ல ஒரு மெரூன் கலர் கதவு இருக்கும். அந்தக் கதவைத் திறந்தா கீழே செல்லர்க்குப் போற படிங்க தெரியும். மாடிப்படிகளில் இறங்கி உள்ளே போனா இருப்பார்."

"தட்ஸ் குட்..." போகத் திரும்பினார் மதன்குமார்.

"ஸார்."

"என்ன?"

"அவர் அங்கே இருக்கிறதை நான்தான் சொன்னேன்னு தயவு பண்ணிச் சொல்லிடாதீங்க ஸார்."

"பயப்படாதே... அதை நான் பார்த்துக்கிறேன்... நீ போய் டென்ஷன் இல்லாம உன்னோட வேலையைப் பாரு..."

மதன்குமார் சொல்லிவிட்டு பாரின் இடதுபக்க மூலையில் இந்த அந்தச் சிறிய மெரூன் கதவை நோக்கிப் போனார்.

கதவை மெல்லத் தள்ள, மெலிதான எல்.ஈ.டி விளக்கு வெளிச்சத்தில் கீழ் நோக்கிச் சென்ற மாடிப்படிகள் தெரிந்தன.

மதன்குமார் படிகளில் இறங்கி உள்ளே போக, ஏ.ஸியின் ஜில்லிப்போடு ஒரு அறை எதிர்ப்பட, லேப்டாப்புக்கு எதிரே உன்னிப்பான பார்வையுடன் ஒரு நடுத்தர வயது

நபர் உட்கார்ந்திருந்தார். மதன்குமாரின் ஷூ சத்தம் கேட்டுத் திரும்பிப் பார்த்தவர் கோபத்தோடு எழுந்தார்.

"ஏய்... யார் நீ...? எப்படி உள்ளே வந்தே?"

மதன்குமார் அந்த நபரின் கோபத்தைப் பொருட்படுத்தாமல் தன்னுடைய உத்தியோக அட்டையை எடுத்து, அவருடைய முகத்துக்கு நேர் எதிரே நீட்ட, அவர் அதைப் பார்த்து விட்டு சற்றே தளர்ந்தார்.

"இட்ஸ் ஓ.கே... யூ மே பி போலீஸ் டிபார்ட்மெண்ட் பட் ஹௌ கேன் யூ கம் ஹியர் வித்அவுட் மை பர்மிஷன்?"

"ஆர் யூ மிஸ்டர் சுரேந்தர்?"

"எஸ்."

"உங்களுக்கு ஒரு விஷயம் தெரியுமா சுரேந்தர்...? ஒரு ரகசியமான விசாரணையை போலீஸ் மேற்கொள்ளும் பட்சத்தில் ஒரு போலீஸ் ஆபீஸர் யார்கிட்டேயும் எதுக்காகவும் அனுமதி கேட்கவேண்டியது இல்லை."

"என்னை எதுக்காக விசாரணை பண்ணனும்?"

"அப்படி உள்ளே உட்கார்ந்து பேசலாமா?"

சுரேந்தர் இறுகிப்போன முகத்தோடும், எரிச்சலோடும் 'கம்' என்று சொல்லிவிட்டு உள்ளே போனார். சற்றே பெரிதான அந்த அறையின் சுவரோரமாய் சோஃபா ஒன்று போடப்பட்டிருக்க - இருவரும் போய் உட்கார்ந்தார்கள்.

சுரேந்தர் எடுத்த எடுப்பிலேயே கடுகடுப்புடன் கேட்டார்: "சொல்லுங்க இன்ஸ்பெக்டர்... என்கிட்ட என்ன விசாரணை?"

மதன்குமார் சில விநாடிகள் மௌனமாய் இருந்துவிட்டு கேட்டார். "ராஜநாயகத்தை உங்களுக்குத் தெரியுமா?"

"எந்த ராஜநாயகம்?"

"தொழிலதிபர் ராஜநாயகம். ஒவ்வொரு வாரமும் வீக் எண்ட் சாயங்காலம் இந்தப் பார்க்குத்தான் லிக்கர் கன்ஸ்யூம் பண்ண வருவாராமே?"

“ஓ... அவரா... கொஞ்சம் உயரமாய் ஃபுல்லி பால்ட் ஹெட்?”

“அவரேதான்.”

“அவரைப் பத்தி என்கிட்டே என்ன விசாரணை?”

“அவர் இந்த பார்க்கு ஒரு ரெகுலர் கஸ்டமர். அவர்கிட்டே நீங்க பேசியிருக்கீங்களா...?”

“பேசினதில்லை. அவரைப் பார்த்தா ஒரு ‘ஹலோனு ஒரு விஷ்’ பண்ணி ஸ்மைல் பண்றதோட சரி... பதிலுக்கு அவரும் ஸ்மைல் பண்ணுவார்... அவ்வளவுதான்.”

“என்னிக்குமே பேசினதில்லை?”

“இல்லை. எதுக்காக இப்ப அவரைப் பத்தின விசாரணை?”

“நேத்து சாயந்தரம்வரை ஆரோக்கியமாய் இருந்த ராஜநாயகம் திடீர்ன்னு இன்னிக்குக் காலையில உடல்நலம் பாதிக்கப்பட்டு கோமா ஸ்டேஜ் வரைக்கும் போயிட்டார்.”

“சரி... இதுல விசாரணை பண்ண என்ன இருக்கு இன்ஸ்பெக்டர்? ராஜநாயகத்துக்கு எப்படியும் அறுபது வயசுக்கு மேல இருக்கும். இப்படிப்பட்ட ஓல்ட் ஏஜ் பீப்பிளுக்கு திடீர்ன்னு உடல் நலம் பாதிக்கப்படறது இயற்கைதானே?”

“ஸாரி மிஸ்டர் சுரேந்தர். இது இயற்கையான நிகழ்வுங்கிற முடிவுக்குப் போலீஸால வர முடியலை.”

“தென்?”

“ஒரு கொலை முயற்சி...”

சுரேந்தர் திடுக்கிட்டுப் போனவராய் மதன்குமாரை ஏறிட்டார்.

“கொலை முயற்சின்னு எப்படி அவ்வளவு தீர்க்கமாய் சொல்றீங்க இன்ஸ்பெக்டர்?”

மதன்குமார் சில நிமிஷங்களை செலவழித்து நடந்த எல்லாவற்றையும் சொல்ல - சுரேந்தரின் முகம் அடியோடு

மாறியது. நெற்றியில் பொடித்து இருந்த வியர்வையைக் கர்சீப்பால் ஒற்றிக்கொண்டே பேசினார்.

"இன்ஸ்பெக்டர்...! ராஜநாயகத்துக்கு வேண்டாதவங்க யாரோ இப்படியெல்லாம் பண்ணிட்டு இருக்காங்கன்னு நினைக்கிறேன். இந்த விவகாரத்துல உங்களுக்கு உண்மைகள் தெரியணும்ன்னா நீங்க அவரோட ஃபேமிலி மெம்பர்ஸைதான் விசாரிக்கணும். என்னை எதுக்காக விசாரிக்க வந்திருக்கீங்க?"

"அவரோட டாக்டர்கிட்டயும், மருமகன்கிட்டயும் விசாரணை பண்ணிப் பார்த்திட்டேன். இந்தக் கேஸை மேற்கொண்டு நகர்த்தற அளவுக்கு அவங்ககிட்ட இருந்து எந்த ஒரு உபயோகமான தகவலும் கிடைக்கலை. ராஜ நாயகத்தோட ஃபேமிலி டாக்டர் சிவசைலத்தோடு பேசிக்கிட்டு இருந்தபோதுதான் ராஜநாயகம் உங்க பார்க்கு வீக் எண்டில் வர்ற ஒரு ரெகுலர் கஸ்டமர்ங்கிற விஷயம் தெரிஞ்சுது. இந்த விஷயம் தெரிஞ்ச பின்னாடிதான் என்னோட விசாரணையின் கோணமும் மாறுச்சு."

சுரேந்தர் எரிச்சலானார். "இந்த பார்க்கு அவர் ஒரு கஸ்டமர்ங்கிற ஓரே ஒரு காரணத்துக்காக இங்கே விசாரிக்க வர்றது என்ன நியாயம் இன்ஸ்பெக்டர்?"

"விசாரணைன்னு வந்துட்டா எந்த ஒரு இடத்தையும் போலீஸ் விட்டுவைக்காது சுரேந்தர். வாரத்துக்கு ஒருமுறை லிக்கர் கன்ஸ்யூம் பண்ண ராஜநாயகம் ஏன் இங்கே – உங்க பார்க்கு வரணும்? அவர் நினைச்சிருந்தா உங்க பார்க்கு வர்றதைத் தவிர்த்துவிட்டு அவர் வீட்லயே குடிச்சுட்டு படுத்திருக்கலாமே...?"

"ஸோ... அவர் ஒவ்வொரு சனிக்கிழமையும் இங்கே குடிக்க வர்றதுக்கு ஏதோ ஒரு காரணம் இருக்குன்னு நினைக்கிறீங்க."

"எஸ்..."

"அதை எப்படி கண்டுபிடிக்கப் போறீங்க?"

"ரொம்பவும் சிம்பிள் மிஸ்டர் சுரேந்தர்... இப்ப நான் கேக்கப் போகிற கேள்விகளுக்கு நீங்க சரியான - உண்மையான பதில்களைச் சொன்னாலே போதும்."

சுரேந்தரின் மனசுக்குள் கோபம் கொப்பளித்தாலும் அதை அடக்கிக் கொண்டு தலையாட்டினார்.

"என்னோட முதல் கேள்வியே உங்களைப் பத்தித்தான். நான் இந்த பார்க்கு வந்து இங்கே வேலை செய்யற ஜெகன்ங்கிற ஊழியர்கிட்டே 'உங்க ஓனர் சுரேந்தரைப் பார்க்கணும்'னு சொன்னப்ப, 'அவர் இன்னும் வரலை'ன்னு ஏன் பொய் சொல்லணும்? நான் என்னோட போலீஸ் தோரணையில் விசாரிச்சப்பதான் பயந்து பயந்து உண்மையைச் சொன்னார். உண்மையைச் சொல்லிட்டு, 'நான்தான் சொன்னேன்னு சொல்லிடாதீங்க ஸார்'ன்னு கெஞ்சினார். பயப்பட்டார். அவர் பயப்படற அளவுக்கு என்ன பிரச்சனை இங்கே?"

சுரேந்தர் சில விநாடிகள் மௌனமாக இருந்துவிட்டு, "அது என்னோட பர்சனல் மேட்டர் இன்ஸ்பெக்டர். ராஜநாயகத்தோட விவகாரத்துக்கும் என்னோட பிரச்சனைக்கும் எந்தவிதமான சம்பந்தமும் இல்லை..." என்றார்.

"அதை நீங்க சொல்லக்கூடாது சுரேந்தர். அந்த ரெண்டுக்கும் சம்பந்தம் இருக்கா இல்லையான்னு நான்தான் சொல்லணும். உங்க ப்ராப்ளத்தைப் பத்தி என்கிட்ட சொல்லுங்க. நான் யார்கிட்டேயும் அதைச் சொல்லப்போறது இல்லை... அன்லஸ் இட் வாரண்ட்டட்."

சுரேந்தர் பதில் சொல்லாமல் மௌனம் காத்தார்.

மதன்குமார் ஒரு நிமிஷம் வரை பொறுமை காத்துவிட்டு மெல்லிய குரலில் பேச ஆரம்பித்தார். "மிஸ்டர் சுரேந்தர்! நீங்க இதுக்கு இங்கே பதில் சொல்லாத பட்சத்தில் உங்களை ஸ்டேஷனுக்கு வரவழைக்க வேண்டியிருக்கும். பரவாயில்லையா...?"

“ப்ளீஸ்... அதெல்லாம் வேண்டாம்.”

“அப்ப... உங்க பிரச்சனையை இங்கேயே சொல்லுங்க.”

சுரேந்தர் தோள்களைக் குலுக்கிப் பெருமூச்சொன்றை வெளியேற்றிவிட்டு பேச ஆரம்பித்தார்.

“இன்ஸ்பெக்டர்... நான் இப்ப ஒரு கடன் பிரச்சனையில் மாட்டிக்கிட்டு இருக்கேன். ரெண்டு வருஷத்துக்கு முந்தி ஃப்ரண்ட் ஒருத்தர்க்கு, ஒரு மதுரை பார்ட்டிகிட்ட இருந்து அம்பது லட்ச ரூபாய் கடன் வாங்கிக் கொடுத்தேன். அந்த ஃப்ரண்ட் அசலையும் கட்டாமே வட்டியும் கட்டாமே தலைமறைவாயிட்டான். கடன் கொடுத்தவன் இப்போ என்னைப் பணம் கேட்டு டார்ச்சர் பண்ணிட்டு இருக்கான். நான் வீட்டுக்குப் போகாம ஒரு வாரமா பாரிலேயே ஒரு தலைமறைவு வாழ்க்கை வாழ்ந்துட்டு இருக்கேன். யார் வந்தாலும் இல்லைன்னு சொல்லச் சொல்லியிருக்கேன். ஜெகன் உங்ககிட்ட பொய் சொன்னதுக்கு இதுதான் காரணம்.”

“நீங்க சொல்ற இந்தக் காரணம் உண்மையா இல்லாத பட்சத்தில் அதனோட பின்விளைவுகள் ரொம்பவும் மோசமாய் இருக்கும் சுரேந்தர்.”

“அது எனக்குத் தெரியாதா என்ன? என்னோட உண்மை பிரச்சனை இதுதான்.”

“யார்க்குக் கடன் வாங்கிக் கொடுத்தீங்க?”

“அவர் பேரு ஜக்ருதீன். ரியல் எஸ்டேட் பிசினஸ் பண்ணிட்டிருந்தார்.”

“கடன் கொடுத்தது யாரு?”

“மதுரை சிம்மக்கல்ல இருக்கிற ஃபைனான்ஸ் கம்பெனியோட ஓனர் பாண்டியராஜன்.”

“அவங்க ரெண்டு பேரோட போன் நம்பர், அட்ரஸைத் தர முடியுமா?”

"நான் சொல்றதுல நம்பிக்கை இல்லாம அவங்க ரெண்டு பேரையும் க்ராஸ் செக் பண்ணப் போறீங்களா?"

"நீங்க என்ன நினைச்சாலும் பரவாயில்ல சுரேந்தர்... இப்படியெல்லாம் என்கொய்ரி பண்றது போலீஸோட ஃபார்மாலிடீஸ்ல ஒண்ணு. சரி... அப்பிடியே க்ராஸ் செக் பண்ணாலும் தப்பில்லையே."

"இட்ஸ் ஓ.கே வேற ஏதாவது கேள்வி இருக்கா?"

"இனிமேலதான் முக்கியமான கேள்விகள் இருக்கு. இங்கே லிக்கர் சாப்பிட வர்ற ராஜநாயகம் லிமிட்டா சாப்பிடுவாரா... இல்லை எல்லை மீறுவாரா?"

"அது எனக்குத் தெரியாது. ஆனா, அவர் இங்கே பார்க்கு வந்துட்டா குறைந்தபட்சம் ரெண்டு மணி நேரமாவது இருந்து நிதானமா சாப்பிட்டுத்தான் போவார். அதுவும் ஒரு குறிப்பிட்ட டேபிள்லதான் உட்காருவார்."

"அப்படியா?"

"எஸ்..."

"ஏன் அப்படி?"

"அது ஒரு சிங்கிள் பர்சன் உட்கார்ற டேபிள். ஒரு சேர்தான் இருக்கும். ப்ரைவசிக்காக அதை அவர் லைக் பண்ணியிருக்கலாம்."

"அந்த டேபிளுக்கு பேரர் யாரு?"

"ஜெபமணின்னு ஒருத்தர்."

"அவர் இப்பவும் பேரராய் இருக்காரா?"

"இருக்கார்."

"ப்ளீஸ் கால் ஹிம்."

"எதுக்கு? அந்தப் பேரர்கிட்ட என்கொயர் பண்ணப் போறீங்களா?"

"எஸ்..."

"மிஸ்டர் இன்ஸ்பெக்டர்... தேவையில்லாமே எதுக்கு இந்த விசாரணை எல்லாம்? நான் ஏற்கெனவே ஒரு

பிரச்சனையில் மாட்டிக்கிட்டு அதிலிருந்து மீள வழி தெரியாம முழிச்சிட்டிருக்கேன். ராஜநாயகம் எங்க பார்க்கு வர்ற ஒரு கஸ்டமர்.... அவ்வளவுதான். அவர்க்கு ஏதாவது பிரச்சனைன்னா நீங்க விசாரிக்க வேண்டியது அவரோட ஃபேமிலி மெம்பரைத்தான் - என்னையோ இந்த பார்ல வேலை செய்யற பேரர்ஸ்ஸையோ இல்ல."

"ப்ளீஸ்... டோண்ட் ஆர்க்யூ அண்ட் டீச் மீ சுரேந்தர். அப்பறம் நான் உங்களை டீல் பண்ற விதம் வேற மாதிரி இருக்கும்... மைண்ட் இட். இப்ப அந்த ஜெபமணியை உடனடியாய் இந்த ரூமுக்கு வரச் சொல்றீங்களா...? இல்லை, நானே போய் அந்தப் பேரர் யார்ன்னு தேடி இங்கே கூட்டிக்கிட்டு வரட்டுமா?"

"வே... வேண்டாம். நானே கூப்பிடறேன். பட் ஃபேவர் ஒன்திங்க் டூ மீ."

"என்ன?"

"நீங்க இங்கே வந்தது, ராஜநாயகம் விஷயமா என்கொயர் பண்றது எதுவுமே மீடியாக்களுக்குப் போக வேண்டாம்... பிளீஸ்." குரலில் இப்போது நிஜமான பவ்யம் தெரிய....

"டோன்ட் வொர்ரி.. அது போகாது. ஏன்னா, இந்த என்கொயரியே ஒரு ரகசியமான முறையிலதான் இருக்கணும்னு எனக்கு மேலிடத்து உத்தரவு. அதனால இப்ப நீங்க அந்த ஜெபமணியைக் கூப்பிடுங்க."

சுரேந்தர் இன்டர்காம் டெலிபோனின் ரிஸீவரை எடுத்து ஒரு எண்ணை அழுத்திவிட்டு யாரிடமோ பேசினார். "ஜெபமணியை என்னோட ரூமுக்கு அனுப்பு..! அவன் வர்றது இங்கே யார்க்கும் தெரிய வேண்டாம்."

சுரேந்தர் பேசிவிட்டு ரிஸீவரை வைத்த அடுத்த ஒரு நிமிஷ நேரத்திற்குள் சற்றே பருமனான உடல்வாகு கொண்ட அந்த நடுத்தரவயது பேரர் உள்ளே வந்து சுரேந்தர்க்கு முன்பாய் நின்றான்.

“சார்... நீங்க கூப்பிட்டதா அக்கவுண்ட்ஸ் மானேஜர் சொன்னார்.”

சுரேந்தர் தலையை ஆட்டிவிட்டு மதன்குமாரை சுட்டிக் காட்டியபடி சொன்னார். “ஜெபமணி! இவர் போலீஸ் இன்ஸ்பெக்டர். நீ வழக்கமாய் கவனிக்கிற ஒரு கஸ்டமரைப் பத்தி உன்கிட்ட விசாரிக்கணுமாம். உனக்குத் தெரிஞ்ச உண்மைகளை எதையும் மறைக்காமே சொல்லு.”

“கஸ்டமர் யார் சார்?”

“ஒவ்வொரு சனிக்கிழமையும் வந்து சிங்கிள் டேபிள் சேர்ல உட்கார்ந்து சாப்பிடுவாரே?”

“பெரியவர் ராஜநாயகம் சார்.”

“அவரேதான்...” என்று மதன்குமார் ஜெபமணியை புன்னகையோடு பார்த்தார்.

“நீதான் அவரை அட்டெண்ட் பண்றதா சுரேந்தர் சொன்னார். உண்மையா?”

“ஆமா சார்.”

“நீ அவருக்கு சர்வீஸ் பண்ணும்போது அவர் உன்கிட்ட பேசுவாரா?”

“பேசுவார் சார்.”

“என்ன பேசுவார்?”

“எல்லாமே பேசுவார் சார்.”

“எல்லாமேன்னா...?”

“அரசியல், சினிமா, தொழில்ல இருக்கிற பிரச்சனைகள் - இப்படி எல்லாத்தையும் பத்தி பேசுவார். அரசியல் தலைவர்களையும், சினிமா நடிகர்களையும் மட்டம் தட்டிப் பேசுவார். இந்த நாட்ல எந்தத் தொழிலையும் ஒழுங்கா பண்ண முடியாதுன்னு குறைபட்டுக்குவார்.”

“நீ அவர்க்குப் பதில்சொல்ற பழக்கம் உண்டா?”

“இல்லை சார். அவர் எது சொன்னாலும் சிரிச்சுக்கிட்டே போயிருவேன். ஏன்னா இந்த பார் ரூல்ஸ்படி கஸ்டமர்ஸ் யார்கிட்டேயும் அதிகமா பேசக் கூடாது. முக்கியமா அவங்ககூட ஆர்க்யூ பண்ணக்கூடாது.”

“நைஸ் பாலிஸி...” என்று மெல்ல சிரித்த மதன்குமார், சில விநாடிகள் மௌனமாய் இருந்துவிட்டு கேட்டார்.

“ராஜநாயகம் எது மாதிரியான லிக்கரை கன்ஸ்யூம் பண்ணுவார்?”

“அவர் எப்பவுமே ‘கோல்டன் டிராப்ஸ்’ விஸ்கிதான் சாப்பிடுவார். அதுவும் அளவோடதான் சாப்பிடுவார். மொதல்ல ஒரு ஸ்மால். அப்புறம் ஒரு லார்ஜ்.”

“அந்த அளவைத் தாண்ட மாட்டாரா?”

“மாட்டார் சார். ஆனா இந்த ஸ்மாலையும் லார்ஜையும் முடிக்கவே அவர் ரெண்டு மணிநேரம் எடுத்துக்குவார். மெதுவா சாப்பிடுவார். சைடு டிஷ் பெப்பர் சிக்கன் பீஸ் மட்டுமே எடுத்துக்குவார். அவர் சாப்பிட்டு முடிக்கிறதுக்குள்ளே ஒரு பத்து பதினைஞ்சு போன் கால்ஸாவது வரும்.”

“போன்ல பேசும்போது அவரோட ரியாக்ஷன் எப்படி இருக்கும்?”

“சில சமயம் எமோஷனலாய் இருப்பார். கெட்ட வார்த்தைகளைக் கூட யூஸ் பண்ணுவார்.”

“உன்னைத்தவிர வேற எந்த ஒரு பேரராவது அவரை அட்டெண்ட் பண்ணுவாங்களா?”

“இல்ல சார்... நான் மட்டும்தான்.”

“சரி... நான் இப்ப கேட்கிற கேள்விக்குக் கொஞ்சம் யோசனை பண்ணிப் பதில் சொல்லு. ராஜநாயகம் இந்த பார்ல உட்கார்ந்து லிக்கர் கன்ஸ்யூம் பண்ணிட்டு இருக்கும்போது அவரை யாராவது, எப்பவாவது பார்க்க வந்திருக்காங்களா?”

“இல்ல சார்... தான் லிக்கரை கன்ஸ்யூம் பண்றது வெளியே யார்க்கும் தெரியக்கூடாதுன்னு நினைக்கிறவர்

அவர். அதனால அவர் தனியாத்தான் பார்க்கு வருவார். தனியாத்தான் சாப்பிடுவார்."

"அவரோட நடவடிக்கைகளில் ஏதாவது ஒரு விஷயம் உனக்கு வித்தியாசமாய் தெரிஞ்சிருக்கா?"

"எஸ் சார்... நானே அதைப் பத்தி உங்ககிட்ட சொல்லலாம்னு இருந்தேன்."

"சொல்லு... என்ன விஷயம்?"

"கோல்டன் டிராப்ஸ் விஸ்கியில் ஒரு ஸ்மால் சாப்பிட்டாலும் சரி, லார்ஜ் சாப்பிட்டாலும் சரி, சாப்பிடறதுக்கு முன்னாடி அதுல ஒரு மாத்திரை போட்டுக்குவார்."

மதன்குமாரின் நெற்றியில் ஆச்சரியக் கோடுகள் ஒரு விநாடி உற்பத்தியாகி அடுத்த விநாடியே மறைந்தன.

"மாத்திரையா?"

"ஆமா சார்."

"என்ன மாத்திரை அது?"

"நானே அதைப்பத்தி ஒரு நாள் அவர்கிட்ட கேட்டேன். அவர் சொன்ன விஷயம் எனக்கு ஆச்சரியமாய் இருந்தது."

"அவர் என்ன சொன்னார்?"

"என்னதான் விலை ஜாஸ்தி விஸ்கியைக் குடிச்சாலும் அது உடம்புக்குக் கெடுதல். முக்கியமாய் கல்லீரலுக்கு ரொம்பவும் கெடுதல். அந்தக் கெடுதலைக் குறைக்கத்தான் இந்த மாத்திரையைப் போட்டுக்கிறேன்னு சொன்னார்."

மதன்குமார் சுரேந்தரிடம் திரும்பினார். "உண்மையில் அப்படியொரு மாத்திரை இருக்கா மிஸ்டர் சுரேந்தர்?"

அவர் தன்னுடைய பெரிய உதடுகளைப் பிதுக்கினார். "எனக்கு இது ஒரு நியூஸ்ஸா இருக்கு இன்ஸ்பெக்டர். அப்படியொரு மாத்திரையை நான் கேள்விப்பட்டதில்லை."

பேரர் ஜெயமணி தயக்கமான குரலில் குறுக்கிட்டான். "ஸ...ஸ... ஸார்."

"என்ன?"

"அந்த மாத்திரை எப்படி இருக்கும்ன்னு தெரியாது சார். ஆனா மாத்திரையோட அலுமினிய ஃபாயில் கவர் என்கிட்ட இருக்கு. ஒருநாள் அவர் மாத்திரையை அலுமினிய ஃபாயிலிருந்து எடுத்து விஸ்கி டம்ளரில் போட்ட பின்னாடி அந்த பாயிலைக் கிழிச்சி சுவரோரமாய் எடுத்துப் போட்டதைக் கவனிச்சு அவர்போன பின்னாடி எடுத்துப் பார்த்தேன். மாத்திரையோட பாதி பேர்தான் தெரிஞ்சுது. அதுக்கப்புறம் அது என்னன்னு தெரிஞ்சுக்க ஒரு ஆர்வத்துல நாலஞ்சு பார்மஸியில் குடுத்து விசாரிச்சுப் பார்த்தேன். பேர் தெரியாததுனால அந்த மாத்திரை அவங்ககிட்ட இல்லைன்னு சொல்லிட்டாங்க."

மதன்குமார் ஆர்வமானார். "இப்ப அந்த மாத்திரையோட ஃபாயில் உன்கிட்ட இருக்கா?"

"இருக்கு சார். பத்திரமாய் வெச்சிருக்கேன்."

"போய் கொண்டா பார்ப்போம்."

"ஒரே நிமிஷத்துல கொண்டு வந்துடறேன் சார்..." சொன்ன பேரர் ஜெபமணி அறையைவிட்டு வெளியேவந்து மாடிப்படிகளில் ஏறிப் போனான்.

8

புத்தகம்

நல்ல புத்தகத்தில் அத்தனை
பக்கங்களும் அட்டைதான்.
உறிஞ்சிவிடும் உங்களை.

மனிதர்களை விட்டுத் தொலைவில் இருப்பது
புத்தகங்களுக்குப் பிடிக்காது.
அதனால்தான் அவை பக்கமாகவே இருக்கின்றன.

புத்தகங்களை நாம் மேலிருந்து கீழே வாசிக்கிறோம்.
புத்தகங்களோ நம்மைக் கீழிருந்து மேலே தூக்கிவிடும்.

– நிலாவனம்

காரைக் கொண்டுவந்து வீட்டின் பின்பக்க வாசலில் நிறுத்திவிட்டு நவீன் உள்ளே வந்தான்.

சோஃபாவுக்குச் சாய்ந்து கண்களை மூடியபடி உட்கார்ந்திருந்த வகுளா நடுக்கமாய் எழுந்து நின்றாள்.

“அ... அ... அண்ணா...!”

“என்ன வகுளா... அழுதிட்டிருந்தியா? இதோ பார்... வெளியே போயிருக்கிற அம்மாவும், அப்பாவும் வர்ற நேரம்.

நீ இப்படி இருந்தா வீட்ல என்னமோ நடந்திருக்குன்னு அவங்க சுலபமா கண்டுபிடிச்சுடுவாங்க.”

“என்னால முடியலண்ணா... ரொம்பவும் பயமா இருக்கு. விஷயம் வெளியே தெரிஞ்சா என்னாகும்?”

“தெரிஞ்சாத்தானே... நான் இருக்கும்போது உனக்கு என்ன பயம்? பத்ரியோட டெட் பாடி இப்ப ஸ்டோர் ரூம்ல இருக்கு. வீட்டை சுத்தம் பண்ணியாச்சு. அவனோட செல்போனையும் டிஸ்போஸ் பண்ணியாச்சு. என் ஃப்ரண்டோட காரையும் வீட்டுக்குப் பின்பக்கமாய் கொண்டுவந்து நிறுத்திட்டேன். பின்பக்கத் தெருவுல இப்ப கொஞ்சம் ஜனநடமாட்டம் இருக்கு. இருட்டிட்டா அந்தப் பக்கம் நடமாட்டம் இருக்காது. பாடியைக் கொண்டுட்டு போய் டிக்கியில் அடைச்சுடலாம்.”

நவீன் சொல்லிக் கொண்டிருக்கும் போதே வெளியே வீட்டு வாசலில் அந்த டாக்ஸி வந்து நிற்பது தெரிந்தது.

வகுளா கைகளை உதறினாள். “அம்மாவும் அப்பாவும் வந்துட்டாங்க போலிருக்கு.”

“இப்படி டென்ஷன் படாதேன்னு உனக்கு எத்தனை வாட்டி சொல்றது. நீ கிச்சனுக்குப் போய் ஏதோ வேலையைப் பார்த்துட்டு இருக்கிற மாதிரி கொஞ்சம் சமாளி... நான் அம்மா அப்பாவை ஹேண்டில் பண்ணிக்கிறேன்.”

வகுளா கலக்கமாய் தலையை ஆட்டிவிட்டு, சமையலறையை நோக்கி வேகவேகமாய்ப் போக, நவீன் வாசலை நோக்கிப் போனான்.

அம்மா சுலோச்சனாவும், அப்பா குருமூர்த்தியும் மகிழ்ச்சி பரவிய முகங்களோடு டாக்ஸியைவிட்டு இறங்கி உள்ளே வந்து கொண்டிருந்தார்கள்.

அம்மாவின் கையில் ஒரு ஸ்வீட் பாக்ஸ் இருந்தது. அம்மா வீட்டுக்குள் நுழைந்தபடி கேட்டாள்.

“நவீன்! நீ எப்போ வந்தே ஆபீஸிலிருந்து?”

“நான் வந்து அரை மணி நேரமாச்சும்மா!”

“வகுளா எங்கே?”

“கிச்சன்ல இருக்கா.”

“கூப்பிடு அவளை.”

வகுளாவே சமையலறையிலிருந்து வெளிப்பட்டாள்.

சுலோச்சனா கையில் இருந்த ஸ்வீட் பாக்ஸை நீட்டிக் கொண்டே சொன்னாள்: “ரெண்டு பேரும் ஆளுக்கொரு ஸ்வீட்டை எடுத்துக்கோங்க. முகூர்த்தத் தேதியை ஃபிக்ஸ் பண்ணியாச்சு. வளர்பிறை முகூர்த்தமே கிடைச்சது. மண்டபத்தையும் பேசி, அட்வான்ஸ் பே பண்ணிட்டோம். சம்பந்தி வீட்டுக்கும் தகவல் கொடுத்துட்டோம்.”

நவீன் போலியான சந்தோஷத்தோடு அம்மாவின் கன்னத்தைத் தட்டினான்.

“சூப்பர்ம்மா...!” சொல்லி ஒரு மைசூர்பாகு துண்டை எடுத்து இரண்டாய் விண்டு ஒன்றை வாயில் போட்டுக் கொண்டான்.

அப்பா குருமூர்த்தி நவீனை நெருங்கி அவன் தோளில் கை வைத்தார்.

“இதோ பார் நவீன்... வகுளாவோட கல்யாணத்துக்கு இன்னும் சரியா நாற்பத்தோரு நாள்தான் இருக்கு. இந்த நிமிஷத்தில் இருந்தே கல்யாண வேலைகளை ஆரம்பிச்சாத்தான் எல்லா ஏற்பாடுகளையும் நல்ல விதமாய் செஞ்சு முடிக்க முடியும்.”

“சரிப்பா...!”

“சரிப்பான்னு சொல்லி தலையாட்டினா மட்டும் போதாது. கால்ல தீயை மிதிச்ச மாதிரி வேலைசெய்யணும். கல்யாணத் தேதி பக்கத்துல வரும்போது ஒரு வாரம் ஆபீஸுக்கு லீவு போட்டுக்கோ.”

“கண்டிப்பா...”

“இப்பவே லீவு லெட்டர் கொடுத்து வெச்சுடு. கடைசி நேரத்துல உங்க ஆபீஸ் முசுடு மானேஜர் அவ்வளவு நாள் லீவு தரமுடியாதுன்னு சொல்லிடப் போறான்.”

“இல்லப்பா... இதுமாதிரியான விசேஷங்களுக்குக் கண்டிப்பா தருவார். நான் நாளைக்கே லீவ் அப்ளை பண்ணி வெச்சுடறேன்...”

நவீன் சொல்லிக் கொண்டிருக்கும்போதே அம்மா சுலோச்சனா வகுளாவிடம் கேட்டுக் கொண்டிருந்தாள்.

“நீ ஏன்டி இப்படி இருக்கே...?”

வகுளா வியர்த்துப் போன முகத்தை சேலைத் தலைப்பால் ஒற்றியபடி, “அது... வந்தும்மா... வழக்கமா வர்ற அடிவயித்து வலி... அப்பிடியே தலைவலி.....மாத்திரை போட்டும் வலி குறையலை.”

“என்னடி இது... போகும் போது டி.வியிலே படம் பார்த்து சிரிச்சுட்டு இருந்தே?”

“நல்லாத்தாம்மா இருந்தேன். திடீர்ன்னு வலிக்க ஆரம்பிச்சிருச்சு...”

“சரி... டாக்டர் வைஜெயந்திகிட்டே போயிட்டு வந்துடலாமா?”

“அதெல்லாம் வேண்டாம்மா... கொஞ்சநேரம் படுத்து ரெஸ்ட் எடுத்தா போதும்.”

“சீரகக் கஷாயம் வெச்சுத் தரட்டுமா?”

“எனக்கு ஒண்ணும் வேண்டாம்...” - சொல்லிவிட்டுப் போகத் திரும்பிய வகுளாவை “ஒரு நிமிஷம் இப்படி திரும்பு...” என்றாள் சுலோச்சனா.

“என்னம்மா?”

“அழுதியா?”

“இல்லையே?”

“மூஞ்சி வீங்கிக் கண்ணெல்லாம் சிவந்திருக்கு.”

"அப்படியா?"

"என்ன அப்படியா...? ஏன்டா நவீன்... உனக்கும் இவளுக்கும் ஏதாவது சண்டையா?"

"நாங்க எதுக்கும்மா சண்டை போட்டுக்கிறோம். வகுளாதான் வயித்துவலின்னு சொல்லிட்டாளே. பிரச்சனையை விடம்மா...!"

குருமூர்த்தி மனைவியிடம் திரும்பினார்.

"சரி... சரி... ஒரு நல்ல விஷயத்தைப் பேசி முடிவு பண்ணிட்டு வந்திருக்கோம். வகுளா போய் ரெஸ்ட் எடுக்கட்டும். நாம உட்கார்ந்து பேசுவோம்..." என்றவர் நவீனிடம் திரும்பினார்.

"என்னோட பேனாவையும் டயரியையும் எடுத்துட்டு வா... உத்தேசமா கல்யாணத்துக்கு எவ்வளவு செலவாகும்ன்னு பார்ப்போம்."

நவீன் தலையாட்டிவிட்டு மேஜையை நோக்கி நகர்ந்த விநாடி லேண்ட்லைன் டெலிபோன் திடும்மென்று அலற ஆரம்பித்தது.

நவீனும் வகுளாவும் கலக்கத்தோடு ஒருவரை ஒருவர் பார்த்துக் கொண்டார்கள்.

சுலோச்சனா வேகவேகமாய் லேண்ட்லைன் டெலிபோனை நோக்கிப் போனாள்.

"அது என்னோட தங்கச்சி ரேவதியாத்தான் இருக்கும். நீ ஜோஸியரைப் போய்ப் பார்த்துட்டு வந்ததும் போன் பண்ணுன்னு சொல்லியிருந்தா..."

ரிஸீவரை எடுத்துக் காதுக்கு வைத்த அடுத்தவிநாடி முகம் மாறினாள்.

"யாரது... சக்திவேலா?"

"....."

"உங்களுக்கு யார் வேணும்?"

“.....”

“ஹலோ... ஹலோ...! யார்ன்னு தெரியலையே. போனை வெச்சுட்டாங்க...”

சுலோச்சனா ரிஸீவரை வைத்துவிட்டு சமையலறையை நோக்கிப் போனாள்.

சமையலறை ஜன்னல் அருகே நின்று வெளியே எதையோ வெறித்துப் பார்த்துக் கொண்டிருந்த வகுளாவின் முதுகைப் போய் மெல்லத் தொட, அவள் திடுக்கிட்டுப் போய் திரும்பினாள்.

சுலோச்சனா அவளுடைய முகத்தைப் பார்த்து விட்டு நெற்றியைச் சுருக்கினாள்.

“வகுளா... ஏன்டி இப்படி பேயறைஞ்சவ மாதிரி இருக்கே. உடம்புக்கு ஏதாவது பண்ணுதா?”

“ஒ... ஒ... ஒண்ணுமில்லேம்மா...!”

“ஒண்ணுமில்லேன்னு நீ சொன்னாலும் ஏதோ இருக்குன்னு உன்னோட மூஞ்சி சொல்லுதடி.”

“வயித்துவலிதாம்மா.”

“மாசத்துக்கு ஒரு தடவை வர்ற வழக்கமான வயித்துவலிக்கெல்லாம் நீ இப்படி இடிஞ்சு போயிடமாட்டியே? வேற ஏதோ ஒரு விஷயம் இருக்கு. அது என்னன்னு இப்ப தெரிஞ்சாகணும்.”

“வகுளா சொல்லமாட்டா. நான் சொல்றேம்மா.”

தனக்குப் பின்னால் குரல்கேட்டு திரும்பினாள் சுலோச்சனா.

நவீன் நின்றிருந்தான். மகனை வியப்பாய் பார்த்தாள். “நீ என்னடா சொல்றே?”

நவீன் ஒரு புன்னகையோடு சுலோச்சனாவிற்குப் பக்கத்தில் வந்தான்.

“நான் ஆபீஸிலிருந்து வரும்போதே வகுளா சோபாவுல உட்கார்ந்து அழுதுட்டிருந்தா. நான் பதறிப்போய் காரணம்

கேட்டப்ப, கொஞ்ச நேரத்துக்குப் பதில் சொல்லலை. அதுக்கப்புறம் நான் வற்புறுத்திக் கேட்ட பின்னாடிதான் பதில் சொன்னா. அவ இப்போ எதுக்காக அழுதிட்டு இருக்கான்னு தெரியுமாம்மா?"

"சொல்லு."

"என்ன சொல்றது? இந்த வீட்ல அவ ஒரு மாசமோ ரெண்டு மாசமோதான் இருப்பாளாம். அதுக்கப்புறம் இந்த வீட்ல பூர்ண உரிமை இருக்காதாம். 'ஏதோ உறவுக்காரி மாதிரி நான் வந்துட்டும் போயிட்டும்தான் இருக்கணும்'ன்னு ஒரே அழுகை. அவளோட அழுகையை நிறுத்தறதுக்குள்ளே எனக்குப் போதும் போதும்ன்னு ஆயிடுச்சும்மா..."

"ஓ... இதுதான் பிரச்சனையா?" சொல்லிவிட்டு சிரித்தபடியே மகளைக் கட்டிப்பிடித்துக் கொண்டாள் சுலோச்சனா.

"எனக்குக் கல்யாணமாகிப் பொறந்த வீட்டைவிட்டுப் போறப்ப நான் அழுத அழுகையைப் பார்த்துட்டு உங்கப்பா என்னைப் பொறந்த வீட்லயே விட்டுட்டுப் போயிட்டார். அதுக்கப்புறம் ஒரு வாரம் கழிச்சுத்தான் வந்து கூட்டிட்டுப் போனார். இதெல்லாம் காலாகாலத்துல நடக்க வேண்டிய கட்டாயம். இனிமே இப்படியெல்லாம் கண்ணைக் கசக்கிட்டு நிக்காதே. முகூர்த்த தேதியைக் குறிச்சு மண்டபத்தையும் ஃபிக்ஸ் பண்ணிட்டு வந்துட்டோம். அடுத்த வாரம் புதன்கிழமை உப்பு மஞ்சள் வாங்கறோம். சந்தோஷமாய் இரு. நீயும் அழுது எங்களையும் அழ வெச்சுடாதே. கண்ணைத் துடைச்சுக்கிட்டு அப்பாவுக்கும் எனக்கும் காப்பி போட்டுக் கொண்டா. டாக்ஸியில் வரும்போதே தலைவலிக்குதுன்னு சொன்னார்."

அம்மா படபடவென்று பேசிவிட்டு சமையலறையை விட்டுப் போய்விட, நவீன் சுற்றும் முற்றும் பார்த்துவிட்டு வகுளாவின் அருகே வந்தான். கோபத்தில் பல்லைக் கடித்தான்.

"என்ன வகுளா... அழுது அழுது காரியத்தைக் கெடுத்துடுவே போலிருக்கு. அம்மாவும் அப்பாவும் எவ்வளவு சந்தோஷமாய் இருக்காங்க. அந்த சந்தோஷத்தைப் புரிஞ்சுக்கிட்டு அவங்களுக்கு ஏத்த மாதிரி நடி."

"அ... அண்ணா... என்னால முடியலை. இப்ப வேற ஒரு பிரச்சனை."

"என்ன?"

"அந்த சக்திவேல் என்னோட செல்போனை ட்ரை பண்றான். ரெண்டு தடவை கால் பண்ணிட்டான்."

"அவனுக்கு உன்னோட செல்போன் நம்பர் எப்படி தெரியும்?"

"தெரியலை... நான் யார்க்கும் - பத்ரி உள்பட - செல்போன் நம்பரைத் தரலை."

"சரி... இப்ப உனக்குப் போன் பண்ணினது சக்திவேல்ன்னு எப்படித் தெரியும்?"

"ட்ரூ காலர்ல அவன் பேரு வந்தது."

"சரி... இன்னொரு தடவை அவன்கிட்ட இருந்து போன் வந்தா அட்டெண்ட் பண்ணாம இருக்காதே. எடுத்துப் பேசு. அவன் பத்ரியைப் பத்தித்தான் கேட்பான். பத்ரி வீட்டுக்கு வரவே இல்லைன்னு தீர்மானமாய் சொல்லிடு."

"சரி..."

"அந்த சக்திவேல்கிட்ட பேசும்போது திக்கித் திணறிக்கிட்டு அவஸ்தையோட பேசாதே... எப்பவும் பேசற மாதிரி ஜோவியலா பேசு... இயல்பா நடி."

"சரிண்ணா..." என்றவள் குரலைத் தாழ்த்திக் கொண்டு சொன்னாள்.

"அண்ணா... அப்பா வர்றார்."

குருமூர்த்தி சமையலறைக்குள் நுழைந்தபடியே கேட்டார்: "சோஃபாவுக்குக் கீழே தரை ஈரமாவும் லேசா

பினாயில் வாசனையோடும் இருக்கு. அங்கே எதையாவது துடைச்சியாம்மா?"

வகுளா அதிர்ந்து போனவளாய் நவீனைப் பார்க்க... நவீன் குருமூர்த்தியை ஒரு சின்னப் புன்னகையோடு பார்த்தான்.

"நான்தாம்ப்பா துடைச்சேன். பூனை எதையோ கவ்விட்டு வந்து சோபாவுக்குக் கீழே போட்டு வெச்சிருந்தது. லேசா ஸ்மெல் வந்தது. நான்தான் அதை எடுத்து வெளியே போட்டுட்டு அந்த இடத்தைத் தண்ணியில பினாயில்... போட்டுத் தொடைச்சேன்."

குருமூர்த்தி பொருமினார்.

"இத்தனை நாளும் வராத ஒரு பூனை ரெண்டு நாளா கண்ணுக்குத் தட்டுப்பட்டுக்கிட்டு இருக்கு. மறுபடியும் ஒரு தடவை பார்த்தா வெந்நீரை ஊத்தித் தொறத்தணும்."

குருமூர்த்தி புலம்பிக் கொண்டே போய்விட, வகுளா இருண்டு போன முகத்தோடு நவீனின் அருகேவந்து அவனுடைய கையைப் பற்றினாள்.

"அ... அண்ணா..."

"ம்..."

"ஸ்டோர் ரூம்ல பத்ரியோட டெட்பாடி இருக்கு. அப்பா திடீர்னு ஏதாவது திங்க்ஸை எடுக்க ஸ்டோர் ரூம் பக்கம் போயிடப்போறார்."

"அவர் அந்தப் பக்கம் போகாதபடி நான் பார்த்துக்கிறேன்."

"பாடியை எங்கே கொண்டு போய், எப்படி டிஸ்போஸ் பண்ணப் போறேண்ணா?"

"அதைப்பத்தியெல்லாம் கவலைப்பட்டுக்கிட்டு இருக்காதே. அந்தப் பொறுப்பை என்கிட்ட விட்டுடு." நவீன் சொல்லிக்கொண்டு இருக்கும்போதே, வகுளாவின் செல்போன் மெலிதாய் ரிங்டோனை வெளியிட்டது.

அழைப்பது யார் என்று எடுத்துப் பார்த்தவள் முகம் வெளிறினாள். "அ... அ... அண்ணா... சக்திவேல்தான் போன் பண்றான்."

"நான் ஏற்கெனவே சொன்ன மாதிரி டென்ஷன் படாமே பேசு. ஸ்பீக்கர்ல போட்டுட்டு பேசு."

ஸ்பீக்கரை ஆன் செய்துவிட்டு கலவர முகத்தோடு செல்ஃபோனைக் காதுக்கு ஒற்றி மெல்ல குரல் கொடுத்தாள் வகுளா. "சொ... சொல்லு சக்திவேல்."

"என்ன வகுளா... பத்ரி பக்கத்துல இருக்கானா?"

"பத்ரி வரவே இல்லையே."

"என்னது...? பத்ரி இன்னுமா உன்னோட வீட்டுக்கு வரலை...? அவன் ட்ரெய்னைவிட்டு இறங்கி ரெண்டு மணி நேரமாச்சே...? ஸ்டேஷனிலிருந்து அவன் என்கிட்ட போன் பண்ணிப் பேசறப்பகூட ஆட்டோல உன் வீட்டுக்குதான் போறதாதான் சொன்னான்."

"வரலையே?"

"அவன் சேலத்துக்கு வந்ததே உன்னைப் பார்க்கத்தானே வகுளா?"

"பத்ரி எதுக்காக என்னைப் பார்க்க வரணும்?"

"அது வந்து... வந்து..."

"ஏன் குரலை இழுக்கறே சக்திவேல்...? பத்ரி எதுக்காக என்னைப் பார்க்க சேலம் வரணும்?"

"அவனே வந்து சொல்வான். அதை முன்கூட்டியே நான் உன்கிட்டே சொல்றது அவ்வளவு சரியாய் இருக்காது."

"இதுல என்ன பெரிய சஸ்பென்ஸ் வேண்டிக் கிடக்கு? பத்ரி சொல்லப் போற விஷயத்தை நீதான் சொல்லேன்."

"ஸாரி... வகுளா! அவனே நேரில் வந்து சொல்றதுதான் சரியாய் இருக்கும்."

மறுமுனையில் சக்திவேல் பேசிவிட்டு செல்போனை அணைத்துவிட, வகுளாவும் செல்போனை மௌனமாக்கினாள். பிறகு கண்களில் நீரோடு நவீனை ஏறிட்டாள்.

"அண்ணா... பத்ரி என்னைப் பார்க்க வர்ற விஷயம் சக்திவேலுக்குத் தெரியும். பத்ரியைக் காணலைன்னா... சக்திவேலுக்கு என்மேல சந்தேகம் வராதா?"

"பத்ரி வீட்டுக்கு வரலைன்னு நீதான் சொல்லிட்டியே?"

"சக்திவேல் நம்பணுமே...!"

"இதோ பார் வகுளா...! இப்ப இதையெல்லாம் பேசிட்டிருக்க நேரமில்லை. பாடியை மொதல்ல டிஸ்போஸ் பண்ணனும். அம்மாவும் அப்பாவும் ராத்திரி சாப்பாட்டை எட்டு மணிக்கே முடிச்சுட்டு படுக்கப் போயிடுவாங்க. அதுக்கப்புறம் வீட்டுக்குப் பின்புறம் இருக்கிற ரோட்ல ஜனநடமாட்டம் இல்லாத நேரமாய் பார்த்து பத்ரியோட பாடியைக் கார்க்குக் கொண்டு போய் பின் சீட்ல படுக்க வைக்கணும்."

"காரோட டிக்கி இருக்குமே?"

"டிக்கியோட லாக் சரியில்லை. அதைத்தான் சரி பண்ணி வைன்னு தனபால் சொல்லியிருந்தான். நான்தான் மறந்துட்டேன். டிக்கியோட லாக் சரியில்லாதப்ப பாடியை அங்கே வைக்கிறது சரியில்லை. இதோ பார் வகுளா... நீ இதைப் பத்தியெல்லாம் கவலைப்படாதே! நீ டென்ஷன் படாமே வீட்டுக்குள்ளே இருந்தா போதும்."

"அண்ணனும் தங்கச்சியும் கிச்சன்ல பூந்துக்கிட்டு என்ன பண்ணிட்டு இருக்கீங்க?" குரல் கொடுத்துக் கொண்டே சுலோச்சனா சமையலறைக்குள் நுழைந்தாள்.

"அது வந்தும்மா... ராத்திரிக்கு என்ன டிஃபன்னு அண்ணன் கேட்டுச்சு. நான் உப்புமா பண்ணலாம்னு சொல்லிட்டு இருந்தேன்."

"என்னது... உப்புமாவா? இன்னிக்கு உன்னோட கல்யாணத் தேதியை ஃபிக்ஸ் பண்ணி - கல்யாண

மண்டபத்தையும் பேசி - அட்வான்ஸும் கொடுத்துட்டு வந்துருக்கிறோம். அந்த சந்தோஷத்துல நானும் உன்னோட அப்பாவும் திணறிட்டு இருக்கோம். அதுக்காக ஒரு ஸ்வீட் பண்ண வேண்டாமா? நெய் ரவா முந்திரி கேசரி கிளறிடு. நான் அடை தோசை, காரச் சட்னிக்கு ஏற்பாடு பண்ணிடறேன்."

சுலோச்சனா சொல்லிக் கொண்டே ஸ்டவ்வை நோக்கிப் போக, நவீனும் வகுளாவும் பெருமூச்சுகளோடு ஒருவரை ஒருவர் பார்த்துக் கொண்டார்கள்.

9

சுதந்திர தினம்

இப்பொழுதெல்லாம்
உடன் ஓர் ஆள் வைத்துக்
கொள்கிறார்கள் -
கொடிக் கயிற்றை
இழுப்பதற்கென்று!
அவர்களுக்குச் சொல்லுங்கள் -
இந்த சுதந்திரக் கொடி பறப்பதற்குச்
சிறையிலே அன்றைக்கு ஒருவன்
செக்கையே இழுத்தானென்று!

- நிலாவனம்.

இன்ஸ்பெக்டர் மதன்குமார் நீட்டிய அந்த அலுமினிய மாத்திரைப் பட்டையைப் பார்த்துவிட்டு தன்யாவும் வாசுவும் குழப்பமான முகங்களோடு அவரைப் பார்த்தார்கள்.

தன்யா சொன்னாள். "சார்... அப்பாவுக்கு பி.பி. இருக்கு. அந்த பி.பி.க்காக அவர் ஒரே ஒரு மாத்திரையைத்தான் சாப்பிடுவார். அந்த மாத்திரையோட பேர் கிளானோடார். அந்த மாத்திரையோட பட்டை இப்படி இருக்காது."

மதன்குமார் தலையசைத்தார். "உங்க ஃபேமிலி டாக்டர் சிவசைலத்துகிட்டேயும் இந்த மாத்திரைப் பட்டையைக் காட்டி 'ராஜநாயகம் இதைச் சாப்பிடுவாரா'ன்னு

கேட்டேன். அவரும் இல்லைன்னுதான் சொன்னார். ஆனா, பேரர் ஜெபமணி உங்க ஃபாதர் பாரில் லிக்கர் சாப்பிடும்போது இந்த மாத்திரையை அதில் போட்டு சாப்பிடுறதைப் பார்த்திருக்கார். அது என்ன மாத்திரைன்னு தெரிஞ்சுக்கிறதுக்காக அப்பா கீழே போட்ட அந்த மாத்திரை பட்டையை எடுத்துப் பார்த்து பார்மஸியிலும் கேட்டிருக்கார். பார்மஸிக்காரங்க அப்படிப்பட்ட மருந்து அவங்ககிட்ட இல்லைன்னு சொல்லியிருக்காங்க. எல்லாத்துக்கும் மேலாய் அது என்ன மருந்துன்னும் தெரியலை. மருந்து உறையைக் கிழிக்கறப்ப கிடைச்ச அந்த அலுமினியப் பட்டையில் 'MINS' என்கிற நாலு எழுத்துக்கள் மட்டுமே தெரியுது. இதை ஒரு காஸ்ட்ரோ டாக்டர்கிட்டே காட்டி அது என்ன மருந்தாய் இருக்கும்னு கேட்டப்ப அவரும் தெரியலைன்னு சொன்னார்."

தன்யா கண்களில் நிரம்பிவிட்ட நீரோடு மதன் குமாரை ஏறிட்டாள்.

"சார்... அப்பாவைச் சுத்தி நடக்கிற சம்பவங்கள் எல்லாம் குழப்பமாவும், பயத்தைத் தரக்கூடியதாவும் இருக்கு. அப்பா கோமாவுக்குப் போனதும், அவர் கையில் 'சத்யாவின் சபதம்'ங்கிற வார்த்தை எழுதப்பட்டு இருந்ததும், விஸ்கியில் அவர் போட்டு சாப்பிட்ட மாத்திரை விவகாரமும் விஷப் பாம்புகள் மாதிரி படம் எடுத்து ஆடிட்டிருக்கு. யார்... எதுக்காக இப்படி பண்றாங்கன்னு தெரியலை."

"என்னோட அனுமானம் என்னன்னு நான் சொல்லட்டுமா மிஸஸ் தன்யா?"

"சொல்லுங்க சார்."

"உங்க ஃபாதரை யாரோ மிஸ்கைடு பண்ணியிருக்காங்க. விஸ்கி மாதிரியான லிக்கர் அயிட்டங்களை சாப்பிடும்போது இந்த மாத்திரையைப் போட்டுக்கிட்டா லிவர் சம்பந்தப்பட்ட நோய்கள் வராதுன்னு சொல்லி இந்த மாத்திரைகளை அவருக்குக் கொடுத்திருக்கலாம். அப்படி கொடுத்த நபர் உங்க ஃபாதர்க்கு ரொம்பவும்

நம்பிக்கையுள்ள மனிதராய் இருக்கணும். ராஜநாயகம் திடீர்ன்னு உடல்நலம் பாதிக்கப்பட்டு கோமா ஸ்டேஜ்க்குப் போக அந்த மாத்திரைகளே கூட ஒரு காரணமாய் இருக்கலாம். நீங்களும் உங்க கணவர் வாசுவும் கொஞ்சம் நிதானமாய் யோசனை பண்ணி ராஜநாயகத்துக்கு ரொம்பவும் நம்பிக்கையான நபர் யார்ன்னு சொன்னாத்தான் இந்தக் கேஸை மேற்கொண்டு நடத்த முடியும். அதே மாதிரி 'சத்யா'ங்கிற பேர்ல உங்களுக்குத் தெரிஞ்ச நபர்கள் யாராய் இருக்க முடியும்ங்கிறதையும் யோசனை பண்ணுங்க. எந்த ஒரு சின்ன விஷயமா இருந்தாலும் அது உங்களுக்கு சந்தேகத்தைத் தர்ற மாதிரி இருந்தா உடனடியாய் என்கூட ஷேர் பண்ணிக்குங்க."

"ஷ்யூர் சார்..." என்று தன்யா கண்ணீரோடு தலையாட்டிக் கொண்டிருக்கும்போதே,

மதன்குமாரின் செல்போன் மெலிதாய் ரிங்டோனை வெளியிட்டது.

ஹேண்ட்செட்டை எடுத்து அழைப்பது யார் என்று பார்த்தார்.

போலீஸ் கமிஷனர் பக்தவத்சலம்.

சற்றே தள்ளிப்போய் - மதன்குமார் பவ்யமாய் குரல் கொடுத்தார்.

"எஸ் சார்...."

"மதன்... இப்போ எங்கே இருக்கீங்க?"

"ராஜநாயகம் வீட்ல... அவரோட டாட்டர் தன்யாகிட்டேயும் சன்-இன்-லா வாசுகிட்டேயும் பேசிட்டு இருக்கேன் சார்."

"இன்வெஸ்டிகேஷன் எந்தளவில் போயிட்டிருக்கு டிட் யூ கெட் எனி ஹோல்ட்?"

"நாட் யெட் சார்."

“நீங்க உடனடியாய் புறப்பட்டு என்னோட ஆபீஸ்க்கு வாங்க. ராஜநாயகத்தோட கேஸ்ல ஒரு முக்கியமான க்ளூ கிடைச்சிருக்கு. இட் வில் பி வெரி யூஸ்ஃபுல் ஒன் ஃபார் ஃபர்தர் இன்வெஸ்டிகேஷன்.”

“உடனே புறப்பட்டு வர்றேன் சார்.”

“நீங்க என்னைப் பார்க்க வர்ற விஷயம் வெளியே யார்க்கும் தெரிய வேண்டாம். முக்கியமாய் வாசு, தன்யாவுக்குத் தெரிய வேண்டாம்.”

“அண்டர்ஸ்டுட் சார்...”

“குட். புறப்பட்டு வாங்க.”

கமிஷனர் செல்போனின் இணைப்பைத் துண்டிக்க,

மதன்குமார் தன்னுடைய முகத்தில் எந்தவிதமான உணர்ச்சியையும் காட்டிக் கொள்ளாமல் செல்போனை அணைத்து பாக்கெட்டில் போட்டுக்கொண்டு தன்யாவையும், வாசுவையும் ஏறிட்டார்.

“ஒரு மினிஸ்டரோட பாதுகாப்புக்காக ஏர்போர்ட் வரைக்கும் போக வேண்டியிருக்கு. நான் மறுபடியும் உங்களை சாயந்தரமாய் வந்து பார்க்கிறேன்.”

10

தற்கொலை

மனிதர்களில்
சிலர்
மரணத்தை விலைக்கு
வாங்குகிறார்கள்.
அதுவும்
சில்லரை விலைக்கே -
சிகரெட்டுகளாய்!

- நிலாவனம்

ராத்திரி ஒன்பது மணி.

இருட்டான சேலம் கந்தகிரி ரோட்டில் கார் விரைந்து கொண்டிருக்க, நவீன் வியர்த்து வழிந்தபடி ஸ்டீயரிங்கை கையாண்டான்.

காரின் பின்சீட்டில் பத்ரியின் உடல் ஒரு போர்வையால் போர்த்தப்பட்டிருந்தது.

முகம் வெளியே தெரிந்து அவன் தூங்குவதைப் போன்ற தோற்றத்தைக் கொடுத்தது.

'இன்னும் மூன்று கிலோ மீட்டர் தூரம் போனால் போதும் - பாறைத் திட்டு வந்துவிடும்.'

நவீன் காரின் வேகத்தைச் சற்றே அதிகப்படுத்திய விநாடி பக்கத்து சீட்டில் இருந்த செல்போன் வெளிச்சமாய் ஒளிர்ந்தது.

வகுளா கூப்பிட்டுக் கொண்டிருந்தாள்.

நவீன் காரை ஓட்டிக்கொண்டே ஹெட்போனைக் காதுக்குப் பொருத்திக் கொண்டு பேசினான்:

“சொல்லு வகுளா.”

வகுளா குரல் நடுங்கியது.

“அண்ணா... எந்தப் பிரச்னையும் இல்லையே?”

“ஒரு பிரச்சனையும் இல்லை. அம்மா, அப்பா - அவங்க ரூமை விட்டு வெளியே வரலையே?”

“அப்பா மட்டும் கொஞ்ச நேரத்துக்கு முந்தி வந்தார். வெந்நீர் கேட்டார். வெச்சுக் கொடுத்தேன். உன்னைத் திட்டினார்.”

“எதுக்காகத் திட்டினார்?”

“‘ஃப்ரண்டோட காரை சர்வீஸுக்குக் கொடுக்க இந்த ராத்திரி நேரத்துல ஏன் போறான்?’னு திட்டினார். ‘அண்ணனுக்குப் பகல்ல நேரம் இல்லையே’ன்னு நான் சொன்னேன்.”

“அம்மாவுக்கும் அப்பாவுக்கும் தெரியாம பத்ரியோட பாடியை ஸ்டோர் ரூமிலிருந்து கார் வரைக்கும் கொண்டு போறதுக்குள்ளே எனக்கு உயிர்போய் உயிர் வந்துச்சு.”

“எனக்கு மட்டும் என்ன...? வேர்த்து ஊத்திட்டு இருந்தேன்.”

“இன்னும் ஒரு மணி நேரத்துக்குள்ளே எல்லா பிரச்சனையும் முடிஞ்சுடும்.”

“பத்ரியோட பாடியை எப்படிண்ணா டிஸ்போஸ் பண்ணப்போறே?”

“சேலம் உடையாபட்டியைத் தாண்டினதும் ரெண்டு கிலோ மீட்டர் தூரத்துல பாறைத்திட்டு-ன்னு ஒரு இடம் வரும். அந்தப் பாறைத்திட்டுக்குப் பாடியைக் கொண்டு போயிட்டா டிஸ்போஸ் பண்றது சுலபம்.”

“எப்படி?”

“பாறைத்திட்டோட சில இடங்களில் ஆழமான குழிங்க இருக்கும். அந்தப் பக்கமாய் மேயப் போற எத்தனையோ ஆடுகள் அந்தக் குழிக்குள்ளே விழுந்து இறந்திருக்கு. உள்ளே போன ஆடுகளை வெளியே எடுக்க முடியாத அளவுக்கு ஆழமான குழிகள் அது. ரெண்டு வருஷத்துக்கு முந்தி நான் ஒரு கல்யாணத்துக்காக சந்நியாசி குண்டு கிராமத்துக்குப் போனப்ப என் ஃப்ரண்ட் ஒருத்தன் பாறைத்திட்டுக்குக் கூட்டிட்டுப் போய் குழிகளைக் காட்டினான். பத்ரியோட உடம்பை எப்படி டிஸ்போஸ் பண்ணப் போறோம்ங்கிற தவிப்பான யோசனை என்னோட மனசுக்குள்ளே வந்தப்ப அந்தப் பாறைத்திட்டுதான் ஞாபகத்துக்கு வந்தது.”

“அ... அ... அண்ணா...!”

“என்ன... மறுபடியும் அழ ஆரம்பிச்சுட்டியா?”

“நான் பண்ணின தப்பால உனக்கு எவ்வளவு கஷ்டம்?”

“அதை மறந்துடு... படுத்துத் தூங்கு. நான் வேலையை முடிச்சுட்டு பதினோரு மணிக்குள்ளே வந்துடறேன். வீட்டுக்கு வர்றதுக்கு முந்தி உனக்குப் போன் பண்றேன். அம்மா, அப்பாவுக்குத் தெரியாம கதவைத் திறந்து வை.”

“சரி...”

“அந்த சக்திவேல் மறுபடியும் போன் பண்ணினானா?”

“ஒரு தடவை பண்ணினான். நான் பத்ரி வரவேயில்லைன்னு சொன்னதும் டென்ஷனாயிட்டான்.”

“‘திரும்பவும் உன்னைப் பார்க்கத்தான் சேலம் புறப்பட்டு வந்தான். உன்கிட்ட வரலைன்னா வேறு எங்கே போயிருப்பான்’னு

கேட்டான். 'எனக்கென்ன தெரியும்'னு சொல்லிட்டேன். அதுக்கப்புறம் அவன் எனக்குப் போன் பண்ணலை."

"இதோ பார் வகுளா... ஒரு விஷயத்தை நல்லா ஞாபகம் வெச்சுக்கணும். சக்திவேல் எப்ப ஃபோன் பண்ணினாலும் நீ எடுத்துப் பேசணும். அப்பத்தான் சக்திவேலுக்கு உன் பேர்ல சந்தேகம் வராது. நான் சொல்றது உனக்குப் புரியுதா, வகுளா?"

"ம்... புரியுது."

"தெரியாத்தனமாய் ஒரு தப்புப் பண்ணிட்டோம். அந்த தப்பிலிருந்து தப்பிக்க தனிப்பட்ட ஒரு சாமர்த்தியம் வேணும். அதுக்கான முதல் படி, நீ எப்பவும் மாதிரி இயல்பாய் வீட்ல இருக்கணும்."

"சரிண்ணா...!"

"வேலையை முடிச்சுட்டு நான் உனக்குப் போன் பண்றேன்."

நவீன் செல்போனில் பேச்சை முடித்துக்கொண்டு காரின் வேகத்தை அதிகரித்தான்.

ஒரு அரை கிலோமீட்டர் தூரம் போனதும் காரின் வேகம் சட்டென்று குறைந்தது.

50 மீட்டர் தூரத்தில் வாகனங்கள் வரிசையாய் நின்றிருந்தன.

'என்னாயிற்று?'

'இந்த நேரத்திற்கு எப்படி இந்த இடத்தில் டிராஃபிக் ஜாம்?'

நவீன் யோசித்துக் கொண்டே சாலையோரமாய் நிறுத்தியிருந்த ஒரு லாரிக்குப் பின்னால் தன்னுடைய காரைக் கொண்டு போய் நிறுத்தினான். தலையை வெளியே நீட்டி லாரியருகே பீடி குடித்துக் கொண்டிருந்த ஒரு நபரிடம் கேட்டான். "என்னாச்சு...?"

“ஒரு ஆக்ஸிடெண்ட். பாலத்துல கார் மோதி ஸ்பாட்லயே அஞ்சு பேர் அவுட். போலீஸ் இன்னும் ஸ்பாட்டுக்கு வரலை. எப்ப வருவாங்கன்னு தெரியலை. வந்த பின்னாடிதான் டிராஃபிக் க்ளியராகும்.”

நவீன் இடிந்து போனவனாய் அப்படியே உட்கார்ந்தான்.

11

கோவலன்

பிறந்தது
பூம்புகாரில்.
இறந்தது
பொய் புகாரில்.

- நிலாவனம்

இன்ஸ்பெக்டர் மதன்குமார் போலீஸ் கமிஷனர் பக்தவத்சலத்தை அவருடைய அறைக்குச் சென்று பார்த்தபோது, அவருக்கு எதிரே நடுத்தர வயதில் இன்னொரு நபரும் - கிரீம் கலர் சஃபாரி அணிந்து - உட்கார்ந்து பேசிக் கொண்டிருந்தார்.

மதன்குமார் ஒரு சல்யூட் அடித்துத் தளர்ந்ததும், கமிஷனர் தனக்கு எதிரே இருந்த ஒரு காலி இருக்கையைக் காட்டி "ப்ளீஸ்..." என்றார்.

மதன்குமார் உட்கார்ந்ததும் சொன்னார்: "மிஸ்டர் மதன்... இவர் அரவிந்த் நாயர். திருச்சூரில் அசிஸ்டண்ட் கமிஷனர் ஆஃப் போலீஸ். நாங்க ரெண்டு பேரும் அஞ்சு வருஷத்துக்கு முந்தி டேராடூன்ல ஒரே ட்ரெய்னிங் கேம்பஸில் ஒரு கோர்ஸுக்கான பயிற்சியை எடுத்தோம். இன்னிக்குக் காலையில ரேஸ்கோர்ஸில் வாக்கிங் பேவ்மெண்ட்டில் எதிர்பாராதவிதமாய் மீட் பண்ணிக்கிட்டோம். நிறைய

பேசிக்கிட்டே நடந்தோம். சில கேஸ் விபரங்களைப் பரிமாறிக்கிட்டோம். அப்படி பரிமாறிக்கிட்டப்பதான் நமக்குத் தேவையான ஒரு விஷயம் கிடைச்சுது."

மதன்குமார் எழுந்து நின்று அரவிந்த் நாயர்க்கு உத்யோக தோரணையில் ஒரு சல்யூட்டைக் கொடுத்துவிட்டு நகர்ந்தார். கமிஷனரிடம் திரும்பினார்.

"நமக்குத் தேவையான ஒரு விஷயமா?"

"எஸ்."

"அது என்ன சார்?"

"இப்ப ஹாஸ்பிட்டலில் கோமாஸ்டேஜில் இருக்கிற ராஜநாயகத்தின் உள்ளங்கையில பேனாவால எது மாதிரியான வாசகம் எழுதப்பட்டு இருந்தது?"

"சத்யாவின் சபதம்!"

"யார் அந்த சத்யாங்கிற கேள்விக்கான பதில் உங்களுக்குக் கிடைச்சுதா?"

"நாட் யெட் சார்."

"இதே மாதிரியான ஒரு சம்பவம் போன மாசம் கேரள மாநிலம் திருச்சூரிலும் நடந்திருக்கு."

"ஈஸ் இட் சார்?" என்று அதிர்ச்சியோடு சொல்லிக்கொண்டே எழ முயன்ற மதன்குமாரை ஒரு புன்னகையோடு அரவிந்த் நாயர் கையமர்த்தினார். மெல்லிய குரலில் பேச ஆரம்பித்தார்.

"உட்கார்ங்க... மிஸ்டர் மதன். நான் கேரளால ஓர்க் பண்ணினாலும் தமிழ்நாட்டு போலீஸோட நடவடிக்கைகளை உன்னிப்பாய் கவனிச்சுட்டு வருவேன். கோயமுத்தூர்ல இருக்கிற என்னோட மகன் வீட்டுக்கு மாசத்துக்கு ரெண்டு நாள் வந்து தங்குவேன். அந்தச் சமயத்துல காலை நேரங்கள்ல வாக்கிங் போவேன். அது மாதிரியான ஒரு சந்தர்ப்பத்தில்தான் இன்னிக்கு வாக்கிங் போனப்ப உங்க கமிஷனரை மீட்

பண்ணினேன். ரெண்டு பேரும் வாக்கிங் போய்கிட்டே சில இன்ட்ரஸ்டிங்கான கேஸ் விஷயங்களைப் பரிமாறிக்கிட்டோம். அதுல ஒண்ணுதான் இந்த சத்யாவின் சபதம்...” என்று சொன்ன அரவிந்த் நாயர் தன்னுடைய செல்போனை எடுத்து வாட்ஸ் அப்-க்கு உயிர் கொடுத்து, அதில் இருந்த ஒரு பதிவைக் காட்டினார். “டேக் ஏ வியூ ஆன் திஸ்.”

மதன்குமார் அந்தப் பதிவில் இருந்த போட்டோவைப் பார்த்தார்.

ஒரு ஆணின் கை நீட்டியபடி தெரிய, அதன் உள்ளங்கை பரப்பில் ஸ்கெட்ச் பேனாவால் எழுதப்பட்ட வாசகம் பளிச்சென்று தெரிந்தது.

சத்யாவின் சபதம்!

மதன்குமாரின் முகம் முழுவதும் வியப்பலைகள் பரவின.

“ஸ... ஸார்... இ... இது யாரோட கை?”

“ரிடையர்ட் ஹைகோர்ட் ஜட்ஜ் கிருஷ்ணன் நம்பியார். இவரோட பேரைக் கேள்விப்பட்டு இருக்கீங்களா?”

“கேள்விப்பட்டு இருக்கேன் சார்.”

“அவரோட உள்ளங்கைதான் இது.”

“ஸார்... கிருஷ்ணன் நம்பியார் இப்போ...?”

“உயிரோடதான் இருக்கார். ஆனா உணர்வோட இல்லை. கடந்த ஒரு மாச காலமாய் திருச்சூர் வெலிங்டன் ஹாஸ்பிட்டலில் கோமா ஸ்டேஜில் நாட்களைத் தள்ளிக்கிட்டு இருக்கார்.”

மதன்குமார் பதற்றமடைந்தார்.

“ஸார்... ஜட்ஜ் கிருஷ்ணன் நம்பியார் மாதிரியேதான் ராஜநாயகமும் - சிவசைலம் ஹாஸ்பிட்டலில் கோமா ஸ்டேஜ்ல இருக்கார். இவரோட உள்ளங்கையில் எழுதப்பட்ட ‘சத்யாவின் சபதம்’ தமிழ் வாசகம் மாதிரியே கிருஷ்ணன் நம்பியார் கைலயும் யாரோ எழுதிட்டுப் போயிருக்காங்க.”

அரவிந்த் நாயர் தலையசைத்தார்.

"எஸ்... என்னோட ஆச்சரியமும் அதேதான். இந்த ஆச்சரியத்துக்குப் பின்னாடி சில முக்கியமான கேள்விகள் இருக்கு. முதல் கேள்வி: 'யார் இந்த சத்யா?' இரண்டாவது கேள்வி: 'ராஜநாயகம், கிருஷ்ணன் நம்பியார் ரெண்டு பேருமே கோமா ஸ்டேஜ்க்குத் திடீர்ன்னு போக எது காரணம்?' மூணாவது கேள்வி: 'இப்படியொரு கோமா நிலைக்கு இந்த ரெண்டு பேரையும் உட்படுத்த என்ன காரணம்?' நாலாவது கேள்வி: 'இரண்டு பேரோட உள்ளங்கைகளிலும் ஏதோ கையெழுத்து போட்ட மாதிரி 'சத்யாவின் சபதம்'னு ஏன் எழுதி வைக்கணும்?' அஞ்சாவது கேள்வி: 'அந்த சத்யாவின் சபதம்தான் என்ன?'

இந்த அஞ்சு கேள்வில ஏதோ ஒரு கேள்விக்கு விடை தெரிஞ்சாலே போதும். மத்த கேள்விகளுக்கான பதிலைக் கண்டுபிடிக்க சுலபமாய் இருக்கும்."

மதன்குமார் சற்றே தயக்கத்தோடு அரவிந்த் நாயரை ஏறிட்டபடி கேட்டார்: "ஸார்... இந்த கிருஷ்ணன் நம்பியார் கேஸை இப்போ யார் டீல் பண்ணிட்டு இருக்காங்கன்னு தெரிஞ்சுக்கலாமா?"

"நான்தான் டீல் பண்றேன்."

"அது சம்பந்தமாய் நான் சில சந்தேகங்களைக் கேட்கலாமா சார்?"

"பை ஆல்மீன்ஸ். ரெண்டுமே ஒரே மாதிரியான சம்பவங்கள். ஆனா வெவ்வேறு மாநிலத்தில் நடந்திருக்கு. நீங்களும் சரி, நானும் சரி, பரஸ்பரம் நிறைய கேள்விகளைக் கேட்டு புலன் விசாரணை பண்ண வேண்டியிருக்கு. நீங்க என்கிட்ட என்ன கேட்க விரும்பறீங்க?"

"கிருஷ்ணன் நம்பியாரோட ஃபேமிலி மெம்பர்ஸ் என்ன சொல்றாங்க?"

"கிருஷ்ணன் நம்பியார்க்கு ஒரே மகன். அவர் வெளிநாட்டுல இருக்கார். அவர் பேரு கோகுலன். ஐ.டி கம்பெனியில் வேலை

பார்க்கிறார். மனைவி குழந்தைகளோட கிரீன்கார்டு வாங்கிட்டு வெளிநாட்டுலேயே செட்டிலாயிட்டார். வருஷத்துக்கு ஒரு தடவை ஃபேமிலியோட வந்து அம்மா அப்பாவோட தங்கிட்டு போறதோட சரி.”

“கிருஷ்ணன் நம்பியாரோட மனைவி தன்னோட கணவர் கோமாஸ்டேஜ்க்குப் போனதைப் பத்தி என்ன சொல்றாங்க சார்? எனிதிங்க் அப்நார்மல்?”

“ஜட்ஜ் நார்மலாத்தான் இருந்திருக்கார். போன மாசம் ராத்திரி மிட்நைட்ல எந்திரிச்சு ரெஸ்ட் ரூமுக்குப் போயிருக்கார். அங்கேயே மயக்கம் போட்டு விழுந்திருக்கார். ஹாஸ்பிட்டலுக்குக் கொண்டு போய் ட்ரீட்மெண்ட் கொடுத்ததும் சுயஉணர்வுக்கு வந்து ரெண்டு நிமிஷம் பேசிட்டு இருந்தவர் மறுபடியும் உணர்விழந்து கோமா ஸ்டேஜுக்குப் போயிட்டார். டாக்டர்ஸ் எவ்வளவோ முயற்சி பண்ணியும் கோமால இருந்து அவரை மீட்கமுடியலை. அவர் கோமாஸ்டேஜுக்குப் போன அடுத்த சில மணி நேரத்துக்குள்ளே அவரோட உள்ளங்கையில் ‘சத்யாவின் சபதம்’னு யாரோ எழுதியிருக்காங்க. ஐ.ஸி யூனிட்டுக்குள்ளே சி.சி.டி.வி காமிரா இல்லாத காரணத்தால உள்ளே யார் வந்து எழுதிட்டுப் போனாங்கங்கிறதைக் கண்டுபிடிக்க முடியலை.”

“யூ ஆர் கரெக்ட் ஸார்... ராஜநாயகத்தோட விஷயத்திலும் இதுமாதிரிதான் நடந்திருக்கு. இந்த ரெண்டு சம்பவங்களுக்கும் இடையே இருக்கிற இந்த ‘கோமா’ ஒற்றுமையை வெச்சுப் பார்க்கும்போது கிருஷ்ணன் நம்பியாரும், ராஜநாயகமும் ஏதோ ஒரு விஷயத்தில் சம்பந்தப்பட்டு இருக்கணும். இது என்னோட யூகம். இந்த யூகம் சரியா, தப்பான்னு இப்பவே கன்ஃபார்ம் பண்ணிக்கலாம் சார்.” - சொன்ன மதன்குமார் தன்னுடைய செல்போனை எடுத்து தன்யாவின் எண்ணைத் தொடர்புகொண்டு பேசினார்.

“மிஸஸ் தன்யா...! ஒரு சின்ன க்ளாரிஃபிகேஷனுக்காக ஃபோன்...”

“ப்ளீஸ்.”

“உங்க ஃபாதர்க்கு திருச்சூரில் இருக்கிற கிருஷ்ணன் நம்பியாரைத் தெரியுமா?”

“கிருஷ்ணன் நம்பியாரா?”

“ஆமா... அவர் ஒரு ரிடையர்ட் ஜட்ஜ்.”

“அப்படி யாரையும் அப்பாவுக்குத் தெரியாதே? அப்பாவோட ஃப்ரெண்ட்ஸ் எல்லாரையும் எனக்கு நல்லாவே தெரியும். மீறிப்போனா ஒரு அஞ்சு பேர் இருப்பாங்க. அவங்களும் அப்பாவோட அவ்வளவு நெருக்கமாய் இருக்கமாட்டாங்க. ஏதாவது ஒரு விசேஷம்ன்னா மீட் பண்ணிக்குவாங்க. அவ்வளவுதான். கடந்த ரெண்டு வருஷமா அதுகூட இல்லை.”

“மிஸஸ் தன்யா... நான் ஒரு விஷயத்தை சொன்னா... நீங்க தப்பா எடுத்துக்க மாட்டீங்களே?”

“என்ன?”

“நீங்களும் சரி, உங்க கணவரும் சரி, உங்க அப்பா ராஜநாயகம் சம்பந்தப்பட்ட ஏதோ ஒரு முக்கியமான விஷயத்தை போலீஸ்கிட்ட இருந்து மறைக்கறீங்கன்னு நினைக்கறேன்.”

“ஸாரி இன்ஸ்பெக்டர்... அப்படியெல்லாம் மறைக்க வேண்டிய அவசியம் எங்களுக்கு இல்லை.”

“நீங்க இல்லைன்னு சொல்லலாம். ஆனா நடந்திருக்கிற சம்பவங்களைப் பார்க்கும்போது அப்படி தெரியலை. கேரளா - திருச்சூரில் இருக்கிற கிருஷ்ணன் நம்பியாரும், உங்க ஃபாதர் ராஜநாயகமும் ஒரே மாதிரியான நிலைமையில் கோமாஸ்டேஜுக்குப் போயிருக்காங்க. ரெண்டு பேரோட உள்ளங்கைகளிலும் ‘சத்யாவின் சபதம்’ன்னு எழுதப்பட்டிருக்கு. ரெண்டு பேர்க்கும் இடையில் ஏதோ ஒரு

சம்பந்தம் இருக்கப் போய்த்தான் இப்படிப்பட்ட விபரீதமான சம்பவம் நடந்திருக்கு.”

“இன்ஸ்பெக்டர்! நீங்க சொல்ற இந்த விஷயம் எங்களுக்கே ரொம்பவும் அதிர்ச்சியாய் இருக்கு. யார் அந்த சத்யா...?”

“அதை நீங்கதான் சொல்லணும்...”

“என்ன சார்... அப்பா இப்படி ‘கோமா’ ஸ்டேஜில் இருக்காரேன்னு நானும் என்னோட ஹஸ்பெண்டும் இடிஞ்சு போய் ஒவ்வொரு விநாடியையும் ஒவ்வொரு யுகமா நினைச்சுக் கழிச்சுட்டு இருக்கோம். எங்களையே ப்ளேம் பண்ற மாதிரி பேசிட்டு இருக்கீங்க?”

“இதோ பாருங்க... தன்யா! என் மேல கோபப்பட்டு எந்த ஒரு பிரயோஜனமும் இல்லை. போலீஸ் விசாரணைன்னா இப்படித்தான் இருக்கும். உங்க ஃபாதர் ராஜநாயகத்துக்கிட்டே ஏதோ ஒரு தப்பு இருக்கு. அந்த தப்புல கிருஷ்ணன் நம்பியார்க்கும் ஒரு பங்கு இருக்கு. அது என்னன்னு யோசனை பண்ணி வையுங்க.”

மதன்குமார் சற்றே கோபமான குரலில் பேசிவிட்டு கமிஷனரைப் பார்த்து, “ஸாரி ஸார்...” என்றார்.

கமிஷனர் பக்தவத்சலம் மெலிதாய் புன்னகைத்தார்.

“டோண்ட் கெட் நெர்வஸ்... அந்த தன்யாவும், வாசுவும் மே பி ஹார்ம்லஸ்... இந்த ‘சத்யாவின் சபதம்’ விவகாரத்துல நீங்க உடனடியாய் செய்யவேண்டிய விஷயம் என்ன தெரியுமா?”

“சொல்லுங்க சார்.”

“ஏசிபி அரவிந்த் நாயரோட திருச்சூர் போய் கிருஷ்ணன் நம்பியாரோட ஃபேமிலியைச் சேர்ந்த எல்லாரையும் நீங்க என்கொயர் பண்ணி ஒரு ஸ்டேட்மெண்ட் தயாரிச்சு அந்த ஸ்டேட்மெண்ட்டை ராஜநாயகத்தோட ஃபேமிலி மெம்பர்ஸ் கொடுத்ததை வைச்சு ஒப்பிட்டுப் பார்த்தா ரெண்டுக்கும்

இடையே ஏதாவது ஒரு ஒற்றுமை தென்படலாம். அந்த ஒரு ஒற்றுமை பல உண்மைகளை வெளியே கொண்டு வரலாம். சரி, என்னிக்குப் புறப்படறீங்க?"

"இன்னிக்கே...!"

12

டிசம்பர் – 11
செப்டம்பர் – 11
எங்கள் மகாகவி
பிறந்தபோது
மகிழ்ச்சியாலும்
மறைந்தபோது
மரியாதையாலும்
இரண்டு
ஆங்கில தேதிகளும்
எழுந்து நின்றன
இங்கே.

– நிலாவனம்.

இரவு பதினோரு மணி.

விளக்கை அணைத்துவிட்டு அரையிருட்டில் சோபாவில் உட்கார்ந்திருந்த வகுளா தன்னுடைய செல்போன் வைப்ரேஷனில் உறுமுவதைக் கேட்டு எழுந்தாள்.

மறுமுனையில் நவீன். செல்போனை எடுத்துக் காதுக்கு ஒற்றி மெதுவாய் குரல் கொடுத்தாள்.

"அண்ணா!"

"வீட்டு வாசல்ல நிக்கறேன். சத்தமில்லாம கதவைத் திறந்து விடு."

“வேலை முடிஞ்சுதா... பிரச்சனை ஒண்ணும் இல்லையே...?”

“கொஞ்சம் பிரச்சனைதான்.”

“என்னாச்சு?”

“உள்ளே வந்து சொல்றேன்.”

வகுளா எகிறும் இதயத் துடிப்போடு செல்போனை அணைத்துவிட்டு வாசல் கதவை நோக்கிப் போய் சத்தம் எழாமல் தாளை விலக்கினாள்.

நவீன் கதவைத் தள்ளிக்கொண்டு உள்ளே வந்தான்.

“வகுளா... வா உன்னோட ரூமுக்குப் போயிடலாம். இங்கே உட்கார்ந்துகிட்டு எதுவும் பேச வேண்டாம். அப்பா சில சமயம் ராத்திரி நேரத்துல தூங்காம முழிச்சிட்டிருப்பார்.”

இருவரும் இருட்டில் மெல்ல நடந்து பக்கத்தில் இருந்த அறைக்குள் நுழைந்து கதவைச் சாத்திக் கொண்டார்கள். கட்டிலில் பக்கம் பக்கமாய் உட்கார்ந்தார்கள்.

வகுளா தவிப்போடு கேட்டாள். “அண்ணா... ஏதோ பிரச்சனைன்னு சொன்னியே... அது என்ன?”

நவீன் சில விநாடிகள் மௌனமாய் இருந்துவிட்டுப் பேச ஆரம்பித்தான்.

“பத்ரியோட பாடியை எடுத்துக்கிட்டு பாறைத்திட்டுக்குப் போற வழியில கந்தகிரிக்குப் பக்கத்துல ஏதோ ஒரு ஆக்ஸிடெண்ட். மேற்கொண்டு போக முடியாமே ட்ராஃபிக் ஜாம். ஆக்ஸிடெண்ட் நடந்த ஸ்பாட்டுக்குப் போலீஸ் வர லேட்டாகும் மாதிரி இருந்தது. காரோட பின்சீட்ல டெட் பாடியை வெச்சுக்கிட்டு எவ்வளவு நேரம் வெயிட் பண்றது... அதனால...”

வகுளா கலவரமாய் நவீனைப் பார்த்தாள்.

“அதனால...?”

“காரைத் திருப்பிக்கிட்டு உடையாபட்டி பஸ் ஸ்டாப்புக்குப் போனேன். அந்த பஸ் ஸ்டாப் கொஞ்சம்

ஒதுக்குப்புறமாய் இருந்ததால ஆள் நடமாட்டம் சுத்தமா இல்லை. அந்த இடம் இருட்டாவும் இருந்துச்சு. காரை பஸ் ஸ்டாப்புக்குப் பக்கத்துல கொண்டுபோய் நிறுத்திட்டு புத்ரியோட பாடியை வெளியே எடுத்து பஸ் ஷெல்டர்க்குக் கீழே படுக்க வெச்சுப் போர்வையையும் கழுத்து வரைக்கும் போர்த்தி, புத்ரி தூங்கிட்டு இருக்கிற மாதிரி செட்டப் பண்ணிட்டு வந்துட்டேன்."

"நாளைக்குப் புத்ரி செத்துப்போன விஷயம் வெளியே வந்து மீடியா வரைக்கும் போயிடுமே அண்ணா?"

"போகட்டும். வேற வழியில்லை வகுளா. காருக்குள்ளேயே பாடியை எத்தனை மணி நேரம்தான் வெச்சுட்டு இருக்க முடியும்? அதுதான் பஸ் ஸ்டாப் ஷெல்டர்க்குக் கீழே தூங்கிட்டு இருக்கிற மாதிரி படுக்கவெச்சுட்டு வந்துட்டேன். யாரும் பார்க்கலை... பயப்படாதே!"

"அ... அ... அண்ணா ... பயப்படாதேன்னு நீ சொல்றே ஆனா, இனிமேதான் பிரச்சனை ஆரம்பமாகும் போல இருக்கு."

"பிரச்சனை வரும்போது பார்த்துக்குவோம். நீ போய் படு. அப்புறம்... அந்த சக்திவேல் மறுபடியும் போன் பண்ணினானா?"

"ஆமா ஒரு தடவை பண்ணினான். நான், 'புத்ரி வரவேயில்லை'ன்னு சொல்லி போனைக் கட் பண்ணிட்டேன். நாளைக்கு மறுபடியும் போன் பண்ணினாலும் பண்ணுவான்."

"மறுபடியும் சொல்றேன்... அவன் எப்ப போன் செஞ்சாலும் சரி, அவன் போனை அட்டெண்ட் பண்ணாமே இருக்காதே."

"சரிண்ணா...!"

"போய் படு. எந்தப் பிரச்சனை வந்தாலும் நான் பார்த்துக்கிறேன். எனக்கு ரொம்ப டயர்டா இருக்கு."

நவீன் சொல்லிவிட்டு எழுந்து தன்னுடைய அறையை நோக்கிப் போனான்.

மறுநாள். காலை ஏழு மணி.

அயர்ந்து தூங்கிக் கொண்டிருந்த நவீன் தன்னை யாரோ தொட்டு எழுப்புவதை உணர்ந்து போர்வையினின்றும் தன்னுடைய உடம்பை உருவிக்கொண்டு எழுந்து உட்கார்ந்தான்.

எதிரே வகுளா நின்றிருந்தாள்.

"எ... என்ன...?" தூக்கக் கலக்கத்தோடு வகுளாவைப் பார்த்தான்.

அவள் பதட்டத்தோடு பேசினாள். "டி.வியில என்ன நியூஸ் போயிட்டிருக்குன்னு வந்து பாருண்ணா..."

நவீன் எழுந்து ஹாலை நோக்கிப் போனான். டி.வியில் செய்தி வாசிக்கும் பெண் நிறுத்தி நிதானமான குரலில் சொல்லிக் கொண்டிருந்தாள்.

"உடையாபட்டி பஸ் நிறுத்தத்தில் கண்டெடுக்கப்பட்ட அந்த உடலை மருத்துவமனைக்குக் கொண்டு போய் பரிசோதித்துப் பார்த்ததில் அந்த இளைஞன் உயிரோடு இருப்பது தெரியவந்தது. ஆனால், உணர்வற்ற நிலை நீடித்ததால் அந்த இளைஞனுக்குச் சிகிச்சை கொடுக்கப்பட்டு வருகிறது. மேலும், அந்த இளைஞன் யார், எந்த ஊரைச் சேர்ந்தவர் என்பதைக் கண்டுபிடிக்கும் முயற்சியில் போலீசார் ஈடுபட்டுள்ளார்கள்.

உடையாபட்டி காவல் நிலைய ஆய்வாளர் இதுபற்றி கூறுகையில், 'இளைஞரின் தலையில் காயம் காணப்படுவதாகவும், அந்தக் காயம் அவர் கீழே விழுந்ததால் ஏற்பட்டிருக்கலாம். அந்தக் காயமும் சிறிய காயமாக இருப்பதால் இது ஒரு கொலை முயற்சியாய் இருக்க வாய்ப்பில்லை' என்றும் சொன்னார்."

ஹால் சோபாவில் உட்கார்ந்து காப்பி சாப்பிட்டபடி செய்தித்தாளைப் படித்துக் கொண்டிருந்த குருமூர்த்தி வாய்விட்டு திட்டினார்.

"இந்த டாஸ்மாக்கை என்னிக்கு மூடறாங்களோ, அன்னிக்குத்தான் ஒவ்வொரு குடிகாரனோட அறிவுக் கண்ணும் திறக்கும். இல்லேன்னா குடி போதையில இப்படி கீழே விழுந்து தலையை உடைச்சுக்க வேண்டியதுதான்."

நவீனும், வகுளாவும் சத்தம் காட்டாமல் மறுபடியும் அறைக்கு வந்தார்கள்.

"அ... அ... அண்ணா...! பத்ரி உயிரோட இருப்பான்னு நான் கொஞ்சம் கூட நினைக்கலை. ஒரு பக்கம் அவன் உயிரோட இருக்கிறது சந்தோஷத்தைக் கொடுத்தாலும், ஒருவேளை போலீஸ் விசாரணை பண்ணும்போது என்ன சொல்றதுன்னு பயமாயிருக்கு."

"நீ எதுக்கும் பயப்படாதே. நான் இன்னிக்கு ஆபீஸுக்குப் போகப் போறதில்லை. குளிச்சு சாப்பிட்டுட்டு பத்ரி அட்மிட்டாகி இருக்கிற ஜி.ஹெச்சுக்குப் போய் அவன் எப்படிப்பட்ட நிலைமையில இருக்கான்னு பார்த்துட்டு உனக்குப் போன் பண்றேன்."

நவீன் சொல்லிக் கொண்டிருக்கும்போதே சுலோச்சனா அறைக்குள் வந்தாள்.

இரண்டு பேரையும் ஒரு சந்தேகப்பார்வை பார்த்துவிட்டு கேட்டாள்: "நேத்து சாயந்தரத்திலிருந்து நானும் பார்க்கறேன். அண்ணனும், தங்கச்சியும் அப்படியென்ன கூடி கூடி ரகசியம் பேசிட்டு இருக்கீங்க?"

"அது... அது... வந்தும்மா..."

"என்னடா... மென்னு முழுங்கறே...?"

"அது ஒண்ணுமில்லேம்மா... வகுளாவுக்கு ஒரு புது செல்போன் வேணுமாம். லேட்டஸ்ட் மாடல் ஒண்ணு வந்திருக்கு. நான்தான் அப்பாகிட்ட சொல்லி எப்படியாவது வாங்கித் தரணும்னு நச்சரிக்கிறா...!"

சுலோச்சனா சிரித்தாள்.

“புது போன்தானே...? நீயே அப்பாக்கிட்ட கேட்டா அவர் என்ன மாட்டேன்னா சொல்லப் போறார். இதுக்குப் போய் எதுக்கு உன் அண்ணனோட சிபாரிசு. நீயே போய்க் கேளு.”

“சரிம்மா...!” என்று சொல்லிக்கொண்டே நகர முயன்ற வகுளாவை சுலோச்சனாவின் குரல் தடுத்தது.

“வகுளா... ஒரு நிமிஷம் நில்லு.”

வகுளா நின்று என்ன என்பது போல் பார்க்க, சுலோச்சனா கேட்டாள்: “என்ன... ராத்திரி சரியாத் தூங்கலையா? கண்ணெல்லாம் மிளகாயைத் தேய்ச்ச மாதிரி சிவந்து கிடக்கு?”

“இல்லேம்மா... நல்லாத்தான் தூங்கினேன்.”

“நானும் பார்த்துட்டுத்தான் இருக்கேன். நேத்து சாயந்தரத்துல இருந்தே நீ சரியில்லை.”

“நான் நல்லாத்தாம்மா இருக்கேன். சரி, இன்னிக்குக் காலையில் என்ன டிஃபன்? அண்ணன் சீக்கிரமாய் டிஃபன் சாப்பிட்டு கிளம்பணுமாம். வா... பிரிப்பேர் பண்ணலாம்.”

வகுளா சொல்லிக்கொண்டே சமையற்கட்டை நோக்கி நடந்தாள்.

மனசுக்குள் ஒரு பூகம்பத்தின் அறிகுறிகள் தெரிந்தன.

13

நூலகம்

புத்தகங்கள் இருக்குமிடம்
பொதுவாய்
அமைதியாய் இருக்க வேண்டும்!
காகிதம் செய்வதற்காக
அழிக்கப்பட்ட காடுகளை நினைத்து -
மனதிற்குள்ளேயே அவை
மௌன அஞ்சலி செலுத்துவதால்!

- நிலாவனம்

போலீஸ் கமிஷனர் அலுவலகம்.

கமிஷனர் பக்தவத்சலம் நெற்றியைத் தன் இடது கையின் ஆட்காட்டி விரலால் கீறிக் கொண்டே தனக்கு எதிரில் உட்கார்ந்திருந்த மதன்குமாரிடம் கேட்டார்: "மிஸ்டர் மதன், திருச்சூர்ல ரெண்டு நாள் ஏசிபி அரவிந்த் நாயரோட சேர்ந்து இன்வெஸ்டிகேட் பண்ணியிருக்கீங்க. உபயோகமாய் ஒரு தகவல் கூட கிடைக்கலையா?"

"ஸார்... ஜட்ஜ் கிருஷ்ணன் நம்பியாரோட மனைவி பார்வதியும் சரி, அவரோட ஃபேமிலி மெம்பர்ஸும் சரி - நான் கேட்ட கேள்விக்கெல்லாம் மழுப்பலான பதில்களையே சொன்னாங்க. 'சத்யாவின் சபதம்' பத்தி யாரும் எந்த ஒரு விளக்கத்தையும் சொல்ல முன் வரலை."

"கிருஷ்ணன் நம்பியார்க்கு ராஜநாயகம் பரிச்சயமானவரான்னு கேட்டீங்களா?"

"கேட்டேன் சார்... இல்லைன்னு அவங்க சொன்னாங்க. ஆனா, அவங்க சொல்றது நம்பும்படியாய்... இல்லை."

"ஒருவேளை கிருஷ்ணன் நம்பியார்க்கும் ராஜநாயகத்துக்கும் இருந்த தொடர்பு அவங்களுக்குத் தெரியாமலும் இருக்கலாம் இல்லையா?"

கமிஷனர் சொல்லிக் கொண்டிருக்கும்போதே மதன்குமாரின் செல்போன் வைப்ரேஷனில் உறுமியது. அவர் செல்போனை ஸ்விட்ச் ஆஃப் செய்ய முயல, கமிஷனர் குறுக்கிட்டு சொன்னார்.

"நோ நோ... மதன். டேக் த கால்... கூப்பிடறது யார்ன்னு பாருங்க... ஏதாவது ஒரு இம்பார்ட்டன்ட் காலாய் கூட இருக்கலாம்."

மதன்குமார் செல்போனை எடுத்து டிஸ்ப்ளேயில் தெரிந்த பெயரைப் பார்த்துவிட்டு கமிஷனரை ஏறிட்டார்.

"சார்... டாக்டர் சிவசைலம் லைன்ல இருக்கார்."

"ராஜநாயகத்தோட ஃபேமிலி டாக்டர்தானே...?"

"ஆமா சார்."

"பேசுங்க..."

மதன்குமார் தலையசைத்துவிட்டு செல்போனை காதுக்கு ஒற்றினார்.

"குட் மார்னிங் டாக்டர்."

"குட் மார்னிங் இன்ஸ்பெக்டர்... உங்களை கான்டாக்ட் பண்ண ரெண்டு நாளா ட்ரை பண்றேன். பட் ஐ குட் நாட்."

"ஸாரி டாக்டர்... நான் ஒரு கேஸ் விஷயமாய் கேரளா போயிட்டு இன்னிக்குக் காலையில்தான் வந்தேன். எனிதிங்க் இம்பார்ட்டன்ட் டாக்டர்?"

“எஸ்... நீங்க உடனடியாய் புறப்பட்டு என்னோட ஹாஸ்பிட்டலுக்கு வர முடியுமா?”

“ராஜநாயகத்துக்கு ஏதாவது பிரச்சனையா?”

“நோ... நோ... ஹி இஸ் இன் சேம் கண்டிஷன். இது வேற ஒரு விஷயம்...”

“உடனடியாய் புறப்பட்டு வரணுமா?”

“ப்ளீஸ்...”

“இன்னொரு அரை மணி நேரத்துக்குள்ளே நான் அங்கே இருப்பேன் டாக்டர்.”

“தேங்க்ஸ் இன்ஸ்பெக்டர். ஐ யாம் வெயிட்டிங்.”

மதன்குமார் செல்போனின் தொடர்பை துண்டித்து விட்டு, கமிஷனரிடம் விபரம் சொல்லி விடைபெற்றுக் கொண்டு வெளியே வந்து டூவீலர்ஸ் பார்க்கிங்கில் நின்றிருந்த தன்னுடைய பைக்கை நோக்கிப் போனார்.

கேள்வி அவருடைய மூளையைப் பிறாண்டியது.

‘இவ்வளவு அவசரமாக டாக்டர் எதற்காகக் கூப்பிடுகிறார்?’

யோசித்துக் கொண்டே பைக்கில் பரவினார்.

14

இளமை

என்றும் தமிழ்
இளமையானது!
அதனால்தான்
பிறந்த கண்டத்தின்
பெயரையே
குமரிக் கண்டம்
என்று குறிப்பிடுகிறார்கள்!

– நிலாவனம்.

வாசலில் பைக் வந்து நிற்கும் சத்தம்கேட்டு ஜன்னல் வழியே எட்டிப் பார்த்தாள் வகுளா.

நவீன் பைக்கை ஸ்டாண்டிட்டு நிறுத்திவிட்டு வேகவேகமாய் உள்ளே வந்து கொண்டிருந்தான்.

வகுளா போய் எதிர்கொண்டாள்.

"அ... அ... அண்ணா..."

நவீன் குரலைத் தாழ்த்தினான்.

"அப்பாவும் அம்மாவும் உள்ளே இருக்காங்களா?"

"அம்மா மார்க்கெட்டுக்கும், அப்பா தன்னோட ஃப்ரெண்ட் ஒருத்தரைப் பார்க்கவும் இப்பத்தான் கிளம்பிப் போனாங்க."

“சரி... கதவைச் சாத்திட்டு உள்ளே வா.”

வகுளா பதட்டமாய் கதவைச் சாத்திவிட்டு நவீனைத் தொடர்ந்தாள்.

“அண்ணா... ஹாஸ்பிட்டலுக்குப் போயிருந்தியா? பத்ரி இப்போ எப்படியிருக்கான்?”

“மொதல்ல உட்காரு... வகுளா.”

வகுளா வியர்வை மின்னும் முகத்தோடு நவீனுக்கு எதிரே உட்கார, அவன் குரலைத் தாழ்த்திக் கொண்டு பேச ஆரம்பித்தான்.

“வகுளா...! பத்ரி இப்போ ஜி.ஹெச். ஐ.ஸி யூனிட்ல ட்ரீட்மெண்ட்ல இருக்கான். நான் அங்கிருந்த ஹாஸ்பிட்டல் அட்டெண்டர்ஸ்கிட்ட பேச்சுக் கொடுத்துப் பார்த்ததுல ஒரு விஷயம் தெளிவாய் தெரிஞ்சுது.”

“என்ன அண்ணா...?”

“பத்ரியோட உயிருக்கு எந்த ஆபத்தும் இல்லையாம். ஆனா, அவன் இப்ப கோமாஸ்டேஜ்ல இருக்கான்.”

“கோமா ஸ்டேஜா...?”

“ஆமா... அதுவும் கோமா ஸ்டேஜோட ஸ்கேல் லெவல் ரொம்பவும் அதிகமாய் இருக்கிறதால அவன் அந்த கோமா ஸ்டேஜிலிருந்து மீள ரொம்ப நாளாகுமாம். அப்படியே அவன் கோமா ஸ்டேஜிலிருந்து மீண்டாலும், தான் யார் என்கிற சுய உணர்வு இல்லாத நிலையில்தான் வாழ்க்கையோட மீதி நாட்களையும் கழிக்க வேண்டியிருக்கும்னு டியூட்டி டாக்டர் ஒருத்தர் போலீஸ் கான்ஸ்டபிள்கிட்ட சொல்லிட்டிருந்தார்.”

“அண்ணா! பத்ரிக்கு இப்படிப்பட்ட ஒரு கோமா ஸ்டேஜ் நிலைமை வரக் காரணம் அவனுடைய தலைல அடிபட்ட காயமாய் இருக்குமா?”

“எனக்கும் அப்படித்தான் தோணுது. ஆனா, நம்ம வீட்லதான் இந்தச் சம்பவம் நடந்ததுங்கிற உண்மை உன்னையும் என்னையும் தவிர வேற யார்க்கும் தெரியாது.”

“பத்ரியோட ஃப்ரெண்ட் சக்திவேல் நம்ம வீட்டுக்கு வந்திருக்கலாம்ன்னு யூகம் பண்ண வாய்ப்பு இருக்கு அண்ணா...”

“பத்ரி வரவேயில்லைன்னு நீதான் - சக்திவேல் உனக்குப் போன் பண்ணப்ப - சொல்லிட்டியே?”

“அவன் அதை நம்பினானா இல்லையான்னு தெரியலையே?”

“இதோ பார் வகுளா... அந்த சக்திவேல் நீ சொன்னதை நம்பினாலும் சரி, நம்பாமே போனாலும் சரி, போலீஸ் நம்ம வீட்டுக்கு விசாரணைங்கிற பேர்ல ஒரு என்கொய்ரிக்கு வரலாம். அது மாதிரியான நிலைமை வந்தா, நீ உறுதியான குரல்ல ‘பத்ரி, என்னோட ஃபேஸ்புக் ஃப்ரண்ட்தான். ஆனா, அவன் - என்னோட வீட்டுக்கு வரலை. அவனை இதுவரைக்கும் நேர்ல பார்த்ததே இல்லை’ன்னு நீ சொல்லிடணும்.”

“போலீஸ் நம்ம வீட்டுக்கு வருவாங்கன்னு நீ நினைக்கிறியாண்ணா...?”

“வர்றதுக்கு வாய்ப்பு இருக்கு. ஏன்னா... போலீஸ் எப்படியும் பத்ரியோட குளோஸ் சர்க்கிள் யார் யார்ன்னு ஒரு லிஸ்ட் எடுத்து விசாரணை பண்றப்ப சக்திவேல் போலீஸ்கிட்ட பத்ரி உன்னைப் பார்க்கத்தான் சேலம் வந்தான்ங்கிற உண்மையைச் சொல்லலாம். அப்படி சொல்ற பட்சத்தில் போலீஸ் நம்ம வீட்டுக்கு வந்து விசாரணை பண்ண வாய்ப்பு இருக்கு. அதுக்காக நீ பயப்பட வேண்டிய அவசியமில்லை. அவன் வரவேயில்லைன்னு சொல்லிடு.”

“எ... எ... எனக்குப் பயமாய் இருக்குண்ணா... அம்மாவுக்கும் அப்பாவுக்கும் இந்த விஷயம் தெரிஞ்சா கல்யாண சந்தோஷத்துல இருக்கிற அவங்களுக்கு எவ்வளவு பெரிய அதிர்ச்சியாய் இருக்கும்.”

நவீன் எழுந்து வகுளாவின் தோள் மீது கையை வைத்தான்.

“நான் இருக்கும்போது நீ எதுக்கும் கவலைப்படாதே. பத்ரி விஷயமாய் என்ன பிரச்சனை வந்தாலும் நான் பார்த்துக்கிறேன்.”

15

வேற்றுமையில் ஒற்றுமை!

தனித்தனியாய் கட்சிகளை
வளர்த்து வைத்திருக்கிறார்கள்.
தனித்தனியாய் ஜாதிகளைப்
பிரித்து வைத்திருக்கிறார்கள்.
தனித்தனியாய் இதுதான்
கொள்கை என்று
சொல்லிக் கொள்கிறார்கள்
ஆனால்,
கொள்ளையடித்த பணத்தை மட்டும்
ஓரே வெளிநாட்டு வங்கியில்
போட்டு வைத்திருக்கிறார்கள்!

- நிலாவனம்

இன்ஸ்பெக்டர் மதன்குமார் ஹாஸ்பிட்டலுக்குச் சென்று டாக்டர் சிவசைலத்தைப் பார்த்தபோது, அவர் ஒரு டியூட்டி டாக்டர்க்கு - ஒரு பேஷண்ட்டுக்குத் தர வேண்டிய ட்ரீட்மெண்ட்டைப் பற்றி விளக்கிக் கொண்டிருந்தார்.

மதன்குமாரைப் பார்த்ததும், டியூட்டி டாக்டரிடம் பேச்சை முடித்துக் கொண்டு அவரை வெளியே அனுப்பிவிட்டு தனக்கு எதிரே இருந்த நாற்காலியைக் காட்டினார்.

“ப்ளீஸ் இன்ஸ்பெக்டர்.”

மதன்குமார் உட்கார்ந்து கொண்டே கேட்டார்: “டாக்டர்! நீங்க போன் செஞ்சப்ப நான் கமிஷனர்கிட்டே பேசிட்டிருந்தேன். நீங்க உடனே புறப்பட்டு வரச் சொன்னதால வந்தேன். எனிதிங் அர்ஜென்ட் டாக்டர்?”

“எஸ்... அன்னிக்கு ராஜநாயகத்தோட உள்ளங்கையில ‘சத்யாவின் சபதம்’ன்னு எழுதப்பட்டப்ப ஐ.ஸி யூனிட்ல சி.சி.டி.வி காமிரா இல்லாமே போனாலும் ஐ.ஸி யூனிட் வாசல் வரைக்கும் பொருத்தப்பட்டிருந்த சி.சி.டி.வி காமிராவில் பதிவாகியிருந்த ஃபுட்டேஜை நீங்களும் நானும் இதே ரூம்ல உட்கார்ந்து - ஹாஸ்பிட்டலுக்குள்ளே யார் யார் வந்தாங்கன்னு - பார்த்தோம் இல்லையா இன்ஸ்பெக்டர்?”

“ஆமா பார்த்தோம். ஆனா, சந்தேகப்படற மாதிரி யாரும் இல்லைன்னு நீங்க சொன்னீங்க டாக்டர்.”

“எஸ்... சொன்னேன். ஒரு தடவை இல்லை, ரெண்டு தடவை இல்லை, மூணு தடவை அந்த காமிரா ஃபுட்டேஜைப் போட்டுப் பார்த்தோம். நீங்களும் பார்த்தீங்க. நானும் பார்த்தேன். ஆனா, எப்படியோ ஒரு விஷயத்துல கோட்டை விட்டுட்டோம்.”

“என்ன சொல்றீங்க டாக்டர்?”

“இந்த ஃபுட்டேஜை கவனமா உத்துப் பாருங்க. ஏதாவது கண்டுபிடிக்க முடியுதா உங்களால...?”

ஒரு நிமிஷ உன்னிப்பான உற்றுநோக்கலுக்குப் பிறகு டாக்டரை ஏறிட்டார் மதன்குமார்.

“ஐ... குட் நாட் ஃபைண்ட் எனிதிங் அன்யூஷுவல் டாக்டர்.”

“எஸ்... உங்களால கண்டுபிடிக்க முடியாது, இன்ஸ்பெக்டர். நாம ரெண்டு பேரும் முதல் தடவை அந்த சி.சி.டி.வி ஃபுட்டேஜைப் பார்த்தப்ப நானே ஏமாந்துட்டேன். இன்னிக்குக்

காலையில ரெண்டாவது தடவை பார்த்தப்பதான் எனக்கு அந்த அப்நார்மல்ஸி தெரிஞ்சுது."

சொன்ன டாக்டர் குரலைத் தாழ்த்தியபடி பதிவை ஓடவிட்டார்.

"இந்தப் பதிவுல டாக்டர் ஒருத்தர் ஜன்னல்கிட்ட நின்னு செல்போன்ல பேசிட்டிருக்கார். கொஞ்சம் தள்ளி ஒரு வயசான அம்மா கையில் ஒரு பையோடு வர்றாங்க. அந்த அம்மாவுக்குப் பின்னாடி ஒரு ஆள் தலையிலும் கையிலும் பேண்டேஜ் கட்டோடு வர்றது தெரியுதா உங்களுக்கு?"

மதன்குமார் பார்த்துவிட்டு தலையாட்டினார். "எஸ்..."

"அந்த ஆளோட நடவடிக்கைகளைக் கவனிங்க. அவனோட ரெண்டு கால்லையும் எந்த ஒரு பேண்டேஜ் கட்டும் இல்லை. ஆனா, நொண்டி நொண்டி அவன் நடக்கிறான். நொண்டி நடக்கிறதும் இயல்பாய் இல்லை. வலியோடு நொண்டி நடக்கிறதுக்கும், வலியில்லாதப்ப நொண்டி நடக்கிறதுக்கும் உள்ள வித்தியாசத்தை என்னால ஓரளவுக்கு அனுமானிக்க முடியும் இன்ஸ்பெக்டர்!"

"அது எப்படி சாத்தியம் டாக்டர்?"

"கால்ல உண்மையான வலி இருந்தா, அந்த வலியோடு நடக்கும்போது நடை ஒரே மாதிரி இருக்கும். வலி இல்லாம நடக்கும்போது கொஞ்ச தூரம் நடந்ததுமே அந்த நடை மாறியிருக்கும். இப்ப அவனோட நடையைக் கவனிங்க இன்ஸ்பெக்டர். அதே நேரத்துல அவனோட பார்வையையும் கவனிங்க! அதுல ஒரு பதட்டமும் திருட்டுத்தனமும் தெரியும்."

மதன்குமார் உற்றுப் பார்த்தார்.

அடுத்த சில விநாடிகளிலேயே டாக்டர் சொன்னது உண்மையென்று மதன்குமார்க்குப் புரிந்தது.

"யூ ஆர் கரெக்ட் டாக்டர்... பத்து இருபதடி நடந்ததுமே அவன் நின்னு சுத்திமுத்தி பார்க்கறதும், அப்புறம் திரும்பவும் நடக்கும்போது பழைய நடை மறந்துபோய்

புது நடை நடக்கிறதும், சி.சி.டி.வி காமிராவுக்குச் சிக்காமே நடக்கிறோமான்னு பார்த்துக்கறதும் அவன்கிட்டே ஏதோ ஒரு தப்பு இருக்குன்னு சொல்லுது.”

“அவன்கிட்டே இன்னொரு தப்பும் இருக்கு இன்ஸ்பெக்டர். அவன் தலைக்குக் கட்டியிருக்கிற பேண்டேஜ் கட்டு ஒரு டாக்டரால கட்டப்பட்ட பேண்டேஜ் கட்டாக இருக்க முடியாது. அது காயத்துக்காகக் கட்டின மாதிரியும் தெரியலை. நம்ம ஹாஸ்பிட்டல்ல போடற பேண்டேஜ் கட்டு இப்படி இருக்காது. ராஜநாயகத்தோட உள்ளங்கையில் ‘சத்யாவின் சபதம்’ன்னு எழுதப்பட்ட நேரத்துக்கும் இந்தப் பேண்டேஜ் ஆசாமி ஹாஸ்பிட்டலுக்குள்ளே இருந்த நேரத்துக்கும் ஒத்துப்போகுது.”

“அவனோட முகத்தை ஜூம் பண்ணிக் கொஞ்சம் க்ளோஸப்புக்குக் கொண்டு வாங்க டாக்டர்.”

டாக்டர் கொண்டுவந்து லேப்டாப் திரை முழுவதையும் நிரப்பினார்.

முகத்தில் 25 சதவீதம் மட்டுமே புலப்படுகிற அளவுக்குப் பாண்டேஜ் கட்டு தலையிலும், தாடையிலும் கட்டப்பட்டு இருப்பது, தெரிந்தது.

அந்த 25 சதவீத முகத்தையே உற்றுப் பார்த்துக் கொண்டிருந்த இன்ஸ்பெக்டர் சட்டென்று பதட்டமாகி சற்றே பலமாகக் குரல் கொடுத்தார்.

“டாக்டர்... இந்த முகத்தை இன்னும் கொஞ்சம் க்ளோஸப்புல ஜூம் பண்ணுங்க.”

டாக்டர் ஜூம் செய்தார்.

இப்போது முகத்தின் மூக்கும் கண்களும் மட்டுமே பிரதானமாய் தெரிந்தது.

இன்ஸ்பெக்டர் மதன்குமாரின் முகத்தில் ஒரு புன்னகை பரவியது. “டாக்டர்! இவன் யார்ன்னு உங்களுக்குத் தெரியுமா?”

“தெரியலையே!”

“எனக்குத் தெரியும்!” - சொல்லிக்கொண்டே நாற்காலியைத் தள்ளிக்கொண்டு எழுந்தார்.

16

பாரதியார்

அவன் கட்டியிருந்தது
முண்டாசா?
இல்லை.
தனக்குள் குடியிருக்கும்
சரஸ்வதிக்கு
அவன் கட்டிய
கோபுரம் அது.

- நிலாவனம்

“அண்ணா!”

அந்தக் காலைநேரத்தில் கண்ணாடிக்கு முன் நின்று ஷேவிங் செய்து கொண்டிருந்த நவீன், வகுளா கிசுகிசுப்பாய் கூப்பிடும் சத்தம்கேட்டு திரும்பினான்.

“என்ன?”

வகுளா சுற்றும் முற்றும் பார்த்துவிட்டு குரலைத் தாழ்த்தினாள். “அண்ணா... சென்னையில் இருந்து அந்த சக்திவேல் போன் பண்ணியிருந்தான். என்கிட்ட பேசணுமாம்.”

“என்ன பேசணுமாம்?”

“நான் எதுவும் கேட்கலை. ‘ஒரு பத்து நிமிஷம் கழிச்சுப் போன் பண்ணு’ன்னு சொல்லி லைனைக் கட் பண்ணிட்டேன். அவன் எப்படியும் அஞ்சு நிமிஷம் கழிச்சுப் போன் பண்ணுவான். அவன் என்ன பேசறான்னு நீயும் கேட்கணும். வாண்ணா... மொட்டை மாடிக்குப் போயிடலாம். அப்பா வாக்கிங் போயிருக்கார். அம்மா டிஃபன் பண்ற மும்முரத்துல கிச்சன்ல இருக்கா.”

நவீன் அவசர அவசரமாய் ஷேவிங்கை முடித்துக்கொண்டு, வகுளாவைப் பின்தொடர்ந்து மாடிக்குப் போனான்.

மாடியில் ஓர் ஓரமாய் போய் நின்றுகொண்டு சக்திவேலின் செல்போனைத் தொடர்பு கொண்டாள். ஸ்பீக்கரை ஆன் செய்துவிட்டு பேச ஆரம்பித்தாள்.

“சக்திவேல்... நான் வகுளா...!”

“உன்கிட்ட ஒரு விஷயத்தை கன்வே பண்றதுக்காகத்தான் கொஞ்ச நேரத்துக்கு முன்னாடி உனக்குப் போன் பண்ணினேன்.”

“சரி... இப்ப சொல்லு, என்ன விஷயம்?”

“மூணு நாளைக்கு முன்னாடி பத்ரி உன்னைப் பார்க்கிறதுக்காகத்தான் சேலம் வந்தான். ஆனா, நீ அவன் வரவேயில்லைன்னு சொன்னே. இப்ப, பத்ரி தலையில் அடிபட்டதன் காரணமாய் கோமா ஸ்டேஜுக்குப் போய் ஹாஸ்பிட்டல்ல அட்மிட்டாகியிருக்கான்ங்கிற விஷயம் பேப்பர் மூலமா எனக்குத் தெரியவந்தது. பத்ரியோட அம்மா அப்பா என்கிட்டே வந்து பத்ரி யாரைப் பார்க்கிறதுக்காக சேலம் போனான்னு கேட்டாங்க. போலீஸும் கேட்டாங்க. ஆனா, நான் அவங்ககிட்ட பத்ரி உன்னைப் பார்க்கத்தான் சேலம் போனான்னு சொல்லலை. அதுக்குக் காரணம் என்ன தெரியுமா?”

“சொல்லு.”

“வகுளா! நீ நினைக்கிற மாதிரி பத்ரி அவ்வளவு நல்லவன் கிடையாது. முகநூல் நட்பு மூலமாய் பல பெண்களை

நாசம் பண்ணினவன். இதுக்கு முன்னாடி பல ஊர்களில் பல பெண்களைக் காதலிக்கறேன்னு சொல்லி அவங்களை நம்ப வெச்சு நாசம் பண்ணியிருக்கான். காதலிக்க மறுப்பு தெரிவிச்சா அவன் அவங்களை வேற வழியில் டார்ச்சர் பண்ணுவான். நான் அவனுக்கு எவ்வளவோ புத்தி சொல்லிப் பார்த்தேன். அவன் கேட்கிற மாதிரியில்லை. என்னிக்காவது ஏதாவது பிரச்சனை ஆகி அவனுக்குப் புத்தி வரும்னு நினைச்சேன்.

சேலத்துக்குப் பத்ரி வரப் போறதை முன்கூட்டியே அவனுக்கு வேண்டாத ஒருத்தர் தெரிஞ்சுக்கிட்டு அவனைத் தாக்கியிருக்கணும். அந்தச் சமயத்துல தலையில் அடிபட்டு கோமா ஸ்டேஜுக்குப் போயிருக்கணும். பேப்பர்ல நியூஸ் வந்திருக்கு. நீ பார்த்தியா?"

"அ... அ... அப்படியா... நான் பார்க்கலையே! பத்ரியோட ஹெல்த் கண்டிஷன் இப்போ எப்படியிருக்கு?"

"நான் இப்போ சேலத்துல ஹாஸ்பிட்டல்லதான் இருக்கேன். பத்ரியோட அப்பாவும் அம்மாவும் இங்கேதான் இருக்காங்க. பத்ரியைத் தாக்கினது யார்ன்னு போலீஸோட விசாரணை ஒரு பக்கம் போயிட்டிருக்கு. ஆனா, நான் போலீஸ்கிட்டேயும் சரி, பத்ரியோட அம்மா அப்பாகிட்டேயும் சரி, பத்ரியோட இன்னொரு மோசமான முகத்தைப் பத்தி சொல்லப் போறதில்லை. நீயும் பத்ரியை மறந்துடு. இனிமேல நீ ஃபேஸ்புக்ல இருக்காதே. இந்த உலகத்துல நல்லவங்களும் இருக்காங்க. கெட்டவங்களும் இருக்காங்க. ஆனா, நல்லவங்க யாரு, கெட்டவங்க யாருன்னு கண்டுபிடிக்கிறதுதான் கஷ்டம். நான் சொல்றது உனக்குப் புரியுதா வகுளா...?"

"நல்லாவே புரியுது."

"இனிமே நானும் உனக்குப் போன் பண்ண மாட்டேன். குட் பை."

சக்திவேல் மறுமுனையில் செல்போனை அணைத்துவிட வகுளாவும், நவீனும் நிம்மதியான பெருமூச்சுகளை வெளியேற்றிவிட்டு ஒருவரை ஒருவர் பார்த்துக் கொண்டார்கள்.

17

காதல்

ஆகாயமென்று சொல்லலாம் -
இல்லாத இடமே
இல்லை என்பதால்.
நீரென்று சொல்லலாம் -
சிலரைக் குடிக்க வைப்பதால்.
பூமியென்று சொல்லலாம் -
சிலரைப் புதைத்து விடுவதால்.

- நிலாவனம்

'டிராப்ஸ்' மதுபான பார் - சொற்ப கூட்டத்தோடு தெரிய, ஏ.சி. காற்றில் விஸ்கி கலந்திருந்தது.

இன்ஸ்பெக்டர் மதன்குமார் அரையிருட்டில் மெதுவாய் நடந்து எதிர்ப்பட்ட பேரரிடம் கேட்டார்: "சுரேந்தர் ரூம்ல இருக்காரா?"

"இருக்கார் சார்."

மதன்குமார் ஹாலின் மூலையில் இருந்த சிறிய மாடிப்படிகளில் ஏறி பிறகு கீழே இறங்கிய செல்லர் அறைக்குள் நுழைந்தார். அலமாரியில் எதையோ தேடிக் கொண்டிருந்த சுரேந்தர் திரும்பிப் பார்த்து வேண்டா வெறுப்பாய் "வாங்க இன்ஸ்பெக்டர்" என்றார்.

“ஸாரி ஃபார் த டிஸ்டர்பன்ஸ்.”

“இருக்கட்டும். இன்னும் ஏதாவது என்கொய்ரி பாக்கி இருக்கா?”

“ஒரு பத்து பர்செண்ட் பாக்கி இருக்கு.”

“என்ன கேட்கணும்... கேளுங்க. நான் இன்னும் ஒரு மணி நேரத்துல இங்கிருந்து கிளம்பிடுவேன். வீட்டுக்கு கெஸ்ட் வந்திருக்காங்க.”

“நீங்க ஒரு அரைமணி நேரத்துக்குள்ளே போயிடலாம். விசாரணையை ஆரம்பிக்கிறதுக்கு முன்னாடி - எனக்கு ஒரு பீர் சாப்பிடணும் போலிருக்கு. பேரர் ஜெபமணியைக் கொண்டுட்டு வரச் சொல்லுங்க.”

“என்ன பிராண்ட் பீர் வேணும்?”

“ப்ளூ ஓஸன்.”

சுரேந்தர் எரிச்சலாய் இண்ட்டர்காமின் ரிஸீவரை எடுத்து பீர்க்கு ஆர்டர் கொடுத்துவிட்டு, ஏதாவது பேச வேண்டுமே என்பதற்காகக் கேட்டார்.

“ராஜநாயகத்தோட ஹெல்த்ல ஏதாவது ப்ராக்ரஸ் இருக்கா?”

“இல்லை... இன்னமும் அதே கோமா ஸ்டேஜ்தான்!”

அடுத்த ஒரு நிமிஷம் கனமான மௌனத்தில் கரைய, பேரர் ஜெபமணி ஒரு ட்ரேயில் பீர் பாட்டிலோடு உள்ளே வந்தான்.

மதன்குமார்க்கு முன்பாய் இருந்த டீபாயின் மேல் பாட்டிலை வைத்துவிட்டு நகர முயன்றான்.

மதன்குமார் குரல் கொடுத்தார்.

“ஒரு நிமிஷம் ஜெபமணி.”

“ஸார்...”

“ஆச்சர்யமாயிருக்கு...”

"என்ன ஆச்சர்யம் சார்?"

"மூணு நாளைக்குள்ளே உன்னோட தலைக்காயம் எல்லாம் ஆறி தோல் பழைய நிலைக்கு வந்துட்டதைத் தான் சொல்றேன்."

"நீ... நீங்க... என்ன சொல்றீங்கன்னு எனக்குப் புரியலை சார்... எனக்குக் காயமா?"

"இப்ப எல்லாமே புரியும் பாரு..."

சொன்ன மதன்குமார் தன் கையில் வைத்திருந்த பென்டிரைவை சுரேந்தரிடம் கொடுத்தார்.

"மிஸ்டர் சுரேந்தர்... இந்த பென்டிரைவை உங்க லேப்டாப்புக்குக் கொடுத்து ஆன் பண்ணுங்க. ஒரு ரெண்டு நிமிஷ த்ரில்லர் படம் பார்க்கலாம்."

சுரேந்தர் குழப்பமாய் மதன்குமார் கொடுத்த பென்டிரைவை வாங்கி லேப்டாப்புக்குக் கொடுத்து, அதற்கு உயிர் கொடுக்க, டாக்டர் சிவசைலத்தின் ஹாஸ்பிட்டலில் பதிவான சி.சி.டி.வி காமிரா விழுங்கிய காட்சிகள் லேப்டாப் திரையில் நகர ஆரம்பித்தன.

மதன்குமார் ஜெபமணியை ஏறிட்டார்.

"ராஜநாயகத்தோட உள்ளங்கையில 'சத்யாவின் சபதம்'ன்னு எழுதப்பட்ட அந்தக் குறிப்பிட்ட நிமிஷங்களில் யார் யார் ஹாஸ்பிட்டலுக்குள்ளே இருந்தாங்களோ, அந்த நபர்களில் சந்தேகப்படும்படியாய் இருந்த ஒரு நபரைத்தான் இப்ப பார்க்கப் போறோம். அதோ தலையில் பேண்டேஜ் கட்டோடு நொண்டிக்கிட்டுப் போறது யார்ன்னு உனக்குத் தெரியுதா ஜெபமணி?"

ஜெபமணி பதட்டமானான்.

"தெ... தெ... தெரியலை சார்."

"என்னது... தெரியலையா? என்ன ஆச்சரியம் ஜெபமணி... உன்னையே உன்னால அடையாளம் கண்டுபிடிக்க

முடியலையா...? பரவாயில்ல... நானே சொல்றேன்... அது... வேற யாருமில்லை. நீதான்...”

“ஸ... ஸ... ஸார். நொண்டிக்கிட்டு போற அந்த ஆள் யார்ன்னே தெரியாதப்ப அது நான்தான்னு எப்படி ஸார் சொல்றீங்க? தலையில பேண்டேஜோடு நடக்கிற ஒரு பேஷண்ட் ஸார்.”

மதன்குமார் மெல்லச் சிரித்தார்.

“சரி... இப்போ அவனோட முகத்தை ஜூம் பண்ணிப் பார்த்து அது நீயா இல்லையான்னு உறுதிப்படுத்திக்கலாமா?”

சொன்ன மதன்குமார் கம்ப்யூட்டரின் அருகே சென்று உட்கார்ந்து லேப்டாப் திரையில் ஓடிக் கொண்டிருந்த சி.சி. டி.வி காமிராவின் பதிவை ஜூம் செய்தார்.

பேண்டேஜ் கட்டுகளால் எழுபது சதவீதம் மறைக்கப்பட்டிருந்த அந்த நபரின் முகம் க்ளோஸப்புக்கு வந்து உறைந்து போய் நின்றது.

மூக்கும் கண்களும் மட்டும் பிரதானமாய் தெரிய மதன்குமார் சுரேந்தரைப் பார்த்தார்.

“அது யார்ன்னு நீங்க சொல்லுங்க மிஸ்டர் சுரேந்தர்.”

சுரேந்தர் பார்த்துவிட்டு தயக்கமான குரலில் சொன்னார்.

“இன்ஸ்பெக்டர்... ஜூம் பண்ணா கண்ணும் மூக்கும் மட்டும்தான் தெரியுது. முழுமையான முகம் தெரியலை. அப்படி முழுமையாய் தெரியாதப்ப அது ஜெபமணிதான்னு எப்படி சொல்றீங்க?”

மதன்குமார் மென்மையாய் சிரித்துவிட்டு சொன்னார் “மிஸ்டர் சுரேந்தர்... நான் ஜூம் செஞ்ச பதிவை நீங்களும் சரியாக் கவனிக்கலை. ஒரு பத்து விநாடி ஜெபமணியோட முகத்தைப் பார்த்துட்டு அப்புறம் ஃப்ரீஸ் பண்ணின பதிவுல இருக்கிற முகத்தைப் பாருங்க.”

சுரேந்தரின் பார்வை பத்தடி தொலைவில் நின்றிருந்த ஜெபமணியின் முகத்துக்குப் போய் நிலைத்தது.

மதன்குமார் கேட்டார்: "ஜெபமணிக்கு கண்ல ஸ்க்வின்ட் ஐஸ்னு சொல்லப் படற குறை இருக்கா இல்லையா?"

"இருக்கு!"

"இப்போ ஜூம் செய்யப்பட்ட முகத்தில் இருக்கிற கண்களைப் பாருங்க."

சுரேந்தர் பார்த்துவிட்டு வியப்பில் கத்தினார். "இன்ஸ்பெக்டர்! யூ ஆர் கரெக்ட். அது ஜெபமணிதான். இந்த மாறுகண் விஷயத்தைச் சொன்ன பின்னாடிதான் எனக்கே புரியுது."

சுரேந்தர் சொல்லிக் கொண்டிருக்கும் போதே 'ச்ச்லீர்ர்...' என்று எதுவோ உடையும் சத்தம் கேட்டது.

மதன்குமாரும், சுரேந்தரும் திடுக்கிட்டுப் போனவர்களாய் நிமிர்ந்தார்கள்.

ஜெபமணி டீபாயின் மேல் இருந்த பீர் பாட்டிலை எடுத்துக் கீழே போட்டு உடைத்திருக்க, பீரும் கண்ணாடி பாட்டிலும் அவனுக்கு முன்பாய் சிதறியிருந்தது. ஜெபமணியின் கையில் இப்போது கத்தியொன்று முளைத்திருந்தது.

இரண்டடி பின்வாங்கிக் கொண்டே போனான் ஜெபமணி.

"இன்ஸ்பெக்டர்... நீங்க என்னை நெருங்க முடியாத தூரத்தில் இருக்கிறதாதான் நினைச்சுக்கிட்டு இருந்தேன். ஆனா, என்னோட கண்ணுல இருந்த குறைபாட்டை வெச்சுப் பக்கத்துல வந்துட்டீங்க. போலீஸ் டிபார்ட்மெண்ட்ல உங்களை மாதிரியான திறமையான ஆட்கள் இருக்கப் போய்த்தான் என்னை மாதிரியான குற்றவாளிகள் தப்பிக்க முடியறதில்லை. ஆனா, நான் உங்ககிட்டயிருந்து இன்னிக்குத் தப்பிச்சேயாகணும். ஏன்னா நான் சத்யாவோட சபதத்தை இன்னும் முழுமையா முடிக்கலை. என்னை நீங்க பிடிக்க முயற்சி பண்ணினா இந்தக் கத்தியை உபயோகப்படுத்தறதைத் தவிர எனக்கு வேற வழியில்லை."

சுரேந்தர் ஜெபமணியின் நடவடிக்கைகளைப் பார்த்து உறைந்துபோய் உட்கார்ந்திருக்க, இன்ஸ்பெக்டர் மதன்குமார் ஒரு புன்முறுவலோடு அவனைப் பார்த்தார். பிறகு தன்னுடைய இடுப்பின் மறைவுக்குக் கையைக் கொண்டுபோய் அந்தப் பிஸ்டலை எடுத்தார்.

விநாடிக்கும் குறைவான நேரத்தில் ஜெபமணியின் மார்பை நோக்கிச் சுட்டார்.

சைலன்ஸர் துப்பாக்கி மௌனமாய் ஒரு தோட்டாவை உமிழ - அது குறி தவறாமல் நெஞ்சில் பாய - ஜெபமணி விழிகள் நிலைத்து, உடல் தளர்ந்து முன்பக்கமாய் மண்டியிட்டு சாய்ந்தான்.

18

நம் தவறுகளிலிருந்து
நாம் கற்றுக் கொள்ளும் பாடமே
நம்மை உயர்வான வாழ்க்கைக்கு
அழைத்துச் செல்லும்!

- நிலாவனம்

ஜெபமணிக்கு நினைவு திரும்பியபோது தான் ஒரு படுக்கையில் படுத்திருப்பதையும், தன்னைச் சுற்றிலும் நான்கைந்து போலீஸ் அதிகாரிகள் நின்றிருப்பதையும், எல்லாவற்றுக்கும் மேலாகத் தனக்கு வெகு அருகில் ஒரு நாற்காலியைப் போட்டுக்கொண்டு மதன்குமார் உட்கார்ந்திருப்பதையும் உணர்ந்தான்.

சற்றுத் தள்ளி அறையின் ஜன்னல் அருகே தன்யாவும், வாசுவும் தெரிந்தார்கள்.

ஜெபமணி மெல்லத் தடுமாற்றமாய் எழுந்து உட்கார்ந்தவன் தன்னுடைய மார்பைத் தடவிப் பார்த்தான்.

மதன்குமார் ஜெபமணியின் கையைப் பற்றினார்.

"என்ன பார்க்கிறே? நான் உன்னோட மார்பை நோக்கித் துப்பாக்கியில் சுட்டும் ரத்தக் காயம் ஏதும் இல்லையேன்னு பார்க்கிறியா? நான் யூஸ் பண்ணின துப்பாக்கி ஜெல் புல்லட் கன் (Gel Bullet Gun). அந்தத் துப்பாக்கியிலிருந்து வெளிப்படற தோட்டா ஜெல் மாதிரி இருக்கும். உடம்புல

எந்த இடத்தில் பாய்ஞ்சாலும் சரி தோல் பரப்பைத் தாண்டி உள்ளே போகாது.

ஆனா, ஜெல்லில் இருக்கிற செடக்டிவ் ரசாயனம் ரத்தத்தில் கலந்து ஒரு அனஸ்தீஷியா மருந்து மாதிரி செயல்பட்டு தோட்டா பாய்ஞ்ச அந்த நபரை மயக்க நிலைமைக்குக் கொண்டு போயிடும். ஆறு மணி நேர மயக்கம்தான். அதுக்கப்புறம் நார்மலான ஆரோக்கியத்துக்குத் திரும்பிடலாம்."

ஜெபமணி முகம் வெளிறி - அப்படியே பிரமித்துப் போனவனாய் உட்கார்ந்திருக்க -

மதன்குமார் அவனுடைய தோள்பட்டையைப் பற்றி உசுப்பினார். குரலில் உஷ்ணம் தெறிக்கப் பேசினார்.

"இதோ பார் ஜெபமணி! போன நிமிஷம் வரைக்கும் உன்கிட்டே ஒரு நிதானப் போக்கைத்தான் கடைப்பிடிச்சு வந்திருக்கேன். இனி அப்படி இருக்கமாட்டேன். உன்கிட்ட இருந்து உண்மை வரலைன்னா உன் உடம்போட ஒவ்வொரு அங்குலமும் ரணகளமாயிடும்."

ஜெபமணி பெருமூச்சு விட்டான். "இனிமே தப்பிக்க நினைச்சாலும் என்னால முடியாது சார். எல்லா உண்மைகளையும் சொல்லிடறேன்."

"குட்... யார் அந்த சத்யா? அவ உன்னோட காதலியா... இல்ல மனைவியா?"

"ரெண்டுமே இல்ல சார். இன்னும் சொல்லப்போனா சத்யாங்கிறது ஒரு பொண்ணு கிடையாது."

"அப்புறம்?"

"ஆண்.. பேரு சத்யநாதன்."

"சத்யநாதனா... யாரது?"

"இன்கம்டாக்ஸ் இன்வெஸ்டிகேஷன் விங்கைச் சேர்ந்த ஆபீஸர். இப்போ உயிரோட இல்லை. அஞ்சு வருஷத்துக்கு

முந்தி தன்னோட இளம் மனைவியையும், ரெண்டு குழந்தைகளையும் தவிக்க விட்டுட்டுப் போயிட்டார். அவர் தானா போகலை. போக வெச்சுட்டாங்க.”

“கொலையா?”

“ஆமா சார்.”

“எப்படி? யார் பண்ணினது?”

“ராஜநாயகத்தோட கைங்கர்யம்தான். பிசினஸ்ல ஏகப்பட்ட தில்லுமுல்லுகளைப் பண்ணி இன்கம்டாக்ஸ் டிபார்ட்மெண்ட்டை ஏமாத்திட்டிருந்தார் ராஜநாயகம். அதைத் தட்டிக்கேட்டு ‘ஒரு வாரத்துக்குள்ள கணக்கு விபரங்களைத் தாக்கல் பண்ணலைன்னா பத்து கோடி ரூபாய் ஃபைனும், ரெண்டு வருஷ ஜெயில் தண்டனையும் உறுதி’ன்னு சொல்லிட்டுப் போனவரை அடுத்த நாளே கூலிப்படை ஆள் ஒருத்தரை ஏற்பாடு பண்ணிக் காலையில் வாக்கிங் போன நேரத்துல சத்யநாதனைப் போட்டுத் தள்ளினவர் தான் ராஜநாயகம். அது கொலைன்னு தெரியாமல் இருக்க, தன்னோட பண பலத்தால அன்னிக்கு இருந்த போலீஸ் அதிகாரிகளுக்குப் பணம் கொடுத்து, அதை விபத்தாய் மாத்தினவரும் ராஜநாயகம்தான். அந்தச் சமயத்துல ஹைகோர்ட் ஜட்ஜாய் இருந்த கிருஷ்ணன் நம்பியார்க்கும் ஒரு பெரிய தொகையைக் கொடுத்து, ‘அது விபத்துதான்’னு தீர்ப்பு சொல்ல வெச்சதும் ராஜநாயகம்தான்!”

மதன்குமார் அதிர்ந்து போனவராய் அருகில் நின்றிருந்த தன்யாவையும், வாசுவையும் ஏறிட்டார்.

“ஜெபமணி சொல்றதெல்லாம் உண்மையா?”

தன்யாவும், வாசுவும் பதில் சொல்வதற்குள், ஜெபமணி குறுக்கிட்டான்.

“அவங்க ரெண்டு பேர்க்கும் இந்த சத்யநாதன் விஷயம் தெரியாது ஸார். வீணா அவங்களைத் தொந்தரவு பண்ண வேண்டாம்.”

“உனக்கும் சத்யநாதனுக்கும் எப்படி தொடர்பு?”

“ரெண்டு பேருமே ஸ்கூல் டேஸ்லிருந்து ஃப்ரண்ட்ஸ் சார். அவன் நல்லாப் படிப்பான். எனக்கும் சொல்லிக் கொடுப்பான். ஆனா, எனக்குப் படிப்பு ஏறலை. அவன் நல்லாப் படிச்சுப் படிச்சுப் பாஸ் பண்ணிட்டே போனான். நான் ஸ்கூல் படிப்பை முடிச்சுக்கிட்டு ஒரு டாக்டர்கிட்டே போய் கம்பௌண்டர் வேலைக்குச் சேர்ந்துட்டேன்.

சத்யநாதன் பெரிய டிகிரி படிப்பு படிச்சு பெரிய லெவலுக்குப் போய் இன்கம்டாக்ஸ் டிபார்ட்மெண்ட்டில் பெரிய அதிகாரியாகிக் கல்யாணமும் பண்ணிக்கிட்டான். எனக்கு அம்மா, அப்பா கிடையாது. கல்யாணம் பண்ணிக்கவும் நான் விரும்பலை. சத்யநாதன் எவ்வளவு பெரிய நிலைமைக்குப் போனாலும் என்னை அவன் மறக்கலை. வாரா வாரம் சண்டே சர்ச்ல பார்த்துக்குவோம். அவனோட ஒய்ஃப் செலினா என்னைக் கூடப் பொறக்காத அண்ணனா நினைச்சுப் பழகும். பாசத்தைக் கொட்டும். ‘ஜெபு அண்ணா’ன்னு சொல்லி உருகி வழியும். இன்னிக்கு அந்தப் பொண்ணு செலினா எது மாதிரியான நிலைமையில் இருக்கான்னு உங்களுக்குத் தெரியுமா சார்?”

“சொல்லு!” என்றார் மதன்குமார்.

“சத்யநாதன் கொல்லப்பட்ட நியூஸைக் கேட்டு - அஞ்சு வருஷத்துக்கு முன்னாடி மயங்கி விழுந்த செலினா, இந்த நிமிஷம் வரைக்கும் கண் விழிக்கலை. ரெண்டு பெண் குழந்தைங்க. முதல் குழந்தைக்கு பத்து வயசு. ரெண்டாவது குழந்தைக்கு ஆறு வயசு. சுயநினைவு இல்லாமே அம்மா படுத்திருக்கிறதைப் பார்த்து அழுத அந்த ரெண்டு குழந்தைகளோட அழுகையை இன்னிக்கும் என்னால மறக்க முடியாது சார். நினைச்சாலே ரத்தம் சூடேறும்.

என்னோட ஃப்ரண்ட் சத்யநாதனோட மரணத்துக்கும் செலினாவோட கோமா நிலைக்கும் காரணமானவங்களைப் பழி தீர்க்கணும்னு முடிவு பண்ணினேன். உடனடியா அதைச்

செயல்படுத்தினா போலீஸுக்கு ஒருவேளை என் பேர்ல சந்தேகம் வரலாம்ன்னு நினைச்சு இந்த அஞ்சு வருஷமும் பொறுமையாய் காத்திருந்து எல்லாரும் அந்தச் சம்பவத்தை மறந்ததும் நான் செயல்பட ஆரம்பிச்சேன்.

செலினா இப்போ எது மாதிரியான கோமா நிலையில் இருக்காளோ, அதே மாதிரி ராஜநாயகமும், அந்த ஹைகோர்ட் ஜட்ஜ் கிருஷ்ணன் நம்பியாரும் கோமா ஸ்டேஜ்ல இருக்கணும். ஒருவேளை கோமா ஸ்டேஜில் இருந்து மீண்டாலும், உடம்பு செயல்பட முடியாத அளவுக்கு பார்கின்ஸன் நோயால் அவதிப்படணும். இந்த தண்டனையைத்தான் அவங்களுக்குக் கொடுக்க நினைச்சேன்.”

மதன்குமார், தன்யா, வாசு உள்பட எல்லோரும் பிரமிப்பாய் கேட்டுக் கொண்டிருக்க - ஜெபமணி சில விநாடிகள் மௌனமாய் இருந்துவிட்டு தொடர்ந்தான்.

“நான் ஏற்கெனவே ஒரு டாக்டர்கிட்டே கம்பௌண்டராய் வேலை பார்த்ததால எனக்குச் சில மருந்துகளோட பேர்களும், அது மாதிரியான மருந்துகளை ஆரோக்கியமாய் இருக்கிற நபர்களுக்குக் கொடுத்தா எது மாதிரியான, மோசமான விளைவுகளை ஏற்படுத்தும்னு விபரமும் தெரியும். நல்ல உடல் நலத்தோட இருக்கிற ஒரு நபரைக் கோமா நிலைக்குக் கொண்டுபோய் [illegible]த்திலிருந்து பதினைஞ்சு வருஷம் வரைக்கும் சுய உணர்வு வராத அளவுக்குச் செய்யவும், பார்கின்ஸன் நோயை வரவழைக்கவும் மூணு முக்கியமான மருந்துகள் இருக்கு. ஒண்ணு ‘ப்ரோபோஃபால்’ (Propofol), ரெண்டாவது ‘பென்டோபார்பிட்டல்’ (Pentobarbital), மூணாவது ‘தையோபென்டால்’ (Thiopental) இந்த மூணு மருந்துகளையும் டாக்டர்கிட்ட வேலை பார்க்கும்போதே எடுத்து வெச்சுக்கிட்டேன். இந்த மூணு மருந்துகளையும் மிக்ஸ் பண்ணி ஒருத்தர்க்கு ஒருவேளை கொடுத்தா போதும் - சரியா அடுத்த 48 மணி நேரத்துக்குள்ளே அந்த நபர் கோமாஸ்டேஜுக்குப் போறது உறுதி. மொதல்ல இந்த

மருந்தைப் போனமாசம் திருச்சூருக்குப் போய் ஜட்ஜ் கிருஷ்ணன் நம்பியார்க்குக் கொடுத்தேன்."

"அவர்க்கு எப்படி இந்த மருந்தைக் கொடுத்தே?"

"சின்னதாய் ஒரு திருட்டு வேலைதான். கிருஷ்ணன் நம்பியார்க்கும் அவரோட ஃபேமிலி மெம்பர்ஸுக்கும் அவ்வளவு ஒட்டுதல் இல்லை. மாடியில தனியறையில் இருப்பார். வேலைக்காரன் வேலையை விட்டுப் போயிட்டதால தானே டீ, காப்பி போட்டுக்குவார். கஞ்சி பிரிப்பேர் பண்றதும் உண்டு. இதையெல்லாம் திருச்சூர்ல ஒரு வாரம் தங்கிக் கண்காணிச்சேன்.

அவர் மட்டும் வீட்ல தனியா இருந்த ஒரு மத்தியான நேரத்துல அவர் தூங்கிட்டு இருக்கும்போது போய் கோமா நிலையை உருவாக்கக் கூடிய மருந்தை சர்க்கரை டப்பாவிலும், காப்பிப் பொடி - டீத்தூள் டப்பாவிலும் போட்டு வெச்சுட்டு வந்துட்டேன். நான் எதிர்பார்த்தபடியே ரெண்டு நாள் கழிச்சு அவர் கோமா நிலைக்குப் போய் ஹாஸ்பிட்டல்ல அட்மிட்டானார்.

அதுக்கப்புறம் என்னோட பார்வை ராஜநாயகத்தின் மேலே விழுந்தது. ராஜநாயகத்துக்கு இந்த மருந்துகளைக் கொடுக்க நான் ரொம்பவும் கஷ்டப்படலை. காரணம், நான் கம்பௌண்டர் வேலையை விட்டு வெளியே வந்ததும் எனக்கு உடனே வேலை கிடைச்ச இடம் 'ட்ராப்ஸ்' பார் தான். அங்கே வேலைக்குச் சேர்ந்த பின்னாடிதான் எனக்குத் தெரிஞ்சுது - ராஜநாயகம் அந்த பார்க்கு 'வீக் எண்ட்'ல வர்ற ஒரு கஸ்டமர்ன்னு. அவர் பார்க்கு வந்து ஸ்மால், லார்ஜ்ன்னு விஸ்கி சாப்பிடும்போது அதுல ஒரு மாத்திரை போட்டுக்குவார்.

அது என்ன மாத்திரைன்னு தெரிஞ்சுக்கிறதுக்காக கொஞ்ச நாள் ட்ரை பண்ணினேன். லிக்கர் சாப்பிட்ட பின்னாடி அது லிவரைப் பாதிக்கக் கூடாதுங்கிறதுக்காக போடப்படுகிற மாத்திரைன்னு தெரிஞ்ச பின்னாடி ராஜநாயகத்துக்குக் கோமா நிலை ஏற்படறதுக்கான மருந்தைக் கொடுத்தேன். அடுத்த 48

மணி நேரத்துக்குள்ளே படுக்க வெச்சேன். என்னோட ஃப்ரண்ட் சத்யாவுக்காக நான் போட்ட சபதத்தை நிறைவேத்திட்டேன். அவங்க உள்ளங்கையில சத்யாவின் சபதம்னு எழுதி வெச்சேன். காரணம், இவங்க ஒரு தப்பு பண்ணியிருக்காங்கனு ஒரு க்ளூவை எல்லோருக்கும் சொல்லணும்னு நினைச்சேன். ஆனா அதுவே எனக்கு பிரச்சனையா மாறிருச்சு... இனிமே நீங்க என்மேல எந்த செக்‌ஷனில் வேணும்னாலும் வழக்கைப் பதிவு பண்ணிக்கலாம்."

மதன்குமார் சில விநாடிகள் மௌனமாய் இருந்துவிட்டு கேட்டார்: "கோமா நிலையை உருவாக்கக் கூடிய அந்த மூணு மருந்துகளும் இப்பவும் உன்கிட்ட இருக்கா?"

"இல்லை... கடைசி டோஸை இன்னொருத்தனுக்குக் கொடுத்துட்டேன்."

"யாரது?"

"என்னோட ஃபேஸ்புக் ஃப்ரண்ட் அவன். சென்னையைச் சேர்ந்தவன். பேரு பத்ரி. மகா பொறுக்கி. அழகான பொண்ணுங்களாப் பார்த்து ஃபேஸ்புக்ல ஃப்ரண்ட் ரெக்வஸ்ட் கொடுத்துப் பழகி - காதலிக்கிற மாதிரி நடிச்சு - பல பேரோட வாழ்க்கையை நாசம் பண்ணினவன். அவனை சுய உணர்வோடு இருக்க வச்சா, பல பெண்களோட வாழ்க்கை ஒரு கேள்விக்குறியாய் மாறிடும்ங்கிற காரணத்தால அவனோட வாழ்க்கையையே கேள்விக் குறியாய் மாத்த - ரெண்டு நாளைக்கு முன்னாடி சென்னைக்குப் போய் அவன்கூட சேர்ந்து பீர் அடிக்கிற மாதிரி நடிச்சு அவன் சாப்பிடற பீர்ல அந்த மூணு மருந்தையும் கலந்து கொடுத்துட்டு வந்துட்டேன். இப்ப அவன் சேலம் ஹாஸ்பிட்டல்ல கோமா ஸ்டேஜ்ல இருக்கான். இது உங்களுக்குப் போனஸ் கேஸ். என்னோட சத்யாவுக்குச் சம்பந்தம் இல்லாத கேஸ்."

நீளமாய் பேசி முடித்துவிட்டு நிம்மதி கலந்த சந்தோஷத்துடன் புன்முறுவல் பூத்தான் ஜெபமணி.

19

காலை 7.45 மணி.

டி.வியில் நியூஸ் போய்க் கொண்டிருந்தது. செய்தி வாசிக்கும் பெண் லிப்ஸ்டிக் பூச்சு அழிந்து விடாமல் ஜாக்கிரதையாய் சொல்லிக் கொண்டிருந்தாள்:

"சட்டம் தன் கடமையைச் செய்யாதபோது ஒரு தனி மனிதனின் கோபம் எவ்வாறெல்லாம் வெளிப்படுகிறது என்பதை இப்போது ஒரு தொகுப்பு மூலம் பார்க்கப் போறோம். முகநூல் மூலமாகப் பெண்களைக் காதல் வலையில் சிக்க வைத்து அவர்களை நாசப்படுத்தும் இளைஞர்களில் ஒருவன்தான் பத்ரி. அவன் செய்து வந்த பாதகத்தைச் சட்டம் கண்டு கொள்ளாதபோது, அவன் எவ்விதம், யாரால், எப்படித் தண்டிக்கப்பட்டான் என்பதை நீங்கள் இப்போது பார்க்கப் போகிறீர்கள்."

டி.வி நியூஸை, குருமூர்த்தியும் சுலோச்சனாவும் சிரத்தையாய் கேட்டுக் கொண்டிருக்க - வகுளாவும் நவீனும் புன்னகையோடு ஒருவரையொருவர் பார்த்துக் கொண்டார்கள்.

●●●

www.ingramcontent.com/pod-product-compliance
Lightning Source LLC
LaVergne TN
LVHW090321210926
848480LV00001B/318